मृत्यूचं महासत्य
आणि
पृथ्वीलक्ष्य

बेस्टसेलर पुस्तक 'विचार नियम'चे रचनाकार सरश्री यांची अन्य श्रेष्ठ पुस्तकं

आध्यात्मिक विकास साधण्यासाठी या पुस्तकांचा लाभ घ्यावा

- जीवनाची दोन टोकं - ध्यान आणि धन
- रामायण वनवास रहस्य
- संत ज्ञानेश्वर - समाधी रहस्य आणि जीवन चरित्र
- अंतर्मनाच्या शक्तीपलीकडील आत्मबळ
- सत् चित् आनंद - तुमचे 60 प्रश्न आणि 24 तास
- मृत्यू उपरांत जीवन - मृत्यू मोका की धोका
- क्षमेची जादू - क्षमेचं सामर्थ्य जाणा, सर्व दुःखांपासून मुक्त व्हा
- प्रेम नियम - प्लॅस्टिक प्रेमातून मुक्ती
- आध्यात्मिक उपनिषद - सत्याच्या साक्षीने जन्मलेल्या 24 कथा
- विज्ञान मनाचे - मनाचे बुद्ध कसे बनाल

स्वविकासासाठी या पुस्तकांचा लाभ घ्यावा

- विचार नियम - आपल्या यशाचे रहस्य
- विकास नियम - आत्मसंतुष्टीचं रहस्य
- परिवारासाठी विचार नियम - हॅपी फॅमिलीचे सात सूत्र
- इमोशन्स वर विजय - दुःखद भावना व्यक्त करण्याची कला
- स्वसंवाद एक जादू - आपला रिमोट कंट्रोल कसा प्राप्त करावा
- साहसी जीवन कसं जगाल - अशक्य कार्य शक्य कसं कराल
- समग्र लोकव्यवहार - मैत्री आणि नातं निभावण्याची कला
- सुखी जीवनाचे पासवर्ड - दुःख, अशांती आणि उद्विग्नतेच्या कैदेतून सुखाला करा मुक्त
- जीवनाची 5 महान रहस्य - प्रेम, आनंद, मौन, समृद्धी आणि परमेश्वर प्राप्तीचा मार्ग
- वर्तमान एक जादू - उज्ज्वल भविष्याची निर्मिती आणि प्रत्येक समस्येवरील उपाय

युवकांनी या पुस्तकांचा लाभ घ्यावा

- आजच्या युवा पिढीसाठी - विचार नियम फॉर युथ
- नींव नाइन्टी फॉर टीन्स् - बेस्ट कसे बनाल
- श्रीरामांकडून काय शिकाल - नवरामायण फॉर टीन्स्

या पुस्तकाद्वारे प्रत्येक समस्येचं समाधान प्राप्त करा

- स्वास्थ्य प्राप्तीसाठी विचार नियम - मनःशक्तीद्वारे निरामय आरोग्य मिळवा
- स्वीकाराची जादू - त्वरित आनंद कसा प्राप्त करावा

या आध्यात्मिक कादंबऱ्यांद्वारे जीवनाचं गूढ रहस्य जाणा

- योग्य कर्मांद्वारे यशप्राप्ती - सन ऑफ बुद्धा
- शोध स्वतःचा - In Search of Peace
- दुःखात खुश राहण्याची कला - संवाद गीता

पार्ट टू रहस्य

निर्वाणानं ही गोष्ट आजवर अव्यक्त ठेवली होती

मृत्यूचं महासत्य आणि पृथ्वीलक्ष्य

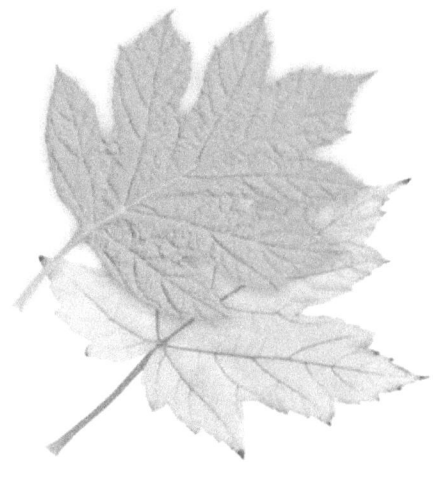

मृत्यूचं महासत्य आणि पृथ्वीलक्ष्य

© Tejgyan Global Foundation

All Rights Reserved 2010.
Tejgyan Global Foundation is a charitable organization having its headquarters in Pune, India.

सर्वाधिकार सुरक्षित

'वॉव पब्लिशिंग्ज् प्रा. लि.'द्वारे प्रकाशित हे पुस्तक अशा अटीवर विकण्यात येत आहे, की प्रकाशकाच्या लेखी पूर्वअनुमतीविना ते व्यापाराच्या दृष्टीने अथवा अन्य प्रकारे उसने, भाड्याने अथवा विकत अन्य कोणत्याही प्रकारच्या बांधणीत अथवा अन्य मुखपृष्ठासह देता येणार नाही; तसेच अशाच प्रकारच्या अटी नंतरच्या ग्राहकावर बंधनकारक न करता आणि वर उल्लेखिलेल्या कॉपीराइटपुरत्या मर्यादित न ठेवता या पुस्तकाच्या कोणत्याही स्वरूपाच्या विनिमयास, तसेच कॉपीराइटधारक व वर उल्लेखिलेले प्रकाशक दोघांच्याही लेखी पूर्वअनुमतीविना इलेक्ट्रॉनिक, मेकॅनिकल, फोटोकॉपी, रेकॉर्डिंग इत्यादी प्रकारे या पुस्तकाचा कोणताही अंश पुनःप्रस्तुत करण्यास, जवळ बाळगण्यास अथवा सुधारित स्वरूपात प्रस्तुत करण्यास मनाई आहे.

ISBN : 9788184154061

प्रकाशक : वॉव पब्लिशिंग्ज् प्रा. लि., पुणे

पहिली आवृत्ती : नोव्हेंबर २०१८

(सदर पुस्तकाच्या तेजज्ञान ग्लोबल फाउंडेशनद्वारे ४ आवृत्त्या प्रकाशित झाल्या आहेत.)

'पृथ्वीलक्ष्य' या मूळ हिंदी पुस्तकाचा मराठी अनुवाद

Mrutuchya Mahastya Aani Prithvi Lakshya
By **Sirshree** Tejparkhi

समर्पित

पृथ्वीवर सर्वजण एकाच लेखकाची कथा लिहीत आहेत. सर्व शब्द एकच अभिव्यक्ती करीत आहेत. शरीर हे शब्दांचं प्रतीक आहे परंतु आपल्याला ते बघण्याची कला आत्मसात व्हायला हवी. कारण कथा एकच आहे आणि आत्ताही ती कथा (संसार) चालूच आहे. पृथ्वीच्या आरंभापासून आजवर चालत आलेली ही कथा पुढे नेण्यासाठी शब्द हे केवळ माध्यम आहेत. ही कथा खूपच पाल्हाळिक आहे असं वाटेल परंतु लेखकाच्या दृष्टिकोनातून पाहिलं तर तो म्हणेल, ''आता तर कुठे या कथेचा प्रारंभ झाला आहे. पुढे खूप मजेदार घटना व्हायच्या आहेत. नवीन वळणं यायची आहेत. अद्याप यू टर्न...'' असं सांगून लेखक आपली उत्सुकता वाढवतच राहील. या पुस्तकरूपी उपनिषदाच्या कथानकात मृत्युरूपी महासत्य गुंफलेलं आहे.

आज ज्यांचा जन्म झाला आहे, त्या विश्वातील सर्व मुलांना व ज्यांनी 'पृथ्वीलक्ष्य' जाणलं आहे अशा सर्वांना हे पुस्तक समर्पित.

आवश्यक सूचना

प्रिय वाचकहो...

या कहाणीतील सर्व पात्रं काल्पनिक आहेत. वास्तविक जीवनातील घटना-व्यक्ती यांच्याशी त्यांचा काहीही संबंध नाही. जर असा संबंध आढळलाच तर त्याचा उपयोग या कहाणीचा मथितार्थ जाणून घेण्यासाठी करावा. या पुस्तकात कॉम्प्युटर, क्रिकेट याबरोबरच संत ज्ञानेश्वर, येशू ख्रिस्त, रवींद्रनाथ टागोर इत्यादींचा आणि त्या त्या काळातील घटनांचा उल्लेख आलेला आहे. हा उल्लेख आत्ताच्या काळातील वाचकांना संपूर्ण ज्ञान सहजतेनं ग्रहण करता यावं यासाठी केलेला आहे. कहाणीतील पात्रं तसेच उदाहरणांमध्ये अडकून पडण्याऐवजी वाचकांनी आपलं लक्ष ज्ञानावर (पुस्तकाच्या विषयावर) केंद्रित करावं.

आपल्यातील पॅटर्न म्हणजेच चुकीच्या सवयी नष्ट होऊन आंतरिक गुणांची वाढ करण्याची आत्यंतिक निकड भासावी हाच या पुस्तकाचा उद्देश आहे. तसेच या ज्ञानप्राप्तीनंतर लोकांनी 'शरीरहत्या' कधीही करू नये हादेखील एक उद्देश या कहाणीमागे आहे.

हे पुस्तक पहिल्या पानापासून शेवटच्या पानापर्यंत लक्षपूर्वक वाचा. अर्धवट वाचनातून आपल्या मनात कोणत्याही चुकीच्या धारणा निर्माण होऊ नयेत यासाठी ही काळजी अवश्य घ्या.

पुस्तकाचा संपूर्ण लाभ घेण्यासाठी दररोज एक भाग वाचा. त्यावर सखोल मनन, चिंतन करा. अशा प्रकारे सेल्फ शिबिर (कथा शिबिर) झाल्यानंतर, एका महिन्यातच या पुस्तकातील सगळ्या गोष्टी आपण आत्मसात करून स्वतःमध्ये अंतर्बाह्य बदलही अनुभवू शकाल.

चला तर मग! या अभूतपूर्व कहाणीचे आपणही एक साक्षीदार व्हा...

अनुक्रमणिका

प्रस्तावना		१३
दिवस १		
	शोधाची सुरुवात	
	विलक्षण घटना	१७
दिवस २		
	पृथ्वीवरील जीवनाची ओळख	
	दुःख धोका तर नव्हे!	२५
दिवस ३		
	मृत्यूचं सत्य	
	माणसाचे सात जन्म	३१
दिवस ४		
	मृत्यूचं ज्ञान प्राप्त करण्याचं महत्त्व	
	पृथ्वीपलीकडे असलेल्या जीवनाची ओळख	३७
दिवस ५		
	विश्वातील सर्वांत मोठं आश्चर्य	
	मृत्यू आणि विकास	४०
दिवस ६		
	पृथ्वीलक्ष्य आणि ईश्वरीय इच्छा	
	पिता आणि अग्निपथ	४५
दिवस ७		
	मृत्यूनंतरची अवस्था	
	आपली दोन शरीरं	५१

दिवस ८		
	मृत्यू एक विधी	
	मृत माणसाच्या अडचणी	५४
दिवस ९		
	मृत्यूची बातमी कशी ऐकाल	
	नवा निर्णय	६१
दिवस १०		
	मृत्यूनंतरच्या घटनेतील प्रतिसाद	
	मृत्यू आणि विविध प्रथा	६४
दिवस ११		
	जीवन-मृत्यू चक्र	
	अविश्वासावर उपाय	७१
दिवस १२		
	कसं आहे सूक्ष्म जग	
	माणसाच्या डोळ्यांच्या मर्यादा	७७
दिवस १३		
	सूक्ष्म जगाची वेळ, क्षेत्र आणि कर्म	
	विचारांद्वारे निर्माण	८३
दिवस १४		
	जीवनानंतरचं जीवन	
	सूक्ष्म शरीरासाठी प्रार्थना	८८
दिवस १५		
	सूक्ष्म जगात नातेसंबंधांची व्यवस्था	
	माणसाच्या चेतनेचे सात स्तर	९७
दिवस १६		
	सूक्ष्म जगातील आवश्यकता	
	पैसा की गुण	१०१

दिवस १७
मृत्यूची भीती आवश्यक आहे का
पार्ट टूमध्ये जाण्याची घाई करू नका — १०८

दिवस १८
सूक्ष्म जग
तयारी कशी करावी — ११७

दिवस १९
मृत्युमनन
मृत्युदर्शन — १२९

दिवस २०
मृत्यूसंबंधीच्या धारणा
सजगतेचं महत्त्व — १३९

दिवस २१
पृथ्वीलक्ष्य
मनाचं प्रशिक्षण — १४६

दिवस २२
मनाला तयार कसं करावं
समजेसह प्रतिसाद — १५७

दिवस २३
चेतनेच्या सर्वोच्च स्तरावर अभिव्यक्ती
सूक्ष्म जगात आत्मसाक्षात्काराची शक्यता — १६७

दिवस २४
महाजीवन
केंद्रावर स्थापित होण्याचं रहस्य — १७८

दिवस २५
गोलाईतून मुक्ती, महाजीवनाची युक्ती
जीवन बनून जगण्याची कला — १८५

दिवस २६		
	म.न.न. जिम	
	जीवनाच्या सर्वोच्च स्तराची ओळख	१९२
दिवस २७		
	महानिर्वाण निर्माणाची सुरुवात	
	पृथ्वी संधी आहे	१९८
दिवस २८		
	सिद्धार्थचं नवजीवन	
	मृत्यूशिवाय निर्वाण	२०८
दिवस २९		
	पार्ट वनवर निर्वाणाचं निर्माण	
	उच्चतम विकसित समाज	२१५
दिवस ३०		
	पार्ट वनवर, पार्ट टूची सुरुवात	
	निर्वाणांची लीला	२२३

पृथ्वीलक्ष्य

कहाणीतील पात्र आणि शब्दार्थ

राहूल : संपूर्ण जीवनाचं ज्ञान असलेलं असं एक दिव्य बालक. (इतिहासात अशा कित्येक दिव्य बालकांची उदाहरणं आहेत, जी लहानपणापासूनच तेजस्वी होती. ध्रुव बाळ, नचिकेत आणि भक्त प्रल्हाद ही त्यातील काही उदाहरणं.)

सिद्धार्थ : या कहाणीचा प्रमुख नायक. सत्याविषयी तीव्र ओढ, सत्यशोधक असणारे कहाणीतील एक काल्पनिक पात्र.

राजा सुयोधन : सिद्धार्थ जगविख्यात राजा बनावा अशी महत्त्वाकांक्षा बाळगणारे सिद्धार्थचे पिताजी.

यशोदा : सिद्धार्थाची अर्धांगिनी, राहूल या तेजस्वी बालकाची माता.

प्रसन्न : सिद्धार्थाचा सेवक आणि मित्र.

पार्ट वन : संपूर्ण जीवनाचा पहिला भाग. पृथ्वीवरील जीवन. मनुष्य शरीराचं असं जीवन जे तो पृथ्वीवर व्यतीत करीत असतो.

पार्ट टू : संपूर्ण जीवनाचा दुसरा भाग. सूक्ष्म जग. मृत्युउपरान्त जीवन. पार्ट वन आणि पार्ट टू मिळून संपूर्ण जीवनाची निर्मिती होते.

म. न. न. : महानिर्वाण निर्माण, पार्ट टू मध्ये केली जाणारी निर्मिती.

प्रस्तावना

तुम्ही अमर आहात
भरारी घ्या

मी विश्वाच्या महान रहस्यांपैकी एक आहे.
मी ईश्वराची सर्वश्रेष्ठ रचना आहे.
मी प्रत्येक धार्मिक ग्रंथाचा अविभाज्य भाग आहे.
मी जीवनाची आवश्यकता आहे.
मी विश्वात संतुलन ठेवण्यासाठीचा एक सुंदर विधी आहे.
मी मृत्यू आहे...

कित्येक शतकांपासून मला आपल्याशी बोलायचं होतं. परंतु कधी तशी संधीच मिळाली नाही. माझ्याबाबत असलेल्या चुकीच्या धारणांमुळे मला सदैव काळ्या पडद्याआडच राहावं लागलं आणि माझा खरा चेहरा समोर न आल्यामुळे लोक मला कधीच समजू शकले नाहीत. त्यांच्यातील अज्ञानामुळे, मान्यतेमुळे ते मला नेहमी घाबरतच राहिले. मी कधी त्यांच्याजवळ जाऊ नये, कधी भेटू नये असाच प्रयास ते सतत करत राहिले.

निश्चितच, मी विश्वाचं महान रहस्य आहे परंतु त्याचबरोबर सर्वांत मोठ्या गैरसमजुतींचा शिकारही. मी नक्कीच ईश्वराची सर्वश्रेष्ठ रचना आहे परंतु माणूस योग्यप्रकारे माझी अर्चना करत नाही. वास्तविक मी जीवनाची आवश्यकता आहे आणि तरीही माणसाला माझ्यावर मनन करण्याची गरज भासत नाही. मी विश्वात संतुलन कायम ठेवण्यासाठीचं एक तंत्र आहे. तरीपण आजही माणूस माझ्याकडे हवं तेवढं लक्ष न देता असंतुलित आयुष्य जगत आहे. काही आत्मसाक्षात्कारी संतांनी माझ्याविषयीचं संपूर्ण

सत्य जाणलं होतं पण समाजामध्ये खोलवर रुजलेल्या गैरसमजांमुळे ते लोकांपर्यंत पोहोचवू शकले नाहीत.

परंतु आता संपूर्ण विश्वासमोर माझं खरं रूप प्रकट व्हायलाच हवं. साध्या सरळ शब्दांमध्ये माझ्याविषयीचं महासत्य समोर येण्याची वेळ आता येऊन ठेपली आहे आणि आज हेच अतिशय महत्त्वपूर्ण, प्रगल्भ असं कार्य सरश्री करीत आहेत. या पुस्तकात त्यांनी एका कहाणीद्वारे हे कार्य तडीस नेलं आहे. ही कथा खरंतर कालातीत आहे, हवं तर याला मृत्योपनिषद असंही म्हणता येईल. यातील पात्र काल्पनिक असली तरी ती आपल्याला जीवनाचं मुख्य व महान सत्य सांगून जातात आणि त्यामुळेच त्यांचे शब्द हृदयाला जाऊन भिडतात, माणसाला विचार करण्यास प्रवृत्त करतात.

एका फुलपाखराला कोषावस्थेत असतानाच जर सांगितलं, की मोठं होऊन तुला फुलांशी गुजगोष्टी करता येणार आहेत, त्यातील मधरूपी आनंद प्राप्त करण्यासाठी, तुला हव्या असलेल्या बागेत, फुलांवर विहार करण्यासाठी स्वैरपणे जाता येणार आहे, तेव्हा त्यावर ते विश्वास करू शकेल असं आपल्याला वाटतं का? अजिबात नाही. उलट ते विचार करेल, ''मी तर कोषात फसलेलो आहे, असहाय आहे. इतकंच काय पण मला साधी हालचालही करता येत नाही आणि हा मात्र त्यातून बाहेर येऊन उडण्याविषयीच्या गप्पा मारतो आहे! अगदीच असंभव! या अशक्य गोष्टींची कल्पना स्वप्नातदेखील मी करू शकत नाही.''

तेव्हा आपण त्या लहानशा फुलपाखराला समजावून सांगाल, ''बाबा रे, आत्ता तू या गोष्टींविषयी कल्पनाही करू नकोस. तू जेथे आहेस तेथेच तुझ्या सगळ्या ताकदीचा उपयोग करणं सुरू कर. बाहेर महाजीवन तुझी आतुरतेनं वाट पाहात आहे. तू केवळ सुरुवात कर बस्स... कारण त्या कोषातून बाहेर पडल्यानंतर मोठं फुलपाखरू बनून तू उडू शकणार आहेस, गगनात यथेच्छ भरारी मारणार आहेस. अशी कल्पना करून तुझ्यात असलेल्या बळाचा सर्व शक्तीनिशी वापर करणं सुरू कर. त्यानंतरच तुला उडता येईल.''

आता आपण हे जाणताच, की छोट्या फुलपाखराला कोषातून बाहेर येण्यासाठी स्वतःच्या बळाचा योग्य उपयोग करून, धडपड करून आपले इवलेसे पंख पसरावे लागतात. जे आपल्यात असणाऱ्या बळाचा योग्य वापर करू शकत नाहीत ते कोषाच्या आतच गुरफटून राहतात आणि जर एखाद्याने त्याच्यावर दया करून त्याला बाहेर काढलंच तर त्या बिचाऱ्याला धड पंखही फुटत नाहीत. कारण त्याने कोषातून बाहेर येण्यासाठी ज्या बळाचा वापर करायला हवा होता तो तर केलाच नाही! ताकद लावल्यामुळे पंख

फुटण्याची शक्यता तरी असते. वास्तविक बाहेरून कोष तोडणाऱ्या माणसाने भावविभोर होऊन कोषात अडकलेल्याला मदत करण्याऐवजी त्याचं नुकसानच केलं. किती महागडा सौदा झाला हा! सत्य जाणणारा माणूस त्याला कोषावस्थेतून बाहेर आणण्याऐवजी त्याची योग्य मदत करेल. तो माणूस त्या छोट्या फुलपाखराला सतत हीच आठवण करून देईल, ''तू फुलपाखरू बनून आकाशात स्वच्छंदपणे उडू शकतोस. आत्ता तुला जो त्रास होत आहे तो खरंतर मोठं फुलपाखरू बनून आकाशात भरारी मारण्याची तयारी आहे.''

माणसाबरोबरही नेमकं असंच होत असतं. त्याचं जीवन कोषातल्या छोट्या फुलपाखराप्रमाणेच आहे. त्याला पृथ्वीवर जेव्हा सर्व सुख-सुविधा उपलब्ध करून दिल्या जातात तेव्हा तो पृथ्वीवर काय शिकण्यासाठी आला आहे हेच विसरून जातो आणि मिळणाऱ्या सुखसुविधेतून जर एखादी गोष्ट कमी झाली तर लगेच त्याची उणीव भासू लागते. त्याला वाटतं, ''अरेरे! माझ्याच बरोबर असं का... कमीत कमी माझ्याबरोबर तरी असं व्हायला नको होतं...'' ज्या लोकांना लहानपणापासूनच सर्व ऐषआराम, सुख-समृद्धी मिळते त्यांची स्थिती या कथेत सांगितलेल्या फुलपाखराप्रमाणे दयनीय होते. माणूस पृथ्वीवर आपल्यात असलेल्या संपूर्ण शक्यता विकसित करण्यासाठी आला आहे. परंतु दुर्दैवाने याची त्याला जाणीव नसल्यामुळे, आयुष्यात कितीही असुविधा असल्या तरी तो स्वतःमध्ये असणारं मनोबळ वापरून चेतनेचा सर्वोच्च स्तर गाठू शकत नाही. प्रत्यक्षात चेतनारूपी पंखांचा योग्य उपयोग माणसानं केला असता तर तो निळ्याभोर नभात भरारी मारू शकला असता. कारण जीवनात अनेक कठीण घटना, अडचणींना सामोरं गेल्यानंतरच लोकांना समजतं, की त्या दुःखद घटनांमुळे ते पूर्वीपेक्षा अधिक मजबूत झाले आहेत, कणखर बनले आहेत.

पृथ्वीच्या जीवनातच या कोषरूपी मर्यादा आहेत आणि त्या शोधण्यासाठी आपल्याला, आपल्यात असणारं संपूर्ण बळ वापरायचं आहे. म्हणून कोणतीही घटना आपल्यासाठी दुःखाचं कारण बनू नये. ती आनंदाचं कारण बनली तरच आपल्याला नवीन पंख फुटणार आहेत. त्या फुलपाखराप्रमाणे तशी तयारी आपल्याला करता यावी यासाठी मृत्यूनंतरच्या जीवनाची विस्तृत माहिती सरश्रींद्वारे पृथ्वीवर विशद केली आहे. या पुस्तकाद्वारे आपण माझ्याविषयीचं सत्य, त्याचबरोबर मी पूर्णविराम नाही तर अल्पविराम आहे हेही जाणणार आहात. या ज्ञानाने जर आपल्या वर्तमानात बदल घडवून आणला, जीवनाला सुंदर आणि सकारात्मक बनवलं तरच आपल्याला ज्ञानाचा खरा अर्थ उमगला असं होईल. हे ज्ञान प्रत्येक प्रकारच्या भयापासून मुक्त करणारं तर आहेच

शिवाय आयुष्यात आमूलाग्र बदल घडवून जीवनाचा कायापालट करणारं आहे.

'मृत्यू' या शब्दाकडे नवीन दृष्टिकोनातून पाहिलं तर तो भयावह वाटणार नाही आणि त्या शब्दामुळे आपण इतरांनाही घाबरवणार नाही. माझ्याविषयीचं महासत्य ऐकून आपण पृथ्वीवर जे कार्य करण्यासाठी आला आहात तेच करू लागाल, 'पृथ्वीलक्ष्य' प्राप्त कराल. मग मी कोणत्याही वेळी आलो तरी आपली तक्रार नसेल, 'आपण आताच का आलात... अद्याप माझी कितीतरी कामं बाकी आहेत... माझ्या मुलाचं लग्न व्हायचं आहे'... वगैरे वगैरे. असं म्हणण्याऐवजी मला भेटण्यासाठी आपण सदैव तयार असाल. शिवाय आपल्या एखाद्या नातेवाइकांना मी भेटायला आलो तरीही यापुढे आपल्याला दुःख होणार नाही. या पुस्तकाद्वारे जेव्हा सर्व लोक माझ्याविषयीचं ज्ञान प्राप्त करून सत्य जाणतील तेव्हा मला काळ्या बुरख्यात तोंड लपवून राहावं लागणार नाही. मी जसा आहे तसा आपण मला बघू शकाल, स्वीकारू शकाल. त्यावेळी कोणतीही कल्पना अथवा मान्यता आपल्यात असणार नाही. हे पुस्तक वाचणाऱ्या सर्व वाचकांसमोर मी योग्यवेळी न घाबरता आणि न घाबरवता येऊ शकतो कारण आता त्यांना माझ्याविषयी सर्वकाही ज्ञात झालं आहे. या पुस्तकाचे रचनाकार सरश्रींना मी मनःपूर्वक धन्यवाद देतो कारण मरणोत्तर जीवनाचं ज्ञान ही संकल्पना खरंतर शब्दांच्या साहाय्यानं मांडणं दुरापास्तच! नव्हे अशक्य. त्याचबरोबर खूपच कठीण आहे. तरीही त्यांनी माझ्याविषयीचं सत्य आपल्यासमोर प्रस्तुत केलंय हा त्यांच्या मनाचा मोठेपणा! या पुस्तकाच्या रूपानं मृत्योपनिषद आपल्याला सुपूर्द केलं जात आहे. हे वारंवार वाचून परम साहस प्राप्त करा.

हे पुस्तक वाचल्यानंतर आपल्या जीवनातील कोणताही पैलू अज्ञात राहणार नाही. जन्म-मृत्यूच्या चक्रातून मुक्त तर व्हालच त्याचबरोबर मोक्ष, महाजीवनही प्राप्त कराल. यासाठी पार्ट वन आणि पार्ट टूचं बहुमूल्य ज्ञान, 'पृथ्वीलक्ष्य' प्राप्त करून आपलं जीवन सार्थकी लावा. या पुस्तकाद्वारे आपल्याप्रमाणे इतरांचं जीवनही अधिक सुखकर होण्यासाठी आपण निमित्त बनणार आहात. जीवनाचं महान रहस्य जाणून सर्व इच्छा-आकांक्षांपासून एवढंच नव्हे तर मृत्यूपासूनही मुक्त व्हाल. आपलं अस्तित्व विलीन होऊन आपल्याला महाजीवनाचं दर्शन घडावं हीच शुभेच्छा.

धन्यवाद.
सदोदित आपल्या सेवेत,
आपल्या अहंकाराचा मृत्यू...

दिवस १

शोधाची सुरुवात

विलक्षण घटना

घनदाट झाडांच्या गर्दीमध्ये लपलेल्या राजमहालात संपूर्ण शांतता होती. अधून मधून ऐकू येणारी पानांची सळसळ हाच काय तो एकमेव आवाज होता. महालामध्ये आज सेवकवर्गही फारसा नव्हता. राजपुत्र सिद्धार्थाचा हुकूमच होता तसा. त्याला संपूर्ण शांतता हवी होती. शयनकक्षाच्या आजूबाजूला तर कोणीही फिरकत नव्हतं. राजमहालानं जणू मौनच धारण केलं होतं.

या मौनाचं सगळ्यांनाच आश्चर्य वाटत होतं. पूर्वी महाल कसा उत्साहानं सळसळत असायचा. वातावरण असं उत्सवी असायचं, की जणू काही दिवाळीचा सणच. सदैव हसत खेळत आणि आनंदी असणाऱ्या राजपुत्राचं हसू अचानक मावळलं आणि राजमहालात खिन्नता पसरली. काय झालं, कसं झालं, राजपुत्राला दृष्ट लागली की काय अशा अनेक शक्यता सेवकवर्ग खाजगीत कुजबुजू लागला. राजपुत्राच्या महालातलं वातावरण पाहून राजालाही चिंतेनं ग्रासलं. प्राणांपेक्षाही प्रिय असणाऱ्या आपल्या मुलाची ही केविलवाणी अवस्था बघून राजा सुयोधन कमालीचे खचले.

सिद्धार्थ जन्मला तो दिवस राहून राहून त्यांना आठवू लागला. राजज्योतिषांनी वर्तवलेलं भविष्य खरं होतं की काय असं वाटून त्याची झोप उडाली. राजज्योतिषांनी दोन शक्यता सांगितल्या होत्या. एक म्हणजे राजपुत्र सिद्धार्थ जगज्जेता चक्रवर्ती सम्राट होईल आणि असं झालं नाही तर तो एक महान संन्यासी होईल. आता तर राजाला दुसरीच शक्यता खरी होते की काय अशी भीती सतावू लागली. सिद्धार्थ कायम आनंदी राहावा यासाठी राजानं काय केलं नव्हतं? तीन ऋतूंमध्ये राहण्यासाठी तीन वेगवेगळे महाल तयार केले होते. दुःखाचा, उदासीनतेचा स्पर्शही त्याला होऊ नये म्हणून वातावरण कायम उत्सवी राहील याची पुरेपूर घेतलेली दक्षता, महालाभोवती उंचचउंच तटबंदी जेणेकरून बाहेरच्या जगाचा सिद्धार्थाशी संपर्कही होऊ नये. महालांभोवती अतिशय

सुंदर उद्याने तयार करण्यात आलेली होती. वेगवेगळ्या ऋतूंमध्ये उमलणाऱ्या फुलांचा सुगंध कुणालाही देहभान हरपायला लावील असाच होता. सिद्धार्थाच्या आजूबाजूला अप्सरांसारख्या दासींची खास नेमणूक करण्यात आलेली होती. उद्यानांमध्ये अतिशय कल्पकतेने तयार करण्यात आलेल्या सरोवरांमध्ये जलक्रीडा करताना दिवस कसा संपला याचा सिद्धार्थाला पत्ताच लागत नसे. अशा या सगळ्या दिनक्रमामध्ये सावलीसारखी त्याच्याबरोबर वावरणारी त्याची पत्नी यशोदा केवळ देखणीच नव्हे तर बुद्धिवानही होती. स्वर्गाहूनही सुंदर अशा या वातावरणात वावरत असताना एकाएकी खिन्नता यावी असं काय बरं घडलं असावं? विचार करून राजा हतबद्ध झाला होता.

इकडे सिद्धार्थाला तर कशाचंच भान नव्हतं. ना खाण्यापिण्याची शुद्ध होती, ना काही करण्याचा उत्साह. यशोदानं सिद्धार्थाला खुलवण्यासाठी प्रयत्नांची पराकाष्ठा केली होती. पण प्रत्येकवेळी तिच्या पदरी अपयशच पडलं होतं. कितीही प्रयत्न केले तरी सिद्धार्थाची नजर कायम शून्यात लागलेली असे. जणू काही त्याच्या ठायी यशोदा अस्तित्वातच नव्हती. आता तर सिद्धार्थानं एकांतच निवडल्यामुळं यशोदा चिंतेनं कोमेजून गेली होती.

सिद्धार्थ महालात बसून खिडकीबाहेर पाहात होता. त्याची नजर खिडकीबाहेर लागलेली होती पण शून्यात हरवलेली. बाहेरची सुंदर वनश्री आणि सरोवरांमध्ये मोठ्या डौलात विहरत असणारे राजहंस त्याला दिसत नव्हते. त्याच्या डोळ्यांसमोरून सतत तीच ती तीन दृश्यं चित्रफितीसारखी सरकत होती. त्यांचा अर्थ लावायचा प्रयत्न करून सिद्धार्थ आणखीच बुचकळ्यात पडत होता. परत परत तेच ते आठवून प्रश्नांचं नुसतं मोहोळ उठलं होतं आणि प्रत्येक प्रश्न मधमाशीसारखा रात्रंदिवस त्याला डसत होता.

किती प्रसन्न होती ती सकाळ आणि सोबतीलाही होता कायम प्रसन्न असणारा प्रसन्न नावाचा त्याचा मित्र! राजपुत्राची स्वारी शहराची सैर करायला निघणार आहे अशी दवंडी पिटवून सैनिकांनी सगळे रस्ते त्याच्या रथासाठी मोकळे केले होते आणि हो! कुठलंही उदास करणारं दृश्य राजपुत्राला दिसणार नाही याची काटेकोर दक्षताही घेण्यात आली होती. राजपुत्राची स्वारी निघाली आणि अचानक त्यानं सारथ्याला वेगळ्याच रस्त्याने, गावाबाहेरच्या दिशेनं रथ घ्यायला सांगितला. राजयंत्रणेची तारांबळ उडाली. सिद्धार्थ शहराची सैर करायचं सोडून असं भलत्याच दिशेला जाईल अशी त्यांना स्वप्नातसुद्धा कल्पना नव्हती. वेगवेगळे सुगंध घेऊन पूर्वेकडून येणारा मंद वारा चित्तवृत्ती अधिकच उल्हसित करत होता. प्रसन्न आणि सिद्धार्थ गप्पा मारण्यात रंगून गेले होते. अचानक सिद्धार्थाची नजर रस्त्याच्या कोपऱ्यावर बसलेल्या एका माणसावर गेली.

त्यानं अंगावर चादर ओढून घेतली होती आणि तो उलट्या करत होता. त्याचं सगळं शरीर थरथर कापत होतं. सिद्धार्थ असा माणूस पहिल्यांदाच पाहात होता. तो प्रसन्नाला म्हणाला, ''काय झालं याला? असा विचित्र माणूस इथं कुठून आला?'' त्यावर प्रसन्न म्हणाला, ''विचित्र काय आहे त्यात? तो तर एक आजारी माणूस आहे. औषध घेतल्यानंतर तो होईल बरा .''

''तो आजारी कसा झाला?''

''कुणीही आजारी पडू शकतं. विशेष काय आहे त्यात? हवापाण्यातल्या बदलामुळं, खाण्यापिण्यात काही कमी जास्त झालं तर माणसं आजारी पडतात. मी किंवा तू देखील आजारी पडू शकतो.''

सिद्धार्थ हतबलतेनं त्या माणसाकडे पाहात राहिला. त्या माणसाच्या जागी तो स्वतःलाच पाहू लागला. सिद्धार्थ काहीसा शांत झाल्याचं प्रसन्नच्या लक्षात आलं. सारथ्यानं रथाचा वेग वाढवला तसा वारा, सिद्धार्थाचे खांद्यावर रुळणारे कुरळे केस लाडीकपणे उडवू लागला. प्रसन्न, सिद्धार्थाला वेगवेगळ्या विषयांवर बोलण्यासाठी प्रवृत्त करत होता. सिद्धार्थ मात्र जेवढ्यास तेवढंच बोलत होता. असा काही वेळ गेल्यानंतर सिद्धार्थानं रथ परत महालाच्या दिशेनं वळवायला सांगितला. मुख्य रस्त्याला लागण्याआधीच सारथ्याने अचानक रथ थांबवला. रथ असा अचानक थांबताच सिद्धार्थाला दिसलं, अंगावर सुरकुत्या पडलेला, पाठीत कुबड निघालेला म्हातारा काठी टेकत टेकत रस्ता ओलांडून जात होता. त्याच्या तोंडात दात नव्हते. चालण्याचा वेग इतका हळू होता, की पाय उचलणंसुद्धा त्याला जड झालं असावं. सिद्धार्थ गडबडला. त्यानं प्रसन्नकडे पाहिलं, त्याच्या चेहऱ्यावर तर आश्चर्याचे कुठलेच भाव नव्हते. सिद्धार्थाच्या चेहऱ्यावर उमटलेलं मोठं प्रश्नचिन्ह बघून प्रसन्नच त्याला म्हणाला, ''म्हातारा माणूस आहे तो. वय बरंच झालेलं दिसतंय.''

''माणसं म्हातारी का असतात?''

''असतात नव्हे, होतात. प्रत्येकजण म्हातारा होतो.''

''प्रत्येकजण म्हणजे? मी देखील म्हातारा होईन का?''

''तूदेखील म्हणजे काय? तूही म्हातारा होणार.''

''म्हणजे म्हातारपण कुणालाही चुकत नाही तर. यशोदा पण...''

''हो. यशोदा तरी त्याला कशी अपवाद असेल? यशोदा, तू , मी, हा सारथी

आणि तुझ्या महालातल्या सगळ्या देखण्या दासी एक दिवस म्हाताऱ्या होणारच. म्हातारपण आलं की दात पडणार, अंगावर सुरकुत्या येणार आणि एक एक अवयव अशक्त होत जाणार.''

आता मात्र सिद्धार्थ फारच गंभीर झाला. आजचं आपलं रूप आणि आपल्याला दिसणारं यशोदेचं लावण्य हे एक दिवस लोप पावणार या कल्पनेनं तो व्याकुळ झाला. त्याला मनोमन वाटू लागलं की, असं होणार नाही हे प्रसन्ननं आपल्याला एकदा तरी सांगावं. पण प्रसन्नला तर जणू काही हे विशेष नाही असंच वाटत होतं. म्हाताऱ्यानं रस्ता ओलांडला आणि रथ पुढे निघाला. सिद्धार्थाच्या डोक्यात एका मागून एक प्रश्नांचे काटेरी निवडुंग उगवू लागले. आता त्याला राजमहालात परतावं असंही वाटेना. स्वतःला सावरत त्यानं प्रसन्नच्या खांद्यावर हात टाकला आणि म्हणाला, ''मित्रा, याआधी अशा प्रकारच्या भावना मी कधीच अनुभवल्या नव्हत्या. मला काहीसं विचित्र वाटतंय. राजमहालात जाण्याऐवजी मला कुठे तरी दूर घेऊन चल.''

''अरे, तसंही फेरफटका मारायला तर आपण बाहेर पडलो आहोत. पण मधूनच तू रथ परत महालाकडे घ्यायला सांगितलास आणि आता तूच पुन्हा महालाकडे नको असं म्हणतोस. माझं काय, तुझी इच्छा ती माझी इच्छा.'' असं म्हणून प्रसन्नानं सारथ्याला रथ परत फिरवायला सांगितला. नेमकं काय चाललंय ते सारथ्याला कळेना पण त्याला अशी उलट सुलट फिरण्याची मजा वाटली. रथ परत पूर्वीच्याच रस्त्याला लागला. प्रसन्नाची अखंड बडबड चालू होती. सिद्धार्थ मात्र गप्प होता. थोड्याच वेळात रथ शहराबाहेरच्या एका रमणीय तलावाजवळ येऊन थांबला. सिद्धार्थाची घालमेल बरीच वाढलेली होती. काही वेळ तलावाकाठी काढल्यानंतर तिथेही सिद्धार्थाला करमेना. एकाएकीच तो उठला आणि महालाकडे परतण्यासाठी गडबड करू लागला. प्रसन्नसमोर सिद्धार्थाचं ऐकण्याशिवाय आणखीही काही धक्कादायक घडणार होतंच. यानंतर घडलेला प्रसंग सिद्धार्थाच्या आत्तापर्यंतच्या सगळ्या समज-गैरसमजांना सुरुंग लावणारा होता. सारथ्याने रथ महालाच्या दिशेनं वळवला. रथानं थोडं अंतर पार केल्यानंतर समोरून एक अंत्ययात्रा येत असल्याचं दिसलं. तिरडीवर झोपलेला माणूस बघून परत त्याने प्रसन्नला विचारलं, ''प्रसन्ना, हे काय रे बाबा नवीनच? झोपायची अजबच पद्धत दिसतेय!''

''सिद्धार्थ, तो माणूस झोपलेला नाही. तो मरण पावला आहे. ही त्याची अंत्ययात्रा आहे.'' गंभीर चेहऱ्याने प्रसन्न म्हणाला.

''मरण पावला म्हणजे ?'' गोंधळलेल्या स्वरात सिद्धार्थानं विचारलं.

“मरण पावला म्हणजे मेला. आता तो जिवंत नाही. तो बोलणार नाही, यापुढे चालणार नाही आणि आता त्याचं शरीरही बंद पडलं आहे.”

“म्हणजे नेमकं काय झालं? तो माणूस तर आहे तसाच दिसतो आहे.”

“नेमकं काय झालं किंवा मरताना नेमकं काय होतं हे मला माहीत नाही. पण

एक गोष्ट मात्र खरी, की जन्माला आलेला प्रत्येकजण एक ना एक दिवस मरणार आहेच. आता तू विचारशील की तू सुद्धा मरणार आहेस का ? तर त्याचं उत्तर हो असंच आहे. मी, तू आणि आपल्याला जी जी माणसं आज जिवंत दिसतायत ती सगळीच मरणार आहेत, हे जग सोडून जाणार आहेत.”

“हे जग सोडून जाणार आहेत? शरीर इथेच ठेवून? शरीर म्हणजेच तर आपण. असं कसं होईल?”

“माहीत नाही मला. जाणार आहोत हे मात्र नक्की.”

“अरे, पण कुठे?” सिद्धार्थाचा आवाज किंचाळल्यासारखा फाटला होता.

“माहीत नाही.” प्रसन्न हतबलतेनं म्हणाला.

आता सिद्धार्थाच्या डोक्यात जणू कुणीतरी घण मारत असल्यासारख्या वेदना होऊ लागल्या. त्याचा चेहरा रडवेला झाला. एव्हाना रथ महालाच्या मुख्य द्वाराजवळ येऊन पोहोचला. अभेद्य तटबंदीतूनही महालाचा वरचा मनोरा दिमाखदारपणे नजरेस पडत होता. रथ मुख्य द्वाराजवळ येताच द्वारपालानं अदबीनं दरवाजा उघडला आणि घोडे टापांचा नादमय आवाज करत झाडीमधून धावू लागले. हे सगळं आपण सोडून जाणार आहोत तर ते पकडून ठेवण्याचा प्रयत्न करण्याला तरी काय अर्थ आहे? आपण जर शरीर सोडून जाणार आहोत तर आपण म्हणजे नेमकं कोण आहोत? मृत्यू म्हणजे खरंच सगळं संपणं आहे का? मग मरणाचं भान तर कुणालाच नसतं. आपण मरणार नाही असंच समजून लोक वाटचाल करताना दिसतात. ही कुठली धुंदी आहे? हे लोक अज्ञानी तर नाहीत? जन्मल्यानंतर जर आपण मरणार आहोत तर मेल्यानंतर परत जन्मणार की काय? मेल्यानंतर पुन्हा जन्मणार आहोत तर मृत्यू तरी सत्य कसा मानावा? मग मी म्हणजे कोण? सत्य काय आहे? असे एक ना अनेक प्रश्न त्याच्या मनात फणा काढून फूत्कार टाकू लागले. प्रश्नरूपी सर्प सिद्धार्थाभोवतीचा आपला विळखा अधिकाधिक घट्ट करू लागले.

सिद्धार्थ कुणाशी काहीही न बोलता शयनकक्षात निघून गेला. कुणालाही आत येऊ न देण्याची सूचना देऊन त्यानं स्वतःला बिछान्यावर झोकून दिलं.

दिवसांमागून दिवस गेले. सगळ्यांचे प्रयत्न व्यर्थ गेले. सिद्धार्थ अधिकच विमनस्क होत गेला. त्याचं मौन वरचेवर अधिक गहिरं होत चाललं. महालाची रया निघून गेली. उत्सव संपला, अप्सरांचा घोळका दिसेनासा झाला. रात्रंदिवस राजाला चिंता जाळू लागली. यशोदेच्या लावण्याला उदासीनतेचं ग्रहण लागलं. या घडामोडींपासून अलिप्त होता तो केवळ राहूल. नुकताच जन्मलेला सिद्धार्थाचा आणि यशोदेचा मुलगा. ते निरागस छोटंसं बाळ.

झोपेनं सिद्धार्थाची रजाच घेतली होती. सगळं जग झोपलेलं असताना सिद्धार्थ काळोख डोळ्यात साठवत सदैव जागा असायचा. दिवस रात्रीचं त्याचं भान कधीचंच सुटलं होतं. विळखा घट्ट केलेल्या प्रश्नांच्या सर्पांचं डसणं काही केल्या थांबत नव्हतं. आजही सिद्धार्थ डोळ्याची पापणीही लवू न देता काळोखात नजर लावून बसला होता. गस्त घालणाऱ्या पहारेकऱ्यांच्या आरोळ्या अधूनमधून तटबंदीजवळून येत होत्या. रात्रीचा कितवा प्रहर होता कोण जाणे. अचानक आकाशातली वीज धरणीला चिरून आतमध्ये झेपावल्यासारखा एक विचार सिद्धार्थाच्या मनात कोसळला. ‘‘महालामध्ये राहून सत्य काही गवसणार नाही. हा महाल, हे राज्य, नात्यांचे हे बंध आणि या भौतिक सोयी यांचा त्याग करून मला दूर निघून गेलं पाहिजे. त्याशिवाय सत्याचा साक्षात्कार होणे नाही.’’ या विचाराचा लोळ सिद्धार्थाच्या मनोभूमीवरून असा काही सरकून गेला की प्रश्नरूपी डसणंही काही काळापुरतं का होईना थांबलं.

सिद्धार्थानं सर्वसंग परित्याग करून जायचं तर ठरवलं पण दुसऱ्या दिवशी सकाळपासून त्याची घालमेल प्रचंड वाढली. आपल्या प्रिय व्यक्तींना सोडून जायची कल्पनाच त्याला करवेना. आई-वडील, यशोदा आणि मुख्य म्हणजे राहूल या सगळ्यांना सोडून जायच्या कल्पनेनं त्याचं मन विदीर्ण होऊ लागलं. परंतु आता त्याला कुठल्याही परिस्थितीत निश्चयापासून ढळायचं नव्हतं.

शेवटी एकदाची रात्र झाली. रात्रीच्या या नीरव शांततेत गुपचूप घर सोडून निघून जायचं असं दुपारीच त्यानं मनोमन ठरवलं होतं. बरोबर मध्यरात्री सिद्धार्थ महालाबाहेर पडला. जाण्यापूर्वी एकदा शेवटचं यशोदेला आणि राहूलला बघून यावं असं त्याला वाटलं. परंतु आवाज होणार नाही याची दक्षता घेऊन तो यशोदेच्या बिछान्यापाशी येऊन उभा राहिला. किती निर्धास्तपणे स्वतःला झोपेच्या ताब्यात दिलं होतं तिनं. खिडकीतून

येणाऱ्या चंद्रप्रकाशात तिचं सौंदर्य अधिकच खुललेलं भासत होतं आणि बाजूलाच गाढ झोपलेला राहूल तर जणू महालात विसाव्यासाठी आलेला प्रत्यक्ष चंद्रच! कितीतरी वेळ अनिमिष नेत्रांनी सिद्धार्थ त्या दोघांना डोळ्यात साठवून घेत राहिला. आता परत कधी भेट होईल कोण जाणे? बऱ्याच वेळानंतर सिद्धार्थ भानावर आला. केलेल्या निश्चयानुसार महाल सोडून जाण्यासाठी तो मागे वळला.

साधारण आठ-दहा पावलं तो गेला असेल नसेल तेवढ्यात त्याच्या कानावर शब्द पडले, "कुठे निघाला आहात?" सिद्धार्थ चांगलाच दचकला. महालामध्ये या घडीला त्या तिघांशिवाय अन्य कोणीही नव्हतं. यशोदा झोपलेली होती आणि राहूलनं बोलायचा तर प्रश्नच नव्हता. मग बोललं कोण? कदाचित आपल्याला भास झाला असावा असं वाटून तो परत चालू लागला आणि तेवढ्यात पुन्हा तेच शब्द कानी पडले, "कुठे निघाला आहात?" तोच आवाज आणि तीच आवाजातील कोमलता. हा भास नव्हे हे सिद्धार्थानं ओळखलं. मोठ्या लगबगीनं तो परत यशोदेच्या बिछान्याजवळ येऊन थांबला. पुन्हा तोच प्रश्न कानी पडला. तीच आवाजातील मृदुता. सिद्धार्थ अवाक् होऊन राहूलकडे पाहातच राहिला. चार-पाच महिन्यांचं बाळ बोलू कसं शकतं? असंभव! पण डोळ्यासमोर जे घडताना दिसत होतं ते दृष्टिआड कसं करता येईल, त्याला असंभव कसं म्हणता येईल? काहीशा आश्चर्यानं, कुतूहलानं आणि उत्सुकतेनं सिद्धार्थानं विचारलं, "इतक्या लहान वयात तू बोलू कसं शकतोस? अजून तुला सहा महिनेदेखील पूर्ण झाले नाहीत."

"मी तर केवळ तुमच्यासाठीच बोलतोय." गोड हसत राहूल म्हणाला.

"पण इतक्या लवकर तू बोलायला कसं शिकलास?"

"अगदी तसंच जसं तुम्ही शिकलात."

"अरे, हा तर चमत्कार आहे."

राहूलनं त्याकडे दुर्लक्ष केलं. त्याचा स्वर एकाएकी गंभीर झाला. "माझ्या प्रश्नाचं उत्तर नाही दिलंत तुम्ही. मला आणि आईला सोडून इतक्या मध्यरात्री कुठे निघून जाताय? काय त्रास आहे तुम्हाला? कुठलं संकट कोसळलंय तुमच्यावर? मी काही मदत करू शकतो का?"

सिद्धार्थ विचारात पडला. राहूलचं बोलणं हीच त्याच्यासाठी एक विलक्षण घटना होती. म्हणूनच त्याला वाटलं की त्याच्या प्रश्नांची उत्तरं राहूलकडे असतीलही कदाचित.

त्याला पडलेल्या असंख्य प्रश्नांनी पुन्हा त्याच्याभोवती फेर धरला. त्या जटिल आणि क्लिष्ट प्रश्नांचं स्वरूप आठवून त्याचं साशंक मन बोललं, ‘‘तू कशी काय मदत करू शकशील मला? तू तर नुकताच आला आहेस या जगात आणि या जगाची तुला काहीच माहिती नाही.’’

‘‘विचारून तर पाहा एकदा. कदाचित करूही शकेन.’’ राहूलच्या चेहऱ्यावर गूढ स्मित पसरलेलं होतं. स्वतःच्या नकळत सिद्धार्थानं त्याच्याबरोबर जे जे घडलं ते सगळं राहूलला सांगायला सुरुवात केली. सिद्धार्थ बोलत राहिला. मन मोकळं करत राहिला. जणू काही तो राहूलशी बोलत नसून एखाद्या वडीलधाऱ्या ज्ञानी पुरुषाशी बोलत होता.

राहूलनं सर्व काही शांतपणे ऐकून घेतलं. सिद्धार्थाच्या प्रश्नांचं गांभीर्य त्याच्या लक्षात आलं. त्याला पडलेल्या प्रश्नांवरून या सगळ्या विषयांवर सिद्धार्थाचं बरंच चिंतन झालेलं आहे हे राहूलच्या लक्षात आलं. पृथ्वीवर दुःख का आहे, मृत्यू का होतो, मृत्यू एकमेव सत्य आहे की सगळ्यात मोठा भ्रम, आपल्या भोवताली लोक जसं जगत आहेत तसंच जीवन आहे की सत्य याहून काही वेगळं आहे आणि जर वेगळं असेल तर ते काय आहे असे अनेक प्रश्न सिद्धार्थानं राहूलसमोर मांडले होते.

काही काळ शांततेत गेला. राहूल काहीच बोलत नाही असं पाहून सिद्धार्थ म्हणाला, ‘‘या सगळ्याच प्रश्नांची उत्तरं हवी आहेत मला आणि म्हणूनच हे ऐश्वर्य सोडून मी जंगलात निघालो आहे. अंतिम सत्य मला सापडलंच पाहिजे.’’

‘‘सत्य समजून घेण्याची तुम्हाला लागलेली तहान, ओढ योग्यच आहे. तुमच्या या सगळ्या प्रश्नांची उत्तरं माझ्याकडे नक्कीच आहेत. पण उद्या रात्री आपण बरोबर याच वेळेला भेटूया कारण दिवसा माझी झोपायची वेळ असते.’’ एवढं बोलून राहूल झोपीही गेला. अगदी गाढ. जणू काही तो जागा झालाच नव्हता.

घडल्या प्रसंगाने सिद्धार्थ पुरता चक्रावून गेला. काय करावं ते कळेना. राहूलच्या बोलण्यावर विश्वास ठेवून जंगलात जाण्याचा बेत पुढे ढकलावा की घेतलेल्या निर्णयानुसार निघून जावं हे नक्की ठरेना. निघून जावं तर राहूलकडून मिळणाऱ्या ज्ञानापासून वंचित व्हावं लागेल आणि गेलो नाही व राहूलही बोलला नाही तर घेतलेल्या निर्णयाची तीव्रता कमी होईल. सिद्धार्थ थिजल्यासारखा उभा होता. शेवटी त्यानं दुसऱ्या दिवशीच्या रात्रीपर्यंत थांबायचं ठरवलं. थांबून तर बघू काय घडतं ते...

दिवस २

पृथ्वीवरील जीवनाची ओळख

दु:ख धोका तर नव्हे

सूर्योदय झाला. सकाळची सोनेरी किरणं पृथ्वीला स्पर्श करू लागली. पक्षी आपल्या घरट्यातून बाहेर येऊन किलबिल करू लागले. हवेत सुखद गारवा पसरला होता परंतु सिद्धार्थाला आज या कोणत्याही घटना सुखावत नव्हत्या. त्याची सर्वाधिक उत्सुकता, सारे प्रश्न राहूलभोवतीच एकवटले होते. वास्तविक राहूलने त्याला रात्री भेटण्यासाठी बोलावलं होतं परंतु त्याच्या मनातील प्रचंड उत्सुकता काही केल्या स्वस्थ बसू देत नव्हती. एकेक क्षण त्याला युगासारखा भासत होता. आपोआपच त्याची पावलं यशोदेच्या महालाकडे वळली. राहून राहून त्याला याच गोष्टींचं आश्चर्य वाटत होतं की सहा महिन्यांचं छोटंसं मूल बोलू कसं शकतं? हे आश्चर्य मनातच दाबून ठेवत मोठ्या लगबगीने परंतु अलगदपणे पावलांचा आवाज न करता तो महालात पोहोचला. सिद्धार्थ राहूलच्या कक्षात पोहोचला तेव्हा यशोदा आराम करत असल्याचं त्याला दिसलं. काल रात्री राहूलशी झालेलं संभाषण त्याला यशोदेला सांगायचं नव्हतं. कारण हे असं अनोखं रहस्य होतं की यशोदाच काय कुणीही या गोष्टीवर विश्वास ठेवला नसता. आजवर विश्वात इतकं छोटं मूल कधीही बोललेलं नव्हतं आणि राहूल तर काही महिन्यांतच बोलू लागला होता. तो महालातून बाहेर पडला खरा परंतु त्याचं मन तेथेच रेंगाळलं. काही वेळाने यशोदा स्नान करण्यासाठी महालातून बाहेर पडली. त्याने हीच संधी साधली आणि आतुरतेनं महालात प्रवेश केला. राहूलसमोर जाऊन तो म्हणाला, "खरंतर तू मला रात्री बोलावलं होतंस परंतु तुला भेटण्यासाठी मी अतिशय उत्सुक असल्यामुळे रात्र होईपर्यंत थांबू शकलो नाही. माझ्या सगळ्या प्रश्नांची उत्तरं देशील असं तू म्हणाला होतास तेव्हा कृपया माझ्या सर्व प्रश्नांचं निराकरण कर."

सिद्धार्थ कौतुकाने राहूलच्या शांत चेहऱ्याकडे पाहात राहिला. त्याला वाटलं आत्ता याक्षणी हा निरागस सुंदर चेहरा बोलू लागेल. परंतु राहूल मात्र बोलायचं नावच

घेत नव्हता. जणू सिद्धार्थ जे बोलत होता ते त्याला ऐकूच येत नव्हतं. सिद्धार्थ पुन्हा म्हणाला, ''राहूल, कृपया माझ्या प्रश्नांची उत्तरं दे.''

राहूलने काल रात्रीप्रमाणे काही तरी बोलावं यासाठी सिद्धार्थाने अनेक प्रयत्न केले परंतु काही उपयोग झाला नाही. तो अतिशय निराश झाला. त्याने विचार केला काल रात्री जे काही घडलं तो भ्रम तर नसेल! तरीही आज रात्री राहूलशी बोलायचा पुन्हा प्रयत्न करायला हवा. जर आज रात्रीही त्याने माझ्या प्रश्नांची उत्तरं दिली नाहीत तर त्याचक्षणी हा महाल सोडून मी जंगलात निघून जाईन असा निश्चय करून सिद्धार्थ राहूलच्या कक्षातून बाहेर पडला.

इकडे राजा सुयोधनांची चिंता अधिकच गहिरी होत चालली. त्यांची रात्रीची झोप नाहीशी झाली होती. सिद्धार्थाच्या जन्मानंतर पंडितांनी केलेल्या भविष्यवाणीची त्यांना सतत आठवण होत असल्यामुळे ते त्रस्त झाले होते.

सिद्धार्थाला दुःखाचा अनुभव कधीही येऊ नये यासाठी राजा सुयोधनांनी त्यांच्यापरीने पूर्ण प्रयत्न केले होते. त्यादृष्टीने त्यांनी पूर्ण खबरदारी घेतली होती परंतु मधूनच त्यांना ज्योतिषांची भविष्यवाणी खरी ठरते की काय अशी भीती वाटत होती. त्याचबरोबर, दैवापुढे कोणाचं चाललं आहे! नियतीनं जे ठरवलं आहे ते तर होणारच! असे विचारही येत होते. राजा सुयोधन सिद्धार्थाजवळ गेले. त्यांनी पाहिलं की त्याच्या चेहऱ्यावरचं हास्य कोमेजलेलं होतं शिवाय त्यानं सर्वांशी बोलणंही कमी केलं होतं.

राज्यकारभारातही त्याला अजिबात रस वाटत नव्हता, हे पाहून राजाची काळजी अधिकच वाढत गेली. सिद्धार्थाच्या चेहऱ्यावरचं कोमेजलेलं हास्य, त्याचा घुमेपणा, राज्यकारभारातील विरक्तता पाहून त्यांना हेदेखील कळून चुकलं होतं, की सिद्धार्थाला ज्ञात असलेल्या दुःखाच्या चार संकेतांमुळेच त्याच्या मनात संन्यास घेण्याचे विचार येत आहेत. परंतु राजा सुयोधन सिद्धार्थापुढे इतके हतबल,असहाय्य झाले होते की इच्छा असूनही ते त्याला थांबवू शकत नव्हते. जणू हाही राजा सुयोधनासाठी एक संकेतच होता. आजही राजा सुयोधनाने सिद्धार्थाला राजमहालातील काही कामकाज बघण्यास सांगितलं परंतु त्याचं मन द्विधावस्थेत असल्यामुळे सिद्धार्थाने स्पष्ट शब्दात नकार दिला. राजाने काय सांगितलं याकडे त्याचं लक्षच नव्हतं. सिद्धार्थ उद्विग्न होऊन महालात सतत येरझाऱ्या घालत होता. हे पाहून राजा सुयोधन अधिकच दुःखी झाले. त्यांना तरी कुठं माहीत होतं की त्यांच्या समस्येचं निराकरण राहूलच्या रूपानं आधीच पृथ्वीवर आलेलं आहे.

रात्र होताच महालाचे सर्व दरवाजे बंद करण्यात आले. सगळीकडे मिट्ट काळोख, नीरव शांतता पसरली. टिमटिमणाऱ्या दिव्यांच्या मंद प्रकाशातून सिद्धार्थ आजूबाजूचा कानोसा घेत राहूलजवळ पोहोचला. यशोदेला गाढ झोप लागली होती. राहूल मात्र जागाच होता. सिद्धार्थ मनोमन आनंदला.

''राहूल, मी आणखी वाट पाहू शकणार नाही. तुला आता माझ्या प्रश्नांची उत्तरं द्यायलाच हवीत.'' हळुवार स्वरात सिद्धार्थ म्हणाला.

''अवश्य, मी आपल्या प्रश्नांची उत्तरं नक्की देईन.'' राहूल उत्तरला.

राहूल बोलेल की नाही ही सिद्धार्थाच्या मनात असलेली शंका दूर झाल्यामुळे त्याच्या आनंदाला पारावार उरला नाही. त्याच आनंदाच्या भरात त्याने राहूलला प्रश्न विचारला, ''तू कोठून आलास ?''

''जेथून आपण आला आहात तेथूनच मीदेखील आलो आहे. मी म.न.न. (MNN) भूमी, पार्ट टू मधून आलो आहे.'' राहूल अगदी सहजतेने उत्तरला.

सिद्धार्थ बुचकळ्यात पडला. न राहवून त्यानं पुन्हा विचारलं, ''ही म.न.न. भूमी, पार्ट टू म्हणजे काय आहे आणि तुला येथे कोणी पाठवलं?''

''ज्यांनी आपल्याला, माझ्या आईला पाठवलं त्यांनीच मलाही पाठवलं. म.न.न. भूमी म्हणजे 'महानिर्वाण निर्माण भूमी' जेथे चेतनेचा स्तर सर्वोच्च असतो.'' राहूल उद्‌गारला.

''काल मी तुला सांगितल्याप्रमाणे आणि माझ्या आकलनानुसार या पृथ्वीवर दुःखच दुःख आहे तरीही तू पृथ्वीवर येण्यासाठी राजी कसा झालास? तू पृथ्वीवर का आलास? पृथ्वीवर काय होणार आहे हे तुला ठाऊक होतं का? हे पृथ्वीवरचं जीवन तू जगू शकशील? अशा दुःखात तू कसा राहू शकशील?''

एकाचवेळी सिद्धार्थाचे इतके प्रश्न ऐकून राहूल धीरगंभीर स्वरात म्हणाला, ''यासाठीच तर मी जास्त उत्सुक आहे. लवकरात लवकर मोठं होऊन पृथ्वीवर जी अभिव्यक्ती करण्यासाठी मी आलो आहे ती त्वरित सुरू व्हावी अशी माझी इच्छा आहे. ज्याला आपण दुःख समजत आहात ते अज्ञानी माणसासाठी धोका आहे तर ज्ञानी, समजदार माणसासाठी मात्र मोका आहे, संधी आहे.''

''अद्याप तू हे जग पाहिलंच नाहीस तर असं कसं म्हणू शकतोस की दुःख धोका आहे, भ्रम आहे?''

“बाबा, मी आपल्यापेक्षा जास्त जग पाहिलं आहे.” राहूल तत्काळ उद्‌गारला.

“तुला जन्माला येऊन तर अवघे काही महिनेच लोटले आहेत. मग हे कसं शक्य आहे की तू माझ्यापेक्षा जास्त जग पाहिलं आहेस?” सिद्धार्थाने आश्चर्यचकित होऊन विचारलं.

“आजवर आपल्याला पृथ्वीवर जे अनुभव आले आहेत त्यांच्या आधारे आपण हे सांगत आहात पण हा आपला पूर्ण अनुभव नाही. आपण वयाने मोठे आहात, पृथ्वीवर आपलं वास्तव्य जास्त आहे म्हणून आपल्याला असं वाटत आहे. परंतु हे तितकं महत्त्वाचं नाही, तर जीवनाचे सगळे धडे कोणाच्या स्मरणात आहेत हे अधिक महत्त्वपूर्ण आहे. वास्तविक त्यालाच जीवनाचा जास्त अनुभव आहे असं म्हणता येईल. म्हणून मी म्हणालो, आपल्यापेक्षा जास्त जग मीच बघितलं आहे.

“ही बाब अधिक चांगल्याप्रकारे समजण्यासाठी मी आपल्याला एक उदाहरण सांगतो. त्यानंतर आपल्या लगेच लक्षात येईल...

“एकदा दोन विद्यार्थी अभ्यास करून बरोबरच परीक्षा देण्यासाठी गेले. एका विद्यार्थ्याने जास्त अभ्यास केला होता तर एकाने अगदी थोडा. ज्या विद्यार्थ्याने खूप मेहनत घेतली होती त्याने पेपर लिहिताना कमी प्रश्न सोडवले. कारण त्यावेळी त्याला काही आठवतच नव्हतं आणि ज्याने थोडा अभ्यास केला होता त्याला मात्र सर्व पेपर सोडवता आला. अशा अवस्थेत कोण पास होईल? हे आता आपण जाणलंच असेल. पास तोच होईल ज्याच्या सर्व गोष्टी स्मरणात होत्या.

“अशा प्रकारे पृथ्वीवर केवळ अधिक काळ व्यतीत करून काही होत नसतं. लोक म्हणतात ‘आम्ही खूप उन्हाळे-पावसाळे अनुभवले आहेत. आमचे केस काही उन्हाने पांढरे झाले नाहीत.’ परंतु त्यांना जर प्रश्न विचारला, आपल्या आयुष्यात ज्या घटना घडल्या त्यातून आपण काय बोध घेतला? त्यातील किती गोष्टी आठवत आहेत? तेव्हा त्यातील खूपच थोड्या गोष्टी आठवत असल्याचं लक्षात येईल. याचा अर्थ येथे असा नाही की जगातली कोणकोणती ठिकाणं तुम्ही पाहिली आहेत ते तुम्हाला सांगायचं आहे. तर जीवनात जे धडे आपण गिरवलेत त्यातील किती लक्षात आहेत? प्रत्येक घटनेपासून आपण काय शिकलात हे महत्त्वाचं आहे.

“आपण आजवर जे जग पाहिलं ते जीवनाचा केवळ एक हिस्सा आहे. या जीवनाचा दुसरा हिस्सा पार्ट टू म्हणजे मृत्यूनंतरचं जीवन देखील आहे आणि ते मी

जास्त स्पष्टपणे पाहिलं आहे. मी नुकताच तेथून आल्यामुळे माझ्यात जीवनाचा दुसरा हिस्सा अधिक प्रखर आहे. परंतु आपला जीवनाचा पार्ट टू पूर्णपणे विस्मरणात गेल्यामुळे मी छातीठोकपणे सांगू शकतो, की आपण ज्याला दुःख समजत आहात तो केवळ धोका आहे, भ्रम आहे. मात्र आपल्याला वाटतं की जीवनाविषयी आपण माझ्यापेक्षा जास्त जाणता. तर मग आपण जे जीवन जगत आहात त्याविषयी आपल्याला किती गोष्टी ज्ञात आहेत, हे मला सांगू शकाल का, हे जीवन कसं सुरू झालं?आणि याचा अंत कुठे आहे?''

हा प्रश्न ऐकताच सिद्धार्थाच्या मनात विचारांचं काहूर माजलं. काही दिवसांपासून त्याच्या जीवनाविषयीच्या सगळ्या कल्पना उद्‌ध्वस्त झाल्या होत्या, पूर्णपणे बदलून गेल्या होत्या. क्षणभर थांबून त्याने विचार केला आणि राहूलला उत्तर दिलं...

''जोवर मी राजमहालाच्या बाहेर गेलो नव्हतो तोवर मला जीवनाच्या एका भागाविषयीच माहीत होतं परंतु आता मला ज्ञात झालं आहे, की प्रथम मूल जन्माला येतं, त्यानंतर ते तरुण होतं, प्रौढ होतं, वृद्ध होतं आणि जीवनाच्या शेवटी त्याचा मृत्यू होतो. जीवनाची सुरुवात मूल बनून होते तर अंत वृद्ध होऊन मृत्यूने होतो.''

''जीवनाविषयी जितकं आपल्याला आठवतं तेवढंच आपण सांगितलं. मात्र जीवनाचा काही हिस्सा असाही आहे, जो आपण जगला आहात आणि विसरलाही आहात. एवढंच नव्हे तर पृथ्वीवरच्या जीवनानंतर असंही जीवन आहे जे स्थूल शरीराच्या मृत्यूनंतर असतं. ते म्हणजे आपल्या सूक्ष्म शरीराचं जीवन. जे पार्ट टू मध्ये जगलं जातं.'' राहूल म्हणाला.

राहूल काय बोलतो हेच सिद्धार्थाला कळेनासं झालं. अशा अतार्किक गोष्टी त्यानं यापूर्वी कधीही ऐकलेल्या नसल्यामुळे तो अधिकच गोंधळला.

''राहूल, आत्ता तू जे म्हणालास ते अधिक विस्ताराने समजावून सांग बरं.''

''बाबा, माझ्या बोलण्याचं तात्पर्य असं आहे की, आपण पृथ्वीवर येण्याआधी जे जीवन जगला आहात ते, मी नुकताच तेथून आल्यामुळे मला खूप चांगल्याप्रकारे आठवत आहे. तो अनुभव माझ्या स्मरणात अगदी ताजा आहे परंतु आपण मात्र विसरला आहात.''

हे ऐकून सिद्धार्थ इतका भांबावून गेला, की त्याला काही सुचेनासं झालं. तरीही उत्सुकतेपोटी त्याने एकामागून एक अशी प्रश्नांची सरबत्ती चालूच ठेवली. ''हे पार्ट टू

म्हणजे नेमकं काय? तेथे काय काय आहे? तुला पृथ्वीवर कुणी आणि का पाठवलं? तो पाठवणारा (ईश्वर) कसा आहे?''

''आपली उत्सुकता मी समजू शकतो परंतु आज एवढीच माहिती पुरेशी आहे. आता आपण आपल्या प्रश्नांवर आणि माझ्या उत्तरांवर मनन करा. उद्या रात्री मी पुन्हा आपल्याशी बोलणार आहे.'' एवढं बोलून राहूल निद्राधीन झाला.

आता संभ्रमात पडण्याची वेळ सिद्धार्थाची होती. समुद्राला भरती आल्यावर ज्याप्रमाणे मोठमोठ्या लाटा उसळतात त्याचप्रमाणे सिद्धार्थाच्या मनातही एकामागून एक प्रश्नरूपी लाटा उसळू लागल्या आणि का उसळू नयेत? कारण अशा गोष्टी त्याने प्रथमच ऐकल्या होत्या... या सर्व गोष्टी सिद्धार्थाच्या जीवनात एक सकारात्मक परिवर्तन आणणार होत्या.

आजच्या गोष्टींवर मनन करून सिद्धार्थाने त्या लिहून ठेवल्या व शांतपणे तो झोपी गेला.

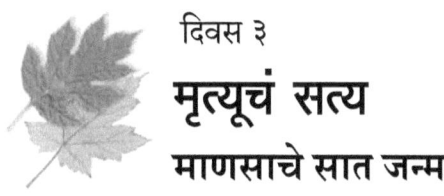

दिवस ३

मृत्यूचं सत्य

माणसाचे सात जन्म

काल रात्री राहूलने सांगितलेल्या रहस्यमय गोष्टींमुळे सिद्धार्थाची उत्सुकता अगदी शिगेला पोहोचली होती. आजवर त्याने अशा अतार्किक गोष्टी कधीही ऐकल्या नव्हत्या परंतु आता त्याला स्वतःविषयीची जाण आली. त्याचबरोबर आणखीही काही नवीन गोष्टींचं ज्ञान मिळालं. त्यामुळे राहूलशी सारखं बोलत राहावं असं त्याला वाटत होतं. म्हणून पुन्हा एकदा तो राहूलच्या महालात गेला. मोहापायी त्याने राहूलशी बोलण्याचा अनेकदा प्रयत्नही केला. परंतु त्याच्या आशेवर पाणी पडलं आणि अतिशय निराश होऊन तो पुन्हा आपल्या महालात परतला.

सिद्धार्थाला जेव्हा जेव्हा वेळ मिळत होता तेव्हा तेव्हा तो राहूलला बघण्यासाठी त्याच्या महालात जात असे. परंतु दिवसातील अधिकांश वेळ राहूल झोपलेलाच दिसे. तसंही सर्व लहान मुलं त्याच परमानंदात, ईश्वरीय अनुभवात असल्यामुळे झोपलेली असतात. आता सिद्धार्थाच्या लक्षात आलं की राहूल फक्त रात्रीच का बोलतो? त्यामुळे रात्र होण्याची वाट पाहण्याखेरीज अन्य कुठलंही गत्यंतर नव्हतं. त्याचबरोबर राहूल आणि त्याच्यात आजवर झालेल्या संभाषणावर त्याचं मनन चालू होतं. तसंही आज सकाळपासूनच त्याने 'पृथ्वीवरच्या जीवनाविषयी आपण किती जाणता?' या राहूलने विचारलेल्या मुख्य प्रश्नावर मनन सुरू केलं होतं. यावर सखोल मनन केल्यानंतर अनेक नवीन पैलू, नवे आयाम त्याच्यासमोर आले. ते त्याने डायरीत लिहून ठेवले आणि कधी एकदा रात्र होते व राहूलकडे जातो... त्याक्षणांची आतुरतेनं तो वाट पाहू लागला.

एकदाचं त्याचं प्रदीर्घ वाट पाहणं संपलं आणि काळोख पडताच त्याने राहूलच्या महालात प्रवेश केला. आज राहूल आणि सिद्धार्थ यांच्यात मृत्यूनंतरच्या जीवनाच्या पाच आधारांवर संभाषण होणार होतं. राहूलनेच सुरुवात केली.

''मृत्यूसंबंधीची माहिती पाच वेगवेगळ्या प्रकारे सांगितली जाते. त्यात सर्वप्रथम

विज्ञान येतं. विज्ञान प्रत्येक वस्तूला त्याचा निकष लावून पाहतं. पारख केल्याशिवाय विज्ञान कधीही विश्वास ठेवत नाही. विज्ञानाद्वारेच आपल्याला वातावरणातील वेगवेगळ्या तरंगांविषयी माहिती होते. काही तरंग असे असतात की माणसाचं कोणतंही इंद्रिय त्यांना जाणू शकत नाही. परंतु विज्ञानामुळे आपल्याला ते कळतात. त्याचबरोबर काही असेही लोक पृथ्वीवर होऊन गेले आहेत, ज्यांना डॉक्टरांनी मृत म्हणून घोषित केलं पण काही वेळानंतर ते बोलू लागले. अशा लोकांनी जे सांगितलं त्यावरून मृत्यू आणि मृत्यूनंतरच्या सूक्ष्म शरीराचं म्हणजेच पार्ट टूचं जीवन याविषयी जगाला माहिती मिळाली. मृत्यूसंबंधी काही गोष्टी पृथ्वीवर आणण्यासाठी योगी आणि सिद्ध पुरुषांनीदेखील मदत केली. त्यांनी तपश्चर्या, काही सिद्धी प्राप्त करून माणसाच्या स्थूल शरीराबरोबरच सूक्ष्म शरीर असतं आणि स्थूल शरीराबाहेर जाऊन ते भ्रमण देखील करू शकतं हे जाणलं.'' राहूलचं बोलणं लक्षपूर्वक ऐकत असताना, सिद्धार्थाला काही दिवसांपूर्वी राजमहालाच्या दरवाजावर उभ्या असलेल्या एका साधूची आठवण झाली. त्याच्या चेहऱ्यावर तपश्चर्येचं तेज झळकत होतं. तो साधू इतका तेजःपुंज का दिसत होता हे आता त्याच्या लक्षात आलं. त्याने पुन्हा मन एकाग्र केलं आणि राहूल सांगत असलेलं ऐकू लागला.

''ज्या लोकांनी आत्मसाक्षात्कार प्राप्त केला त्यांच्याद्वारेही मृत्यूनंतरच्या जीवनाविषयीची माहिती पृथ्वीवर नेहमी उपलब्ध होत गेली. अशा महापुरुषांनी जीवनाविषयीचं संपूर्ण सत्य सांगितलं, अखंड जीवन म्हणजे काय याविषयी योग्य समज देऊन लोकांना मार्गदर्शन केलं. जगात असेही काही लोक झाले आहेत ज्यांच्याबरोबर काही अतार्किक घटना घडल्या. त्या घटनांमुळे त्यांना काही आवाज ऐकू यायला लागले व त्याचबरोबर सूक्ष्म शरीरंही दिसू लागली. अशा लोकांची विज्ञानाने कसून तपासणी केल्यानंतरच त्यांनी सांगितलेल्या गोष्टींवर विश्वास ठेवला गेला.'' राहूल बोलत होता, सिद्धार्थ आश्चर्याने ऐकत होता.

मध्येच तो थोडासा त्रासिक स्वरात म्हणाला, ''या पाच गोष्टी तर मृत्यूनंतरच्या जीवनाची सार्थकता सिद्ध करण्यासाठी पुरेशा आहेत पण तरीही माणूस इतक्या महत्त्वपूर्ण गोष्टी कशा विसरतो?''

''कारण माणूस मनन करणं विसरला आहे. तो कोणत्याही नवीन गोष्टींचा लगेच स्वीकार करत नाही आणि मी मननावर इतका भर का देतो याचं इंगित आता आपल्याला कळलंच असेल. मनन म्हणजे मनाचा व्यायाम. मननामुळे मनाचा निरास होऊन ते निर्मळ, नमन होतं. या मनातील अंतर्निहित दोष, अनिष्ट प्रवृत्ती दूर करण्यासाठीचं कार्य पृथ्वीवर सदैव चालू असतं. मोह-मायेतून आपण मुक्त व्हावं यासाठी निसर्गही आपल्याला

मनापासून भरभरून साथ देत असतो. हे रहस्य ओळखून सतत पुढची वाटचाल करत राहिल्याने आपल्याकडून 'महानिर्वाण निर्माण' होतं.

‘‘बाबा, बागेतील प्रत्येक फूल पूर्णपणे उमलण्याची धडपड करत असतं. कारण उमलणं आणि इतरांना सुगंध देणं हे त्याचं मूळ उद्दिष्ट. परंतु दुर्दैवानं काही फुलं उमलण्यापूर्वीच वाऱ्यानं खाली पडतात. काही खोडकर मुलं मध्येच ती तोडतात, काहींना कीड लागते, पण असं जरी असलं तरी स्वतःमधला सुगंध सर्वदूर पोहोचवण्याचं ध्येय मात्र ते कधीही विसरत नाही. परंतु आपल्या चेहऱ्यावरून निश्चितच हे जाणवत आहे की, मी सांगितलेल्या गोष्टींवर खरोखरच मनन करून आपण त्याचा शोधही घेतला आहे म्हणून पुढील चर्चा आपण मननाने सुरू करूया. आता प्रथम हे सांगा की आपण काय काय मनन केलं आहे?’’ राहूलनं मंदस्मित करत विचारलं.

राहूल आणि सिद्धार्थ बोलण्यात इतके गुंग झाले होते की यशोदा तेथेच झोपली आहे हेही ते विसरले. दोघांचा आवाज ऐकून तिने कूस बदलली. त्यामुळे सिद्धार्थ काही काळ शांत बसला.

राहूलच्या लक्षात आलं, की सिद्धार्थ यशोदेला या गोष्टी सांगू इच्छित नाही म्हणून तो म्हणाला,‘‘आपल्या बोलण्यामुळे आईची झोपमोड होत आहे. यासाठी तुम्ही मला तुमच्या महालात घेऊन चला.’’

‘‘ही चांगली कल्पना आहे. मी तुला माझ्या महालातच घेऊन जातो’’ असं म्हणून सिद्धार्थाने राहूलला उचललं आणि आपल्या महालात घेऊन आला. तेथे निश्चिंत होऊन राहूलशी पुन्हा बोलू लागला. ‘‘जीवनाविषयी मी काय काय जाणतो असा प्रश्न काल तू मला विचारला होतास. यावर मनन केल्यानंतर मी माणसाचं जीवन अधिक खोलवर पाहू शकलो. मला वाटतं, माणसाच्या जीवनाची सुरुवात पृथ्वीवर जन्म घेताक्षणीच होते. मूल जन्माला आल्यानंतर लोकांना अतिशय आनंद होतो. त्यानंतर ते त्याच्या बोलण्याची, चालण्याची वाट पाहू लागतात... मग मूल चालायला आणि बोलायला शिकतं. हळूहळू ते मोठं होतं... किशोरावस्था प्राप्त करतं... त्यानंतर ते तारुण्यात पदार्पण करतं आणि स्वतःच्या जबाबदाऱ्या सांभाळायला सुरुवात करतं... जबाबदाऱ्या पूर्ण करता करता त्याच्यात महत्त्वाकांक्षा जागृत होतात आणि त्यासाठी ते त्याचं संपूर्ण जीवन व्यतीत करतं... काही वर्षांनंतर त्याचं शरीर वृद्ध होतं... शरीर कमजोर होऊन त्याला अनेक व्याधी जडतात व त्यातच ते मृत्यू पावतं ...’’

राहूलने सिद्धार्थाचं बोलणं लक्षपूर्वक ऐकलं. त्यानंतर तो म्हणाला, ‘‘आपण

म्हणता ते अगदी खरं आहे. माणसाचं जीवन बालपण, किशोरावस्था, तारुण्य, म्हातारपण आणि मृत्यू अशा पाच टप्प्यांमध्ये विभागलेलं आहे. परंतु या पाच भागांमध्येच त्याचं जीवन सीमित नसतं तर मृत्यूनंतरही त्याची पुढील यात्रा चालूच असते.

''या प्रवासात माणसाच्या सूक्ष्म शरीराची यात्रा होत असते. याला जीवनाचा सहावा भाग म्हणता येईल. आज जे शरीर आपल्याला दिसत आहे ते माणसाचं स्थूल शरीर आहे आणि त्या शरीराच्या मृत्यूनंतर जे शरीर पुढची यात्रा करतं ते सूक्ष्म शरीर. जेथे सूक्ष्म शरीराची यात्रा होत असते त्या जगाला मी तुमच्या सुविधेसाठी पार्ट टू हे नाव दिलं आहे. या सहा भागांची यात्रा करत असताना सातवा भाग मध्येच कधीही प्रकट होऊ शकतो. सत्याची ओळख होणं, मोक्ष प्राप्त होणं हा जीवनाचा सातवा भाग आहे. या अवस्थेला खरं तारुण्य म्हणजेच आत्मसाक्षात्कार म्हणता येईल. केवळ मानवालाच पृथ्वीवरच्या जीवनात आत्मसाक्षात्कार होऊ शकतो.''

राहूल असं बोलत असतानाच सिद्धार्थाने उत्सुकतेपोटी त्याला मध्येच थांबवत विचारलं, ''तू मला जीवनाच्या सहाव्या आणि सातव्या भागाविषयी जी माहिती दिलीस ती ऐकून माझ्या मनात अनेक प्रश्न घोंगावत आहेत. मी आजपर्यंत जीवनाच्या या भागांविषयी कधीही, काहीही ऐकलेलं नव्हतं परंतु हा सातवा भाग तर खूपच आश्चर्यकारक आहे!''

''यासाठीच तर मी काल आपल्याला जीवनाविषयी प्रश्न विचारून त्यावर मनन करण्यासाठी सांगितलं. जीवनाच्या या पाच भागांना हवं तर आपण माणसाचे पाच जन्मही म्हणू शकता. त्याचप्रमाणे सूक्ष्म शरीराची अवस्था आणि आत्मसाक्षात्कार प्राप्तीला माणसाचा सहावा आणि सातवा जन्म म्हणता येईल.''

''राहूल, आजवर तुझ्याबरोबर जी चर्चा झाली त्या आधारावर मी माणसाच्या केवळ पाच जन्मांविषयीच जाणत होतो असं मला वाटतं. परंतु आता तू मला पुढच्या जन्माविषयीही सांगत आहेस. तर मग सूक्ष्म शरीराविषयी आणखी काही सांगू शकशील का? जीवनाचं पार्ट टू आणि पार्ट वन म्हणजे काय? स्थूल शरीराच्या मृत्यूनंतर माणसाचं काय होतं?''

सिद्धार्थाच्या प्रश्नांचा भडिमार मध्येच थांबवत राहूल म्हणाला, ''आपल्या सर्व प्रश्नांची उत्तरं मला माहीत आहेत परंतु आपण हे एक एक करून उलगडू. सर्वप्रथम आपण मृत्यूविषयी बोलू. आपल्यासाठी मृत्यूची व्याख्या काय आहे? मृत्यू म्हणजे नेमकं काय?''

सिद्धार्थ विचारात मग्न झाला. काही वेळाने त्याने उत्तर दिलं. "माझ्यासाठी मृत्यूचा अर्थ इतकाच आहे, की त्यावेळी माणसाचा श्वास बंद होतो. त्याच्या शरीराची हालचाल बंद होते, ते निश्चल होतं आणि त्यानंतर त्या शरीराला जाळलं किंवा दफन केलं जातं बस्स... आजवर मला मृत्यूविषयी एवढीच माहिती होती. परंतु तुझ्याशी चर्चा केल्यानंतर बऱ्याचशा गोष्टी माझ्या लक्षात आल्या. स्थूल शरीर नाहीसं झाल्यानंतरही माणसाची यात्रा चालूच असते. यापूर्वी मला स्थूल शरीराव्यतिरिक्त आणखी काहीच माहीत नव्हतं.''

"यासाठीच तर मी आपल्याला सूक्ष्म शरीराविषयी सांगितलं.'' राहूल उद्गारला. "आता आपण जाणता, की माणसाला स्थूल शरीर आणि सूक्ष्म शरीर अशी दोन शरीरं असतात. आपण आता जे सांगितलं ते माणसाच्या स्थूल शरीराच्या मृत्यूची काही लक्षणं आहेत. मृत्यूविषयी आणखी काही गोष्टी समजण्यापूर्वी मी आपल्याला आणखी एक प्रश्न विचारतो. आपल्याला कधी कोणी झोपेतून मध्येच जागं केलं आहे का? त्यावेळी आपली अवस्था कशी होते?''

"काही दिवसापूर्वी असं घडलं होतं खरं. एका आवश्यक कामासाठी सेवकाने मला मध्यरात्री उठवलं. त्यावेळी मी गाढ झोपेत होतो. म्हणून सुरुवातीला तो सेवक काय सांगतोय हेच माझ्या लक्षात आलं नाही. परंतु या प्रश्नाचा मृत्यूशी काय संबंध?''

"या प्रश्नाचा मृत्यूशी नव्हे तर स्थूल आणि सूक्ष्म शरीराशी संबंध आहे. माणसाचं सूक्ष्म शरीर आणि स्थूल शरीर दोन्ही एकमेकांशी जोडलेले असतात. पण पृथ्वीवरच्या यात्रेत ही दोन्ही शरीरं एकमेकांशी एका अत्यंत सूक्ष्म व तरल सोनेरी धाग्याने जोडलेली असतात. जेव्हा आपण गाढ झोपेत असतो तेव्हा कित्येकदा आपलं सूक्ष्म शरीर दूरदूरच्या स्थळांचा फेरफटका करून येतं. त्यावेळी अचानक जर आपल्याला कुणी जागं केलं तर बाहेर भटकणारं सूक्ष्म शरीर एका झटक्यात परत येतं आणि सूक्ष्म शरीराने स्थूल शरीरात एकदम प्रवेश केल्याने काही लोकांचं अचानक डोकं दुखायला लागतं.''

"अगदी बरोबर. त्यादिवशी मलाही असंच झालं होतं.'' सिद्धार्थ म्हणाला.

"आपल्याला स्थूल आणि सूक्ष्म शरीराविषयी सखोल माहिती मिळावी यासाठी मी हे सगळं सांगत आहे. माणसाच्या स्थूल शरीराच्या मृत्यूपूर्वी काही लोकांबरोबर असंही होतं, की जर त्यांना एखादी वेदना किंवा त्रास असेल तर ते त्यावेळी अगदी शांत होतात. त्यांच्या चेहऱ्यावर हास्य उमटतं. कारण त्यावेळी माणसाला अनेक गोष्टी समजू लागतात. ज्याला ते मृत्यू समजून घाबरत होते, रडत होते, वास्तविक तो मृत्यू नसतोच

हे हळूहळू त्यांच्या लक्षात येऊ लागतं आणि अचानक ते त्या गोष्टींचा स्वीकार करू लागतात. आपण बघितलं असेल, कित्येकदा मरताना वेडे लोक चांगले होतात. अशा काही गोष्टी पाहिल्यावर लोकांना आश्चर्य वाटतं. अगदी मरताना त्यांचा वेडसरपणा दूर होऊन ते शांत होतात. याचाच अर्थ मृत्यूनंतर ते वेडे राहणार नाहीत. सूक्ष्म शरीराच्या यात्रेत भौतिक शरीराच्या पीडा त्यांना राहणार नाहीत. मृत्यूसमयी एक गोष्ट बघितली गेली, की मरणारा माणूस शांत होतो. त्यावेळी स्थूल शरीराबरोबर जोडलेला सोनेरी धागा तुटतो याचाच अर्थ केवळ स्थूल शरीराचा मृत्यू होतो.''

राहूलच्या या सर्व गहन गोष्टी ऐकून सिद्धार्थ पुन्हा विचार करण्यास प्रवृत्त झाला. कालपर्यंत त्याने जीवनाचे वेगवेगळे हिस्से आणि त्यात होणाऱ्या वेदनांविषयी विचार केला होता. परंतु आज राहूलने त्याच्यासमोर आणखी एक नवीन प्रश्न निर्माण केला. सिद्धार्थाची द्विधावस्था क्षणार्धात राहूलच्या लक्षात आली आणि तो म्हणाला, ''या सर्व गोष्टींवर आज आपण मनन करा. उद्या पुन्हा चर्चा करू.'' असं म्हणून निमिषार्धात ते बालक गाढ झोपी गेलं. सिद्धार्थाने राहूलला अलगद उचललं व यशोदेच्या महालात तिच्या शेजारी झोपवून तो आपल्या महालात परतला.

एकांतात त्याला पुन्हा मनन करण्याची संधी मिळाली. परंतु आज सिद्धार्थ कालच्याप्रमाणे त्रस्त होऊन विचार करत नव्हता. राहूल सांगत असलेल्या नावीन्यपूर्ण, अद्‌भुत अशा गोष्टी त्याच्यावर खोलवर परिणाम करत होत्या आणि सिद्धार्थ त्या ग्रहण करण्याचा प्रयत्न करत होता. परंतु आश्चर्य या गोष्टीचं होतं, की आज महालातून दूर निघून जाण्याचा विचार अचानक त्याच्या मनातून गायब झाला होता. जणू पौर्णिमेच्या पूर्ण चंद्राचा शीतल प्रकाश मनात डोकावू लागला होता. रातराणीचा मंद सुगंध घेऊन वारा हळुवारपणे महालात प्रवेश करू लागला. त्याने खिडक्यांचे पडदे बाजूला सारले व मध्यरात्रीच्या गारव्यात तो मनन करू लागला. मनन करताना आज त्याला एक वेगळाच आनंद जाणवत होता. त्याचबरोबर त्याच्या मनात काही शंकांनीदेखील काहूर माजवलं होतं. याच अवस्थेत त्याला कधी झोप लागली ते कळलंच नाही...

दिवस ४

मृत्यूचं ज्ञान प्राप्त करण्याचं महत्त्व

पृथ्वीपलीकडे असलेल्या जीवनाची ओळख

सिद्धार्थाला आता मृत्यूविषयी बरीच माहिती मिळाली होती. त्यावर मनन करून, लिखित स्वरूपात आणल्यानंतर पूर्वी त्याच्यासमोर असलेलं मृत्यूचं धूसर चित्र आता बरंच स्पष्ट होऊ लागलं होतं. त्याला वाटलं, आजवर ज्याला मृत्यू मानत होतो वास्तविक तो जीवनाचा अंत नव्हताच मुळी! ते तर एक मध्यंतर होतं. याचाच अर्थ त्या मध्यंतरानंतरही जीवन असतंच. माणसाच्या जीवनाची यात्रा पार्ट टू म्हणजेच सूक्ष्म जगातही चालू असते. अशी विचारशृंखला चालू असतानाच अचानक त्याला वाटलं, इतक्या दृढतेनं राहूल मृत्यूविषयी कसं सांगू शकतो? खरंच का तो एखाद्या वेगळ्या जगातून आला आहे आणि जर मृत्यूचं ज्ञान इतकं महत्त्वपूर्ण आहे तर आजवर ते लपवलं का गेलं? असे अनेक गंभीर प्रश्न सिद्धार्थाला सतावू लागले. त्यामुळे कधी एकदा रात्र होते असं त्याला झालं होतं.

तो राहूलच्या महालात पोहोचला. यशोदेला झोपलेलं पाहून त्याने सुटकेचा निःश्वास टाकला. तिची झोपमोड होऊ नये म्हणून हळुवारपणे राहूलला उचलून आपल्या महालात घेऊन आला. सिद्धार्थाचा चेहरा पाहताक्षणी राहूल समजून चुकला, की त्याच्या मनात काहीतरी खळबळ माजली आहे. न राहवून राहूलने विचारलं, ‘‘बाबा, कोणत्या प्रश्नांमुळे आज आपण द्विधावस्थेत आहात?’’

‘‘हो, आज माझ्या मनात खळबळ माजली आहे खरी. मी हाच विचार करतोय, की मृत्यूविषयी तू इतक्या सहजपणे आणि दृढतेने कसा सांगू शकतोस? मी महालातून निघून जाऊ नये यासाठी तर तू मला या गोष्टी सांगत नाहीस ना?’’

सिद्धार्थाचा प्रश्न ऐकून राहूल हसत म्हणाला, ‘‘तुमची अवस्था मला समजतेय. परंतु माणसाच्या स्थूल शरीराच्या मृत्यूनंतर जीवन नसतं असं आपल्याला का वाटलं?’’

“राहूल, माणसाचं शरीर मृत्यूनंतर नष्ट होतं आणि त्याची पुढील यात्रा आपल्याला दिसत नाही म्हणून मला असं वाटलं.”

“यासाठीच तर काल मी आपल्याला मृत्यूविषयीची माहिती कोठून प्राप्त झाली याचे संदर्भ दिले. तेव्हा मला आता सांगा मृत्यूनंतर जीवन असतं हे समजून चालणं आपल्यासाठी सोपं आहे, की नसतं हे मानणं जास्त सोपं आहे?”

असं मनन सिद्धार्थने यापूर्वी कधीही केलं नव्हतं. तो त्या प्रश्नाभोवतीच घुटमळला. याबाबतीत त्याने कधी जास्त विचार केला नव्हता म्हणून तो राहूलला म्हणाला, “आजवर याबाबतीत मी कधीही इतका सखोल विचार केला नाही. पण तुझा प्रश्न ऐकल्यानंतर मात्र मृत्यूनंतरही जीवन आहे हे समजून विचार करणं जास्त सोपं आहे असं मला वाटतंय.”

त्यावर राहूल म्हणाला, “आपण अगदी योग्य दिशेनं विचार करत आहात. जर मृत्यूनंतर जीवन नसतं हा विचार आपण केला असता तर मी आपल्याशी कधी बोलूही शकलो नसतो. परंतु आज मी बोलू शकतो कारण माणसाच्या जन्मापूर्वी आणि नंतरदेखील जीवन उपलब्ध असतं. विश्वात दोन प्रकारची माणसं आहेत. एक म्हणतो मृत्यूनंतर जीवन असतं तर दुसरा म्हणतो नसतं. काही दिवसानंतर त्या दोघांचा मृत्यू होतो. आता आपण सांगा, त्यातील कोणता माणूस जास्त गोंधळलेला असेल? मृत्यूनंतर जीवन आहे म्हणणारा की नाही म्हणणारा?

“समजा आपण मृत्यूनंतर जीवन नाही असं मानलं आणि तरीही संपूर्ण जीवन मृत्यूनंतर जीवन आहे असं समजून जगलो, तर मेल्यानंतर आपलं नुकसान होईल का? नाही. जर मृत्यूनंतर जीवनच नाही तर नुकसान होण्याची शक्यताही दुरावत जाते आणि मृत्यूनंतर जीवनच नसेल तेव्हा तेथे चुकीच्या माहितीमुळे माझं नुकसान झालं असा विचार करणारा तरी कुठे असेल? आणि जर असं समजून चाललात की, मृत्यूनंतर जीवन आहे तर मेल्यानंतर आपला फायदाच होईल. पार्ट टू मध्ये जाऊन आपण गोंधळणार नाही. कारण आपण तसंच समजून चालला होता. मनन केल्यानंतर मृत्यूनंतर जीवन आहे हे मानण्यामुळेच आपलं वर्तमानातील जीवन उत्कृष्ट होऊ शकलं ही गोष्ट समजते. तसं पाहिलं तर आपण त्यावर कधी संशोधनही केलं नव्हतं. केवळ जीवन आहे हे गृहीत धरल्यामुळेच आपल्या लक्षात आलं. त्यावेळी आपली अवस्था कशी असेल? तेव्हा आपण म्हणाल,“अरे, हे तर मला जसं माहिती होतं अगदी तसंच आहे. असा माणूस पुढील यात्रेत जास्त आनंदी राहून त्याचा विकासही लवकर करेल. कारण मृत्यूनंतर असणाऱ्या जीवनाची तयारी तो आधीच करून ठेवेल. यासाठी मृत्यूनंतर जीवन असतं हे

मानण्यातच आपलं हित आहे. अशा प्रकारे पुढच्या यात्रेसाठी आपण तयारही व्हाल आणि पुढील सर्व गोष्टींचं आकलनही लवकर होईल.''

राहूलला मध्येच थांबवत सिद्धार्थ म्हणाला, ''तू सांगतोस ते अगदी खरं आहे पण पृथ्वीवर आत्ताच येऊन देखील लगेच मृत्यूनंतरच्या जीवनाबाबत सांगतो आहेस. याचंच मला खूप आश्चर्य वाटत आहे. राहूल, तुला या सर्व गोष्टी कशा ठाऊक आहेत?''

''एखादा माणूस मेला आणि त्याने जर मृत्यूनंतरच्या जीवनाविषयी आपल्याला काही सांगितलं तर आपण भयभीत व्हाल, त्या गोष्टी नीट समजूही शकणार नाहीत. कारण मृत्यूनंतर कोणा व्यक्तीनं, मृत्यूपश्चात असलेल्या जीवनाविषयी आपल्याला काही सांगावं अशी आपली इच्छा नसते. वास्तविक मृत्यूनंतर जे लोक पार्ट टूच्या जीवनात प्रवेश करतात त्यांना आपल्याला मृत्यूचं महासत्य सांगण्याची इच्छा असते. परंतु आपल्यात ती क्षमता नसल्यामुळे, पार्ट टूमध्ये सूक्ष्म शरीर वेगळ्या तरंगात असल्यामुळे त्यांना जे सांगायचं असतं ते आपण पृथ्वीवर ऐकू शकत नाही. बाबा, उद्या यावर आपण पुन्हा बोलू. आज एवढंच पुरे...'' असं म्हणून राहूल गाढ झोपी गेला.

नाइलाजाने सिद्धार्थाने राहूलला उचललं व यशोदेच्या महालात सोडून आला. परंतु अद्यापही तेच ते प्रश्न त्याला बेचैन करीत होते. त्याने पुन्हा मनन सुरू केलं... हळूहळू तो शांत झाला आणि आज निश्चिंत मनाने झोपी गेला.

दिवस ५

विश्वातील सर्वांत मोठं आश्चर्य

मृत्यू आणि विकास

दुसऱ्या दिवशीची पहाट राजा सुयोधनासाठी आनंदाची सुवार्ता घेऊन येणारी होती. सिद्धार्थाला जाग येताच सर्वप्रथम तो त्याच्या वडिलांच्या कक्षात गेला. त्यांना चरणस्पर्श केला आणि राज्यकारभारात दुर्लक्ष केल्यामुळे, निष्काळजीपणाबद्दल माफीही मागितली. त्याचबरोबर यापुढे राज्यकारभारात त्यांना सर्वतोपरी साहाय्य करण्याचं वचनही दिलं. हे ऐकताच राजा सुयोधन सुखावले. त्यांच्या मनात आशेचा किरण डोकावू लागला. अतिशय प्रेमाने त्यांनी सिद्धार्थाला मिठी मारली. त्यांच्या डोळ्यातून आनंदाश्रू वाहात होते. सद्‌गदित होत ते म्हणाले, ''मुला, मला सोडून कधीही जाऊ नकोस.'' वडिलांच्या भावनांचा आदर करीत सिद्धार्थाने होकार दिला. परंतु त्याला स्वतःचंच आश्चर्य वाटलं. काही दिवसांपूर्वी तो महाल सोडून जाण्याचा अट्टहास करत होता. कुणाचंही ऐकत नव्हता. परंतु आज मिळालेल्या आनंदानं मात्र त्याला जबाबदाऱ्यांची जाणीव करून दिली होती त्यामुळे तो त्याचा हट्ट बाजूला ठेवू शकला.

सिद्धार्थ तेथून निघाला आणि आपली दिनचर्या उरकून तो लगेच आपल्या कामात मग्न झाला. अधूनमधून दिवसभर त्याला राहूलशी झालेलं संभाषण आठवत होतं. आपण पृथ्वीवर थोड्या दिवसांसाठीच आलो आहोत, काही दिवसांचेच पाहुणे आहोत या समजेनुसार आता त्याच्या क्रिया होऊ लागल्या. अचानक त्याची नजर आपल्या आजूबाजूला वावरणाऱ्या लोकांकडे गेली. प्रत्येक जण जणू काही पृथ्वीवरचा कायमस्वरूपी रहिवासी आहे अशा थाटात वावरत होता. त्यांचं वागणं, हावभाव, गप्पा, एकंदरीत वागण्या-बोलण्यावरून सिद्धार्थाच्या मनात प्रश्न निर्माण झाला, ''आपला मृत्यू होणार आहे हे या लोकांना कसं आठवत नाही? अमरत्वाचा पट्टा घेऊन आल्यासारखे ते जगताहेत.'' या विचारांनी सिद्धार्थाचं डोकं नुसतं भणभणून गेलं. त्याने सर्व कामं तशीच अर्धवट टाकली. पुन्हा त्याची पावलं राहूलच्या महालाकडे वळाली.

आपल्या बोलण्याचा यशोदेला त्रास होऊ नये म्हणून छोट्या राहूलला उचलून तो त्याच्या महालात घेऊन आला आणि त्याला म्हणाला, ''राहूल, मी वडिलांकडे जाऊन माफी मागितली व राज्याच्या कामकाजात त्यांना मदतही केली. त्यामुळे आज मला आनंदाची अनुभूती येत आहे आणि त्याचबरोबर मी इतका उत्तम प्रतिसाद कसा देऊ शकलो याचंही मला आश्चर्य वाटत आहे. त्यानंतर तू सांगितलेल्या गोष्टींवर मननदेखील केलं.

''आज सतत मला हे आठवत होतं, की कधी ना कधी माझा मृत्यू होणार आहे आणि मला दिवसभर ही आठवण असल्यामुळे माझी सगळी कामं उत्कृष्टपणे होताना मी बघितली. परंतु माझ्या आसपास वावरणाऱ्या माणसांना मात्र आपल्या मृत्यूची जराही आठवण नव्हती त्यामुळे त्यांची कामं बेजबाबदारपणानं चालली होती. जणू ते कधी मरणारच नाहीत असं समजून वावरत होते आणि या गोष्टीचं आश्चर्य अद्यापही ओसरलं नाही. तेव्हा आता तूच सांग असं का होतं?''

राहूल म्हणाला, ''महाभारतातील यक्षाच्या प्रश्नावर युधिष्ठिरानं जे उत्तर दिलं ते आपल्याला ठाऊक आहे का?''

''नाही, या गोष्टी मला माहीत नाहीत. तेथे काय झालं होतं?'' सिद्धार्थानं उत्सुकतेनं विचारलं.

''युधिष्ठिराला यक्षाने विचारलेल्या प्रश्नांची कहाणी प्रसिद्ध आहे. वनवासात गेल्यानंतर पांडव एका वनात रस्ता चुकले. त्यांना पिण्यासाठी कुठेही पाणी मिळेना. सगळे तहानेने व्याकुळ झाले होते. त्यावेळी सहदेव त्याच्या भावंडांना आराम करायला सांगून स्वतः पाण्याच्या शोधार्थ बाहेर पडला. थोडं चालल्यानंतर पाण्याने भरलेला तलाव त्याच्या दृष्टीस पडला. आनंदित झालेला सहदेव तलावाच्या पाण्याला स्पर्श करणार इतक्यात त्यातून यक्ष प्रकट झाला. यक्ष सहदेवाला म्हणाला, 'मी या तलावाचा मालक आहे आणि तुला जर पाणी हवं असेल तर आधी माझ्या प्रश्नांची उत्तरं द्यावी लागतील.'

''तहानेनं व्याकुळ झालेल्या सहदेवानं त्याच्या प्रश्नांची उत्तरं द्यायला नकार दिला आणि यक्षाच्या परवानगीशिवाय तलावाचं पाणी प्याला. पाणी पिताक्षणीच सहदेवाचा मृत्यू झाला. बराच वेळ होऊनही सहदेव परतला नाही म्हणून युधिष्ठिराने त्याला शोधायला नकुलला पाठवलं. तोही आला नाही. त्यानंतर भीम आणि अर्जुनालाही पाठवलं परंतु यक्षाच्या आज्ञेचं उल्लंघन केल्यामुळे त्यांचाही मृत्यू झाला. अशाप्रकारे चारही भावांनी अहंकारामुळे यक्षाच्या प्रश्नाचं उत्तर दिलं नाही. त्यामुळे ते यक्षाच्या क्रोधाला बळी

पडून आपले प्राण गमावून बसले. जेव्हा चार भावंडांपैकी एकही परत आला नाही तेव्हा युधिष्ठिर स्वतःच त्यांचा शोध घेत घेत तलावाजवळ पोहोचला. बघतो तर काय, सर्व भावंडं मृतावस्थेत पडलेली!

''यक्ष पुन्हा प्रकट झाला. त्याने युधिष्ठिरासमोरसुद्धा तीच अट ठेवली. ती अट स्वीकारत त्याने यक्षाच्या सर्व प्रश्नांची उत्तरं दिली. यक्षाने त्याला अनेक प्रश्न विचारले. त्यात एक प्रश्न असा होता, 'जगात सर्वांत मोठं आश्चर्य कोणतं आहे?' या प्रश्नावर युधिष्ठिर उत्तरला, 'माणूस रोज इतर लोकांना मरताना बघतो परंतु स्वतः मात्र असा जगतो की जणू काही तो कधी मरणारच नाही. हेच जगातलं सर्वांत मोठं आश्चर्य आहे.'

''अरेच्चा! युधिष्ठिराचं उत्तर आणि माझा अनुभव तर एकच आहे की! परंतु मला हेच समजत नाही की हे कसं आणि का होतं?''

त्यावर राहूल उत्तरला, ''युधिष्ठिराच्या म्हणण्याचा अर्थ असा होता, की रोजच कोणाचा ना कोणाचा मृत्यू होत असतो. लोक तो बघतही असतात परंतु त्यांच्यावर कोणताही परिणाम होत नाही. मृत्यूचं दर्शन केल्यानंतरही लोकांना त्याविषयी मनन करण्याची इच्छा नसते. याच गोष्टीला युधिष्ठिराने सर्वांत मोठं आश्चर्य म्हटलं आहे. हे उत्तर सखोलपणे समजून घेणं अत्यावश्यक आहे कारण हे उत्तर अपूर्ण आहे.''

''अपूर्ण उत्तर! असं कसं तू म्हणू शकतोस?'' सिद्धार्थाने आश्चर्याने विचारलं. ''जर हे उत्तर अपूर्ण आहे तर मग पूर्ण उत्तर कोणतं?''

त्यावर राहूल म्हणाला, ''युधिष्ठिरानं जे उत्तर दिलं ते लोकांच्या दृष्टीने योग्य आहे परंतु त्यामागचं रहस्य काय हे आता आपण सत्याच्या दृष्टिकोनातून समजून घेऊया. माणूस आयुष्यभर आपल्या मृत्यूविषयी कधीही विचार करत नाही, यालाच आश्चर्य म्हटलं आहे. वास्तविक याच उत्तरात मृत्यूचं रहस्य दडलेलं आहे. जीवन जगत असताना 'माझा मृत्यू होईल'असं माणसाला कधी वाटत नाही कारण त्याला जन्म होतानाचा अनुभवसुद्धा लक्षात नसतो. तुम्हाला तुमचा जन्म होतानाचा अनुभव स्मरणात आहे का? आपण पृथ्वीवर म्हणजे पार्ट वन मध्ये कधी आणि कसे आलात हे सांगा बरं?'' राहूलच्या विस्मयकारक गोष्टी ऐकून सिद्धार्थ चकित झाला. तो म्हणाला...

''नाही, मला माझा जन्म होतानाचा कोणताही अनुभव लक्षात नाही. लहानपणी मी महालातल्या बागेत सेवकांबरोबर खेळत असतानाची पहिली घटना मला आठवते, त्यापूर्वीची कोणतीही घटना माझ्या स्मरणात नाही.'' सिद्धार्थाचं हे उत्तर ऐकून राहूल

गालातल्या गालात हसत म्हणाला, ''तुम्हाला तुमच्या जन्माचा अनुभव आठवत नाही कारण तुमचा जन्मच झाला नाही.'' राहूलच्या या वाक्याने सिद्धार्थाच्या काळजाचा ठोकाच चुकला. एकाच वेळेस त्याच्या चेहऱ्यावर आश्चर्य आणि गोंधळाचे संमिश्र भाव प्रकटले. क्षणभर त्याला वाटलं राहूलने काही तरी चुकीचं सांगितलं असावं.

राहूलने सांगितलेल्या गोष्टींवर त्याचा विश्वास न बसल्याने त्याने तत्काळ राहूलला विचारलं, ''हे तू कसं सांगू शकतोस? मी तर आजवर असं मानत आलो आहे, की जन्माला मीच आलो होतो आणि मृत्यूही माझाच होणार आहे, हे खरं नाही का? आणि जर खरं नाही तर यावर मी विश्वास कसा ठेवू? माणसाचा जन्म होण्यापूर्वी त्याची अवस्था कशी होती याबद्दल तू मला सविस्तर सांग.''

''वास्तविक आपण जे आहोत, त्याला जन्म नाही आणि मृत्यूही नाही. जीवन सतत अशाच प्रकारे चालत आहे म्हणून आपल्याला जन्म होतानाचा अनुभव लक्षात नसतो. याक्षणी आपल्याला जे शरीर दिसत आहे खरंतर आपण ते नाहीच. या देहाचा उपयोग केवळ जीवनाच्या अभिव्यक्तीसाठी आहे. आपल्या अंतरंगात जो ईश्वर आहे, परमेश्वर आहे, तोच खरं जीवन आहे. तोच आपल्या शरीराद्वारे सर्व प्रकारचे अनुभव घेत असतो. त्याचा कधी जन्मही होत नाही आणि कधी मृत्यूही होत नाही. पृथ्वीवर येण्यापूर्वी माणूस जेथे होता तेथून पृथ्वीवर आल्यानंतरही त्याच्या जीवनाचं सातत्य अखंडपणे सुरू असतं म्हणून माणसाला जन्म होतानाचा अनुभव लक्षात राहात नाही. मूल जन्माला येतं तेव्हा वास्तविक ईश्वरच त्या शरीरात आपला अनुभव घेणं सुरू करतो. प्रत्येक शरीराद्वारे ईश्वर वेगवेगळा अनुभव घेत असतो. मूल जन्माला येण्यापूर्वीही ईश्वर होता आणि माणसाचा मृत्यू झाल्यानंतरही तोच असतो. याचाच अर्थ ईश्वरच जन्म घेतो आणि पूर्ण जीवनाचा अनुभवदेखील तोच घेत असतो. माणसाचं शरीर तर केवळ निमित्त असतं.

''आपण माठ बघितला असेल. आता अशी कल्पना करा, की माठात काय आहे हे पाहण्यासाठी आपण हात घालता, माठात हात घालताच एका बोटाला सुई टोचते, दुसऱ्या बोटाला कापसाचा स्पर्श होतो, तिसऱ्या बोटाला धूळ लागते तर चौथ्याला फुलाचा मुलायम स्पर्श होतो. याचाच अर्थ प्रत्येक बोटाला वेगवेगळा अनुभव आला. मी आपल्याला माठाचं उदाहरण सांगण्यामागचा हेतू हा होता, की पृथ्वीवर ईश्वर त्याचा अनुभव कसा घेतो हे मला सांगायचं होतं. पृथ्वीरूपी माठात ईश्वर आपला हात घालतो आणि काही अनुभव घेतो. याचाच अर्थ ईश्वराच्या हाताची बोटं म्हणजे जणू वेगवेगळ्या माणसांचे प्रतीकच! मात्र आपल्याला वाटतं, की आपणच अनुभव घेत आहोत.

वास्तविक आपल्याद्वारे ईश्वर स्वतःचा अनुभव घेत असतो. प्रत्येक नवीन पिढी, मागील पिढीपेक्षा जास्त समजुतदार आणि हुशार असल्याचं आपल्याला दिसतं. म्हणजेच प्रत्येक नवीन पिढीमध्ये माणसांचा विकासच होत आला आहे. आता आपल्याला प्रश्न पडेल, हे का आणि कसं होतं? कारण ईश्वर प्रत्येकवेळी पृथ्वीवर जो अनुभव घेतो त्या अनुभवाचा उपयोग तो पुढच्या पिढीला अधिक उत्कृष्ट बनवण्यासाठी करतो.

''आपण कॉम्प्युटरविषयी ऐकलंच असेल. आजच्या काळात लोक कॉम्प्युटरचा उपयोग करतात. परंतु पूर्वी जेव्हा कॉम्प्युटर नव्हता तेव्हा टीव्हीचा शोध लागण्याची गरज होती. टीव्हीच्या आधी रेडिओ होता. अशाप्रकारे प्रत्येक पिढीत काही ना काही नवनवीन आविष्कार झाले आणि पुढच्या पिढीने त्यापुढचं आविष्कृत केलं. ईश्वर जोपर्यंत सर्वोच्च अवस्थेपर्यंत पोहोचत नाही तोपर्यंत हे सर्व चालतच राहणार. ईश्वराची सर्वोच्च अवस्था आहे आत्मसाक्षात्कार, त्याच्या साऱ्या गुणांची अभिव्यक्ती. प्रथम ईश्वर अनुभव घ्यायला सुरुवात करतो नंतर त्याच स्मृतींचा पुढे येणाऱ्या शरीरांमध्ये उपयोग करतो. अशाप्रकारे खरंतर ईश्वराचाच विकास होत असतो. पण माणसाला मात्र वाटतं, 'मी विकास केला.' वास्तवात माणसाद्वारे ईश्वराचाच विकास होत असतो. प्रत्येक शरीराद्वारे ईश्वरच विकसित होत असतो.'' असं म्हणून राहूलने अचानक आपलं बोलणं थांबवलं...

सिद्धार्थाला त्याचा संकेत समजला. त्याने राहूलला उचललं, त्याच्या मखमली मुलायम स्पर्शानं सिद्धार्थ भारावून गेला होता. त्याला वाटलं, राहूलला असंच घेऊन बसावं पण यशोदेला जर जाग आली आणि तिला तेथे राहूल दिसला नाही तर गोंधळ उडेल म्हणून तो राहूलला यशोदेजवळ सोडून आला. त्यानंतर तो आपल्या महालात परतला आणि आज झालेल्या संभाषणावर गहिरं मनन करत शांतपणे विसावला.

दिवस ६

पृथ्वीलक्ष्य आणि ईश्वरीय इच्छा

पिता आणि अग्निपथ

आजची सकाळ सिद्धार्थासाठी अतिशय सुखद आणि रमणीय होती. आज त्याला फारच प्रसन्न वाटत होतं. काल दिवसभर त्याने जी जी कामं केली ती करताना त्या कार्यांमध्ये ईश्वर कोणता अनुभव घेऊ पाहात आहे यावर त्याचं सतत मनन चालू होतं. त्यामुळे त्याचं प्रत्येक काम इतकं सहजतेनं होत होतं, की दिवसभर तो कामात होता किंवा कामांमुळे थकला आहे याची जाणीवदेखील त्याला झाली नाही. सकाळप्रमाणेच त्याचा उत्साह संध्याकाळपर्यंत तसाच टिकून होता. राहूलने पृथ्वीवर येण्याची घाई का केली असावी हे आता त्याच्या लक्षात आलं. सिद्धार्थ पुढच्या गोष्टी जाणण्यासाठी आतुर झाला होता. आत्ता दिवसातील कोणता प्रहर आहे या गोष्टींचंही भान त्याला राहिलं नाही. तो संध्याकाळीच राहूलजवळ पोहोचला आणि रात्रीप्रमाणे त्याच्याशी बोलू लागला...

''राहूल, आज मला प्रथमच समजलं आहे, की तू पृथ्वीवर येण्यासाठी इतका उत्सुक का होतास...''

तो पुढे आणखी काही बोलणार एवढ्यात यशोदा मध्येच त्याला थांबवत म्हणाली, ''आपण हे काय करत आहात? राहूल इतका लहान आहे आणि आपण मात्र त्याच्याशी अशा प्रकारे बोलत आहात, जणू काही तो आत्ता तुमच्याशी बोलू लागेल!''

यशोदेचं बोलणं ऐकून सिद्धार्थ भानावर आला, त्याच्या आसपास कोण आहे याची देखील त्याला शुद्ध नव्हती. तो राहूलशी अशाप्रकारे संभाषण करत होता जणू त्या दोघांशिवाय तिसरं तिथे कोणी नव्हतंच! तो गहिऱ्या मननातून बाहेर आला. सिद्धार्थाने आपल्या चुकीबद्दल दिलगिरी व्यक्त केली आणि यशोदेला म्हणाला, ''मी तर राहूलशी सहजच बोलत होतो.'' यशोदेनं आणखी काही प्रश्न विचारण्यापूर्वीच सिद्धार्थ काहीसा संकोचतच महालाबाहेर पडला आणि त्यानं सुटकेचा निःश्वास सोडला. परंतु बाहेर

येऊन तो पुन्हा मनन करू लागला. मनन करता करता रात्र कधी झाली हेदेखील त्याला समजलं नाही.

नेहमीप्रमाणे आजही तो यशोदेच्या महालात गेला व राहूलला आपल्या महालात घेऊन आला. त्याला मांडीवर घेतलं आणि म्हणाला, "राहूल, तू पृथ्वीवर येण्यासाठी इतका उत्सुक का होतास, याचं कारण आता माझ्या लक्षात आलं आहे, प्रथमच मला या गोष्टीची जाणीव झाली. तू मला ज्या ज्या गोष्टी सांगितल्यास त्यामुळे माझ्या वागण्यात इतकं परिवर्तन आलं आहे, की पुढचं जीवन जगण्यासाठी मी आता अतिशय उत्सुक आहे..."

"हो, आपण अगदी योग्य जाणलंत. यासाठीच तर मी पृथ्वीवरचं जीवन जगायला उत्सुक आहे. कारण ईश्वरच माझ्याद्वारे सर्व अनुभव घेत आहे ही गोष्ट मला अगदी स्पष्ट आहे. आपल्याला मी आणखी एक उदाहरण सांगतो त्यामुळे आपल्या स्पष्टपणे लक्षात येईल, माणसाला पृथ्वीवर का आणि कुणी पाठवलं?

"एक मुलगा होता. काही दिवसानंतर त्याला आपल्या जीवनाच्या उद्देशाचं विस्मरण झालं. परंतु एके दिवशी अचानक त्याला वाटलं वडिलांची त्याच्याकडून काय अपेक्षा आहे हे तर त्यांना विचारून बघावं. तो वडिलांकडे जाऊन म्हणाला, बाबा, मी आजवर आपल्यासाठी काहीही केलं नाही पण आता मला आपल्यासाठी खूप काही करायची इच्छा आहे. त्यावर वडील म्हणाले, तुला जर माझ्यासाठी काही करायचंच असेल तर तू अमुक एका शहरात जा. तेथून मला हवी असलेली सर्व माहिती आणि अनुभव घेऊन ये. कारण मी तेथे जाऊ शकत नाही. हे ऐकून तो मुलगा उत्तरला, ठीक आहे तर, मी आत्ताच निघतो आणि आपली ही छोटीशी इच्छा पूर्ण करण्याचा अवश्य प्रयत्न करतो. मी काही दिवस त्या शहरात राहून आपल्यासाठी आवश्यक असलेली माहिती आणि अनुभव नक्की घेऊन येतो. असं म्हणून तो मुलगा शहराच्या दिशेने वाटचाल करू लागला. तेथे पोहोचता पोहोचता त्याला मध्यरात्र झाली. राहण्याची व्यवस्था करून तो झोपी गेला. दुसऱ्या दिवशी जेव्हा सकाळी उठला तेव्हा त्याला दिसलं, की जिथं तो उतरला आहे तेथे आजूबाजूला सगळ्या घरांना आग लागली आहे आणि त्या शहरातील काही लोक आग विझवण्याचा प्रयत्न करीत आहेत. हे पाहून मुलानेही आग विझवायला मदत केली. संध्याकाळपर्यंत आग कशीबशी विझली. दिवसभर आग विझवण्याच्या कामात व्यस्त असल्यामुळे वडिलांच्या कामाचा विचार करायलाही त्याला वेळ मिळाला नाही. उद्यापासून त्यांचं काम सुरू करावं असा विचार करून रात्री भोजन

करून तो आरामात झोपला. दुसऱ्या दिवशी सकाळी उठताच कालच्याप्रमाणे आजही सगळ्या घरांना आगीनं घेरलंय असं त्याला समजलं. पुन्हा तो आग विझवायला गेला आणि संध्याकाळपर्यंत हेच काम करत राहिला. आता त्या शहरात हे रोजचंच झालं होतं. तो मुलगाही दररोज आग विझवण्याच्याच कामात व्यस्त राहात असे. त्यामुळे दिवस कसे सरत होते हेच त्याला कळत नव्हतं.''

''परंतु या कथेचा अर्थ काय आहे आणि तू पृथ्वीवर येण्याचा तिच्याशी काय संबंध?'' सिद्धार्थाने राहूलला मध्येच थांबवत विचारलं.

''बाबा, जर या कथेवर सखोलपणे विचार केला तर समजेल की, अशा प्रकारेच आज माणसाचं जीवन चाललं आहे. त्या मुलाप्रमाणे सकाळपासून रात्रीपर्यंत माणूस आग विझवण्याचंच कार्य करीत आहे. पृथ्वीवर रोजच अशा घटना घडत आहेत. लोक रोज सकाळी उठल्यापासूनच आपल्या जीवनातील समस्या सोडवण्यात व्यस्त होतात. त्यावेळी त्यांना हेही आठवत नाही, की आपण पृथ्वीवर कोणत्या उद्देशाने आलो आहोत? येथे आपल्याला कोणी आणि का पाठवलं आहे? पृथ्वीवरच्या जीवनानंतर सूक्ष्म शरीराचं जे जीवन आहे त्यासाठी पृथ्वीवरच तयारी करायची आहे. परंतु नेमकं हेच लक्षात न राहिल्यामुळे ते आपल्या समस्येतच गुंतून राहतात. त्यांना दुसरं काही सुचत नाही.

''कहाणीत पुढे असंही घडतं, की दररोज आग विझवता विझवता त्या मुलाला अतिशय राग येऊ लागला. त्याला प्रश्न पडला, दररोज कोण आग लावत असेल? अशा तऱ्हेनं दिवसभर तेच ते काम करताना तो वडिलांनी सांगितलेल्या सर्व गोष्टी विसरला, कंटाळून गेला. त्यानंतर त्याला वाटलं, ही आग कोण लावतं याचा शोध आता घ्यायलाच पाहिजे. शोध घेता घेता त्याच्या लक्षात आलं. 'अरे, ही आग तर स्वतः वडीलच लावत आहेत.' परंतु तो वडिलांना विसरल्यामुळे त्यांनाही ओळखू शकला नाही. आता त्याला कळून चुकलं, की अमुक अमुक माणूस रोज आग लावतो परंतु त्या माणसात असलेल्या वडिलांना म्हणजेच ईश्वराला मात्र तो ओळखू शकला नाही. वास्तविक वडिलांनी त्याला काही अनुभव घेण्यासाठी त्या शहरात पाठवलेलं होतं. पण आग लावणाऱ्या माणसाविषयी माहिती मिळताच तो त्या माणसाचा शत्रू बनला.''

''वडिलांना विसरतो... त्या माणसाचा शत्रू बनतो... याचा नेमका अर्थ काय?'' सिद्धार्थानं उत्सुकतेनं विचारलं.

''आपण नास्तिक लोकांना पाहिलं असेल. असे लोक आपल्या वडिलांना विसरल्यामुळे त्या मुलाप्रमाणे, 'या जगात ईश्वर नाही' असं वक्तव्य करत राहतात.

'जगात जर ईश्वर असता तर भ्रष्टाचारासारख्या गोष्टी झाल्या असत्या का? लोक गरीब राहिले असते का? लोकांना उपाशीपोटी झोपावं लागलं असतं का? म्हणजेच ईश्वर नाही. ईश्वर आहे म्हणणाऱ्या लोकांचं विधान खोटं आहे. असे म्हणणारे लोक वेडे आहेत.' अशी चुकीची विधानं ते करत राहतात. अशा प्रकारे तो मुलगादेखील आपल्या वडिलांचा वैरी बनला, त्यांचा द्वेष करू लागला. याचाच अर्थ तो हे विसरला, की ईश्वरानेच त्याला पृथ्वीवर पाठवलं आहे.''

अशी चर्चा करता करता सिद्धार्थाला वाटलं, आपणदेखील राहूलशी बोलण्यापूर्वी असाच विचार करत होतो! आता त्याला आपल्या विचारांचा पश्चात्ताप होत होता. तो वडिलांना विसरला आहे, याची जाणीवही त्याला झाली.

तो राहूलला म्हणाला, ''तुझा इशारा माझ्याकडेच आहे. हे माझ्या लक्षात आलं. माझ्याकडून जी चूक झाली ती सुधारण्याचा मी नक्की प्रयत्न करेन आणि वचन देतो की यानंतर वडिलांना कधीही विसरणार नाही.''

सिद्धार्थाचं बोलणं ऐकून राहूलला खूप समाधान वाटलं. तो पुढे म्हणाला, ''काही लोक असेही असतात जे ईश्वर आहे यावर विश्वास ठेवतात पण प्रत्यक्ष वडिलांनीच त्यांना पृथ्वीवर वेगवेगळे अनुभव घेण्यासाठी पाठवलं आहे नेमकी हीच महत्त्वाची बाब विसरतात. एवढंच काय पण कित्येकदा आस्तिक लोकांनासुद्धा या गोष्टीचं स्मरण नसतं. ईश्वराला विसरल्यामुळे नास्तिक बनून तो स्वतःचं किती नुकसान करतो हे माणसाला समजत नाही. वास्तविक तो स्वस्तिक (स्व-अस्तिक) म्हणजे ज्याला संपूर्ण सत्य माहीत आहे, जो स्वानुभवाचा स्वाद घेत आहे असा बनू शकला असता. असा माणूस 'ईश्वरच आहे' या गोष्टीवर संपूर्ण सहमत असतो. ईश्वर नाही म्हणण्यासाठीसुद्धा ईश्वराचं असणं अत्यावश्यक असतं. कारण आपल्या अंतरंगात ईश्वराचं अस्तित्व असेल तरच म्हणता येईल 'ईश्वर नाही.'

''ज्या दिवशी त्या मुलाला संपूर्ण कहाणी समजली, पृथ्वीचं रहस्य कळलं, पार्ट वन (पृथ्वी जीवन) आणि पार्ट टू (मृत्यूनंतरचं जीवन) याविषयी माहिती मिळाली तेव्हा त्याला आठवलं, की 'वडिलांनी त्याला वेगवेगळे अनुभव घेण्यासाठी अग्निपथावर पाठवलं आहे आणि तो अग्निपथदेखील स्वतः त्यांनीच बनवला आहे. जेणेकरून जीवनाचे सारे धडे शिकून आत्मसात करावेत. माझ्याद्वारे वडिलांना ते अनुभव घेण्याची इच्छा असल्यामुळे त्यांची इच्छा पूर्ण व्हावी हीच माझीसुद्धा इच्छा होती म्हणून तर मी शहरात आलो. शहरात येताना मी अतिशय खुश होतो परंतु येथे आल्यानंतर सर्व काही विसरलो.'

याचाच अर्थ ज्याने सर्वांना पृथ्वीवर पाठवलं त्यानेच मला आणि तुम्हालाही पाठवलं. यावर सखोल मनन केल्यानंतर, ही कहाणी आपल्याला कोणता बोध देते ते लक्षात येईल. ईश्वराने त्याच्या इच्छेनुसार काही अनुभव घेण्यासाठी आपल्याला पृथ्वीवर पाठवलं आहे. परंतु पृथ्वीवर आल्यानंतर या सर्व गोष्टी स्मरणातून जातात. जर आपल्याला आपला स्वानुभव, स्वतःचं अस्तित्व आठवलं तर आपलं जीवन सहज आणि सुकर होतं. कोणत्याही सुखद किंवा दुःखद घटनेचा अनुभव घेताना आपल्याला त्वरित आठवेल, 'हा अनुभव तर वडिलांसाठी आहे, माझ्यासाठी नव्हे!' त्यानंतरही आपल्या जीवनात सुख आणि दुःख दोन्ही येतील परंतु तेव्हा आपण त्या अनुभवांना वेगळं होऊन जाणू शकाल. त्यावेळी आपल्यात हीच समज असेल, की वडिलांच्या प्रेमासाठी, त्यांच्या इच्छेसाठी आणि माझीही हीच इच्छा असल्यामुळे मी हा अनुभव घेत आहे. वडिलांची इच्छा असते, माणसाने प्रेम, साहस, रचनात्मकता, पूर्णता, 'स्व' चा आणि आनंदाचा अनुभव घ्यावा. त्यामागे त्यांचा मोठा उद्देशही असतो. बाबा, आता आपल्या लक्षात आलं असेल, पृथ्वीवर दुःख नाही असं मी का म्हटलं?''

सिद्धार्थ अनुभवत होता, किती सहजतेने राहूलने त्याला दुःखमुक्तीचा मार्ग समजावून सांगितला! आणि काही क्षणातच एका नास्तिकाचं, आस्तिकामध्ये परिवर्तन केलं. राहूलप्रती सिद्धार्थाची श्रद्धा अधिकच वाढली. तो तत्काळ दुःखातून मुक्त झाला व आनंदाचा अनुभव घेऊ लागला. 'संसारात जर दुःख आहे तर मग का जगावं?' या त्याच्या मूळ प्रश्नाचं पूर्णपणे निराकरण झालं होतं. वडिलांनी म्हणजे ईश्वराने संसार दुःख भोगण्यासाठी नव्हे तर आनंदासाठी बनवला आहे हे तो समजून चुकला होता. केवळ अज्ञानवश निर्माण होणाऱ्या दुःखांमुळे तो दुःखी होत होता. माणूस मोहमायेत अडकलेला असल्यामुळे त्याला वाटतं मी खुश होत आहे... मला आनंदाचा अनुभव होत आहे... समोरचा दुःखी आहे... त्याला दुःखाचा अनुभव होत आहे. वास्तविक हे सर्व अनुभव माणसाद्वारे ईश्वर घेत असतो. या समजेने जर घटनांकडे बघितलं तर त्यामुळे होणारी आसक्ती, दुःख त्वरित दूर होऊन अगदी सहजरीत्या सुख-दुःखाच्या या चक्रव्यूहातून आपण बाहेर पडू असे विचार एकीकडे मनात चालू असतानाच तो राहूलला म्हणाला, ''राहूल, आत्ताशी कुठं तुझ्या काही गोष्टींचं आकलन मला होत आहे. तू म्हणतोस, ईश्वरानेच आपल्या सर्वांना पृथ्वीवर पाठवलं. पण या गोष्टीचं स्मरण तुला आहे मग मलाच का नाही?''

''कारण मी नुकताच शहरात म्हणजे पृथ्वीवर आलो आहे म्हणून माझ्या सर्व आठवणी ताज्या आहेत पण आपल्याला येथे येऊन बराच काळ लोटल्यामुळे आणि

आपण मायेत गुंतल्यामुळे वडिलांच्या आज्ञेचं विस्मरण झालेलं आहे. काल झालेल्या चर्चेत, लोकांना आपल्या मृत्यूची आठवण कशी होत नाही हा प्रश्न मी विचारला होता, आज या प्रश्नाच्या पुढील भागावर आपण बोलणार आहोत. प्रत्येकाला नेहमी हेच वाटत असतं, त्याचं आयुष्य कधी संपणार नाही, इतर लोक मरतील, पण आपण कधी मरणार नाही. या भ्रमातच ते जगतात. दैनंदिन कार्य करत असताना हे सर्व एक दिवस नष्ट होणार आहे असा विचार एकदाही त्यांच्या मनात येत नाही. परंतु त्यांच्यात उपलब्ध असलेलं जीवन सदा अमर, असीम, अमर्यादित, अनंत असल्यामुळे शरीर नष्ट होतं पण जीवनाचा कधीही अंत होत नाही. यामुळेच लोकांना आपल्या जन्म-मृत्यूची आठवण राहात नाही.

''प्रत्येक माणसाच्या जीवनात हमखास एक वेळ अशी येते जेव्हा त्यांच्या आप्तस्वकीयांचा मृत्यू होतो. मृत्यूसमयी लोकांना दुःख होतं पण काही दिवसांनंतर ते दुःख लोक विसरतातही. त्यांचं जीवन पुन्हा पूर्वीप्रमाणेच, बेहोशीत चालू राहतं. खरंतर मृत्यूची ती घटना त्यांच्यासाठी मृत्यूचं सत्य जाणण्यासाठीची एक सुवर्णसंधी असते. माणसाचा जन्म-मृत्यू का आणि कसा होतो, होतो की नाही, यावर जर त्याने मनन केलं असतं तर तो पूर्वीप्रमाणे जगलाच नसता. त्याच्यात आमूलाग्र परिवर्तन झालं असतं...

''आता आज आपण येथेच थांबूया. परंतु उद्या मात्र इतर लोकांशी चर्चा करून मला त्यांचे विचार आणि अनुभव जरूर सांगा.'' सिद्धार्थ पुढे काही बोलणार... इतक्यात निद्रादेवीनं राहूलला आपल्या कुशीत घेतल्याचं त्याला दिसलं.

सिद्धार्थ राहूलचं बोलणं लक्ष देऊन ऐकत असताना त्याला जाणवलं, की राहूलच्या बोलण्यात सत्याचा सुगंध दरवळत आहे. त्याचं बोलणं म्हणजे जणूकाही मधरूपी अमृत वचनच असल्याचं त्याला भासत होतं. त्याचं ते गोजीरवाणं, भाबडं रूप सतत निरखत राहावं असं त्याला वाटत होतं. ईश्वराच्या या असीम कृपेबद्दल सिद्धार्थाला कृतकृत्य झाल्यासारखं वाटलं. राहूलनेही आज त्याच्यासाठी बरेच प्रश्न अनुत्तरित ठेवले होते. नाइलाजाने त्याने राहूलला यशोदेच्या महालात सोडलं आणि आपल्या महालात येऊन आज सांगितलेल्या गोष्टींवर सखोल मनन करू लागला.

दिवस ७

मृत्यूनंतरची अवस्था

आपली दोन शरीरं

रात्री झोपताना जे विचार त्याच्या मनात अविरत चालले होते त्याच विचारांनी दुसऱ्या दिवशी सकाळी त्याला जाग आली. आज तो काही लोकांशी चर्चा करून त्यांना आपला जन्म होतानाचा अनुभव लक्षात आहे की नाही हे जाणून घेणार होता. आज दिवसभर त्याला हेच काम करायचं होतं. ज्या ज्या लोकांशी सिद्धार्थाने या विषयावर चर्चा केली त्या सर्वांनी त्यांना तो अनुभव लक्षात नाही हेच सांगितलं. ते ऐकून सिद्धार्थाचा राहूलवरील विश्वास अधिकच वृद्धिंगत झाला. रात्री राहूलशी चर्चा करण्यापूर्वी सिद्धार्थ पुन्हा एकदा सखोल मनन करू लागला. ज्याअर्थी माणसाला आपल्या जन्माचा अनुभव लक्षात राहात नाही त्याअर्थी तो पृथ्वीवर येण्यापूर्वी नक्कीच कुठेतरी होता आणि तो अनुभव लक्षात नाही याचाच अर्थ पृथ्वीवर त्याचा खरा मृत्यू होतच नाही! कारण त्यापुढेही जीवन असतं. जर असं जीवन आहे तर ते कसं असेल... तेथे काय काय होत असेल... यावर मनन करता करता तो राहूलच्या या महत्त्वपूर्ण वाक्यावर पोहोचला.

'माणसाला आयुष्यभर आपला मृत्यू आठवत नाही कारण त्याच्यात असलेलं जीवन अजरामर आहे, चिरंतन आहे, शाश्वत आहे. जीवनाचा कधीही मृत्यू होत नाही.' परंतु आता मृत्यूनंतर माणसाला पृथ्वीवरचं जीवन आठवतं का? हा प्रश्न त्याच्यासमोर पुन्हा आ वासून उभा होता.

आज हा प्रश्न राहूलला विचारायचाच,असा निश्चय करून सगळी कामं बाजूला ठेवून रोजच्याप्रमाणे राहूलला तो आपल्या महालात घेऊन आला. आजही राहूलने सिद्धार्थाच्या मनात कोणते प्रश्न आहेत हे जाणलं आणि लगेच विचारलं, ''बाबा, आज आपण कोणते प्रश्न घेऊन आला आहात?''

“राहूल, मी तुझ्याकडून ज्ञान घेतोय, त्यावर मनन करतोय मात्र त्यामुळे मला अधिकच प्रश्न पडत आहेत. माझा आजचा प्रश्न आहे, मृत्यूनंतर माणसाला पृथ्वीवरचं जीवन लक्षात राहतं का?”

“ही गोष्ट स्पष्ट आहे, की आज आपल्यात अनेक प्रश्न निर्माण होत आहेत परंतु ही आपली आजची अवस्था आहे. मृत्यूनंतरदेखील पृथ्वीवरचं जीवन माणसाला आठवतं. इतकंच नव्हे तर अधिक स्पष्टरूपाने समोर येतं. माणसाच्या स्थूल शरीराच्या मृत्यूनंतर सूक्ष्म शरीराची यात्रा सुरू होते. या यात्रेपूर्वी एक असा छोटा पडाव येतो, ज्याला ग्रे पिरियड असं म्हटलं जातं. जसं काळ्या आणि पांढऱ्या रंगामध्ये ग्रे रंगाची संमिश्र छटा असते, त्याचप्रमाणे नकली मृत्यू आणि सूक्ष्म शरीराच्या पुढील यात्रेमध्ये एक ग्रे पिरियड असतो. या ग्रे पिरियडमध्ये सूक्ष्म शरीराला, तो जगलेल्या जीवनाचा संपूर्ण चित्रपट दाखवला जातो. बालपणापासून आजवर म्हणजे नकली मृत्यूपर्यंत त्याच्या जीवनात ज्या ज्या घटना घडल्या त्या साऱ्या त्याच्यासमोर एक एक करून येतात. त्याच्या जीवनात काय झालं आणि काय होऊ शकलं असतं या सर्व गोष्टी त्याला त्यावेळी एकदमच समजतात. पृथ्वीवरील जीवनातील विसरलेल्या अनेक गोष्टी त्याक्षणी त्याला आठवतात. तेव्हा समजतं की त्या घटना त्याला काही शिकवण्यासाठी आल्या होत्या. काही घटनांमधून त्याने योग्य शिकवण घेतली, तर काही घटनांमधून त्याला जो बोध घ्यायचा होता तो त्याने घेतलाच नाही.

“जिवंत असताना लोकांना हे चांगलं झालं... ते वाईट झालं... असं अनुमान काढायची सवय असते परंतु त्यांचं सर्व अनुमान चुकीचं होतं हे नंतर सिद्ध होतं. एखादा चित्रपट पूर्ण पाहिल्यानंतर चित्रपट चांगला होता किंवा नाही हे ज्याप्रमाणे शेवटी सांगता येतं त्याचप्रमाणे ग्रे पिरियडमध्ये माणूस स्वतःच्या जीवनाचा संपूर्ण चित्रपट पाहतो आणि स्वतःच धर्मराज (न्यायाधीश) बनतो. सर्वसमावेशक दृष्टीने जीवनाचा संपूर्ण चित्रपट पाहिल्यानंतरच माणूस योग्य निर्णय घेऊ शकतो. तो यशस्वी होता की अयशस्वी, लायक होता की न-लायक, संतुष्ट होता की असंतुष्ट. अशाप्रकारे तो स्वतःच स्वतःचा न्यायनिवाडा करतो. सूक्ष्म जगतात आपल्याला नातेवाइकांचीही आठवण येते परंतु पृथ्वीवर आपण आठवण करतो त्याप्रमाणे नाही... हा माझा नातेवाइक आहे... मी त्याला भेटू शकत नाही... म्हणून मी दुःखी आहे. तेथे अशा प्रकारचं दुःख नसतं. कारण सगळेच सुखात असतात, सर्वत्र आनंदी वातावरण असतं. आपल्याला त्यांची आठवण

येते पण त्याचबरोबर हेही स्पष्ट असतं की, काही कालावधीनंतर ते आपल्याला भेटणारच आहेत. तेथे आपल्याला नातेवाइकांना भेटण्यासाठीचा अवधी छोटा भासतो कारण त्यावेळी माणसाला वाटतं, आत्ता आत्ताच तर कुठं मी पार्ट टू मध्ये आलो आहे, मग इतर लोक इतक्या लवकर माझ्या मागं कशी बरं आली? कारण तेथील आणि पृथ्वीवरील वेळेत बरंच अंतर असतं. येथे स्थूल शरीर असल्यामुळे आपण एका ठिकाणाहून दुसऱ्या ठिकाणी लवकर पोहोचू शकत नाही. त्यामुळे खूप वाट पाहावी लागते परंतु तेथे परलोकात वेळ कसा जातो हेच समजत नाही. आनंदामुळे वेळेची तीव्रता कमी भासते.

''मृत्यूनंतरच्या गोष्टी जाणण्यासाठी माणसाच्या शरीराला दोन भागात विभाजित केलं आहे. स्थूल शरीर (B MSY) आणि सूक्ष्म शरीर (A MSY). एमएसवायचा अर्थ आहे मनोशरीरयंत्र म्हणजे माणसाचं शरीर. शरीर आणि मनाच्या मीलनाने माणूस तयार होतो. यावेळी आपल्याला जे शरीर दिसत असतं ते आपलं स्थूल शरीर आहे. जे शरीर पुढील यात्रेत जिवंत असतं त्या शरीराला सूक्ष्म शरीर म्हणतात. यावेळी आपण ज्या शरीराला 'मी' मानत आहात त्याला स्थूल शरीर म्हटलं आहे. बी चा अर्थ बाह्य आवरण, बाह्य शरीर. 'ए' चा अर्थ आहे आंतरिक शरीर म्हणजेच सूक्ष्म शरीर. आपल्या स्थूल शरीराबरोबरच सूक्ष्म शरीर जोडलेलं असतं परंतु ते आपल्याला दिसत नाही. जेव्हा आपल्या स्थूल शरीराचा अंत होतो तेव्हा सूक्ष्म शरीर आपल्या नवीन जीवनाची यात्रा सुरू करतं. पुढील यात्रेत माणूस आपल्या सूक्ष्म शरीरालाच 'मी' मानतो. सूक्ष्म शरीर आणि स्थूल शरीराच्या उदाहरणाने आपल्याला सर्वप्रथम या दोन शरीरांविषयी समजून घ्यायचं आहे.

'' विषय गहिरा असल्यामुळे मी आत्तापर्यंत सांगितलेल्या सर्व गोष्टींवर आपण मनन करा आणि उद्या आपल्याला काय समजलं ते सांगा.''

अशाप्रकारे पुन्हा एकदा सिद्धार्थाला गहन विचारांमध्ये सोडून राहूल निद्राधीन झाला. राहूल सांगत असलेल्या सर्व गोष्टी ऐकून पार्ट टू मधील जीवन कसं असेल, याची कल्पना सिद्धार्थ करू लागला. या सुखद विचारांमध्ये ईश्वराला धन्यवाद देत त्याला कधी झोप लागली हे समजलंच नाही.

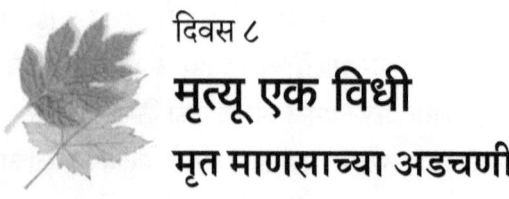

दिवस ८

मृत्यू एक विधी

मृत माणसाच्या अडचणी

राहूल सांगत असलेल्या गोष्टींवर कितीही मनन केलं तरी सिद्धार्थाला ते कमीच वाटत होतं. त्याच त्या गोष्टी सतत त्याच्यासमोर येत होत्या. जर मृत्यूनंतर जीवन आहे तर आपल्या ज्या नातेवाइकांचा मृत्यू झाला आहे ते निश्चितच कुठे ना कुठे जिवंत आहेत. मग आपण त्यांच्यासाठी का रडतो? मृत्यूनंतरही कर्मकांड का केलं जातं? कदाचित लोकांना वाटत असावं, की आता आपण त्या नातेवाइकांना कधीही भेटू शकणार नाही. आता सिद्धार्थाच्या मनात दोन प्रश्न निर्माण झाले. मृत्यूनंतर आपण आपल्या नातेवाइकांना भेटू शकणार का? जर नाही, तर आपण रडणं समजू शकतो. पण ते भेटणार असतील तर मग रडण्याची काय आवश्यकता? आज रात्री हे प्रश्न राहूलला विचारायचेच असा त्याने मनोमन निश्चय केला.

दिवसभरात त्याने त्याची सर्व कामे समाधानपूर्वक केली. राज्यकारभारातही रुची घेतली. परंतु मनात मात्र कधी एकदा रात्र होईल आणि कधी मी राहूलशी या गोष्टींवर चर्चा करेन हेच विचार घोळत होते. नेहमीप्रमाणे रात्री तो राहूलला आपल्या महालात घेऊन आला.

''राहूल, आज मी जे मनन केलं त्यामुळे माझ्या मनात वेगळेच प्रश्न निर्माण झाले आहेत. आता माझी अशी इच्छा आहे, की तू त्या सर्व प्रश्नांची उत्तरं द्यावीस. मृत्यूनंतरही जर जीवन आहे तर लोक आपल्या नातेवाइकांचा मृत्यू झाल्यावर का रडतात? ते मृत्यूपश्चातही पार्ट टू मध्ये आपल्या त्या नातेवाइकांना भेटू शकतील का?''

''ठीक आहे, प्रथम तुमच्या शंकांचं निराकरण करूया. अद्याप लोकांना हे ज्ञान नसल्यामुळे अज्ञानवश ते रडतात. मात्र हे ज्ञान (समज) प्राप्त केल्यानंतर त्यांच्यासमोर या सर्व गोष्टी सूर्यप्रकाशाप्रमाणे स्पष्ट होतात. मग त्यांच्याकडून जे कर्मकांड होतील त्यातही आनंद असेल, दुःखी होऊन ते कोणतंही काम करणार नाहीत. पण लोक बेहोशीत जगत

असल्यामुळे त्यांना मृत्यूविषयीचं ज्ञान नसतं आणि त्यामुळे खरंतर ते रडतात. काही लोक जेव्हा 'मृत्यूउपरांत जीवन' हे पुस्तक बघतात तेव्हा मृत्यू हा शब्द ऐकूनच ते भयभीत होतात. त्यांना असं पुस्तक वाचण्याची कधी इच्छाही होत नाही. मग मृत्यूविषयीचं ज्ञान त्यांना कधी कळणार? लोकांमध्ये असलेलं हे भय पाहून अनेक आत्मसाक्षात्कारी ऋषिमुनींनी या विषयावर कधी भाष्य केलं नाही. त्यांना जाणवलं की, जर मृत्यूनंतरच्या जीवनाविषयी आपण चर्चा केली तर लोक इतर ज्या गोष्टी शिकण्यासाठी आपल्याजवळ येत आहेत, भीती आणि अविश्वासामुळे त्यादेखील शिकणं बंद करतील.

''लोकांची ही अनावश्यक भीती नाहीशी व्हावी यासाठी प्रथम त्यांच्याकडून काही तयारी करून घेतली जाते. जसं, मी आपल्याला पहिल्या दिवसापासूनच काही अशा काही गोष्टी सांगितल्या ज्यामुळे आज आपल्याला मृत्यू या शब्दाची भीती वाटत नाही. या विषयावर मनन करणाऱ्या माणसाची सुरुवातीला काही तयारी करून घेणं आवश्यक असतं. पुढे पुढे तर लोक इतके तयार होतात, की इतर लोकांना घाबरताना पाहून त्यांना आश्चर्य वाटतं. मृत्यूविषयीची समज प्राप्त केलेल्या लोकांच्या मनात मृत्यू हा शब्द उच्चारला तरी कुठलेही नकारात्मक भाव येणार नाहीत. उलट इतर लोक का घाबरतात याचंच त्यांना नवल वाटेल. त्यावेळी त्यांच्यासाठी मृत्यू निसर्गाद्वारे दिलेला एक विधी आहे, तंत्र आहे, ज्याद्वारे विधात्याची ही लीला पुढे चालवली जात आहे हे अतिशय स्पष्ट असेल. या विधीद्वारे माणूस मृत्यूनंतर आपल्यातील तरंग वाढवून सूक्ष्म जगतात अभिव्यक्ती करू शकतो. ज्याला हे ज्ञान मिळेल त्याला मृत्यूविषयीची समज पूर्णपणे प्राप्त होईल.

''आपण जो प्रश्न विचारला आहे, तो आता समजून घेऊया. एखाद्या माणसाचा मृत्यू झाला तर त्याचे नातेवाईक खूप रडतात. तो माणूस त्यांच्याबरोबर नाही ही कल्पनाच ते सहन करू शकत नाहीत. परंतु त्या लोकांना मात्र, ज्या माणसाचा मृत्यू होतो त्याला आपले नातेवाईक आता खूप रडणार आहेत यामुळे तणाव येतो हे माहिती नसतं. वास्तविक मृत्यूनंतर मृत व्यक्तीची मनापासून इच्छा असते की त्याच्यासाठी कुणीही रडू नये.

''मागे राहणाऱ्या लोकांनी मृत्यूला योग्य प्रकारे समजून, अशा घटनेला संधी मानून आपली चेतना वाढवायला हवी. वास्तवात आपल्या नातेवाइकांना सूक्ष्म जगातल्या सर्व गोष्टी सांगण्याची मृत माणसाची इच्छा असते. परंतु तेथे त्याच्या तरंगाचा स्तर वाढल्यामुळे आणि येथे आपल्यात क्षमता नसल्यामुळे आपण ते ऐकू शकत नाही. त्याला मात्र वाटत असतं, मृत्यू होण्यापूर्वीच मला या गोष्टी माहीत असत्या तर कदाचित आज

ही वेळ आली नसती. 'मृत्यू धोका आहे, पण महाजीवनासाठी तो मोका आहे' हे जर आपल्या नातेवाइकांना आधीच सांगितलं असतं तर मी पुढील यात्रेमध्ये लवकर प्रगती करू शकलो असतो.

''यासाठी लोकांमध्ये मृत्यूविषयीचं ज्ञान असणं अत्यावश्यक आहे. त्याचबरोबर प्रत्येकाला या सर्व गोष्टी मृत्यूपूर्वीच समजायला हव्यात. चेतनेच्या उच्च स्तरावर गेल्यानंतर मृतकाला आपल्या नातेवाइकांना तेथे असणाऱ्या सर्व गोष्टींबद्दल सांगण्याची इच्छा असते पण पृथ्वीवर लोक त्यांना ऐकू शकत नाहीत. नातेवाइकांनी आपल्या मृत्यूनंतर कसा प्रतिसाद दिला पाहिजे, हे मृत्यूविषयीचं ज्ञान असलेला माणूसच सांगू शकतो.

''आज प्रत्येक कुटुंबात ही समज असायला हवी, की कुटुंबातील ज्या नातेवाइकाचा मृत्यू आधी होईल त्याचा पुढील यात्रेत तणावरहित प्रवास व्हावा यासाठी इतर नातेवाइकांनी रडायचं नाही. कारण मागे राहणारे लोक त्याच्यासाठी उगीचच रडणार आहेत ही चिंता मृतकाच्या सूक्ष्म शरीरात राहतेच. म्हणून प्रत्येक परिवारात इतकी समज निश्चितच असायला हवी, की तथाकथित मृतकाला जे काही सांगायचं आहे ते आधीच सांगावं आणि नातेवाइकांनीही मृत्यूला संधी समजून त्याचा लाभ घ्यावा, आनंद घ्यावा. म्हणजे पुढील यात्रेत जाणारं सूक्ष्म शरीरही तणावरहित राहील. त्यानंतर या यात्रेत मी खुश आहे हे नातेवाइकांना कसं सांगावं, हा प्रश्न त्याच्यासमोर उद्भवणार नाही. कित्येकदा ते स्वप्नात येऊन आपली अवस्था दाखवून जातात परंतु लोक स्वप्नांची भाषा समजू शकत नाहीत.''

मध्येच राहूलला थांबवत सिद्धार्थानं विचारलं, ''मृत व्यक्तीला हे आपल्या नातेवाइकांना सांगण्याची इच्छा का असते ?''

''बाबा, पुढील यात्रेत गेलेल्या त्या व्यक्तीला हेही सांगायचं असतं, की माझ्याबाबतीत काही काळजी करू नका. मी दुःखात नाही तर आपणच दुःखात आहात. मी येथे अगदी आनंदात आहे. पार्ट टू चं जीवन बघून मला हे जाणवत आहे की माझा मृत्यू झालाच नाही. महाजीवनाच्या यात्रेत सूक्ष्म शरीरं इतक्या आनंदात असतात की 'पृथ्वीवर लोक दुःखात आहेत' असंच ते म्हणतील. मृत्यूकडे योग्यप्रकारे बघितल्यानंतरच आपल्या दृष्टिकोनात एवढा मोठा फरक पडू शकतो. वास्तविक पृथ्वीवर अज्ञानामुळे लोक दुःखात जगत असतात. खरंतर हीच चिंता त्या सूक्ष्म शरीराला भेडसावत असते. कारण ते स्थूल शरीर जेव्हा पृथ्वीवर होतं त्यावेळी त्याला या गोष्टी माहिती नव्हत्या. परंतु पुढील यात्रा करताना त्याला हे समजतं की पृथ्वीचं जीवन केवळ निमित्तमात्र होतं आणि

पुढे होणारी यात्राच खरं जीवन आहे, महाजीवन आहे...

''पृथ्वीवर ज्या नातेवाइकांचा मृत्यू होतो, त्यांचं सूक्ष्म शरीर पार्ट टूची यात्रा करू लागतं. परंतु नातेवाईक मात्र, तो स्वर्गात गेला असेल की नरकात... कदाचित त्याच्याबरोबर खूप काही वाईट घडलं असेल... त्याला उकळत्या तेलात टाकलं असेल... विस्तवावरून चालायला लावलं असेल... अशा कल्पना करत राहतात. वास्तवात असं काहीही नसतं. आपल्या नातेवाइकांसाठी वर्षानुवर्षं लोक दुःख करतात आणि आपलं अवघं आयुष्य याच मान्यतांमध्ये व्यतीत करतात.''

आता मात्र सिद्धार्थाची द्विधावस्था झाली... तो म्हणाला, ''राहूल, आधी जेव्हा मी तुला याविषयी सांगितलं होतं, तेव्हा तर तू म्हणाला होतास, की पृथ्वीवर दुःखच नाही. ज्याला मी दुःख समजत होतो तो केवळ धोका आहे आणि आता तूच मला सांगत आहेस, की पृथ्वीवर लोक दुःखात असलेले सूक्ष्म शरीर पाहू शकतं हे ऐकून मी खूपच गोंधळलो आहे. तरी कृपया मला या सर्व गोष्टी स्पष्ट करून सांग. कारण माझ्या डोक्यात विचारांनी नुसतं थैमान घातलं आहे.''

''आपण असा विचार करणं अगदी योग्य आहे. कसं ते सविस्तर समजून घेऊया... मी आपल्याला 'दुःख धोका आहे' हे सांगितलं होतं. ते अगदी खरं आहे. वास्तवात पृथ्वीवर दुःख नाहीच. आपण ज्याला दुःख समजतो तो केवळ भ्रम आहे आणि आता मीच सांगत आहे, 'सूक्ष्म शरीराला पृथ्वीवर लोक दुःखात असलेले दिसतात.' तात्पर्य हे आहे, की लोक आज ज्याला दुःख समजत आहेत खरंतर ते दुःख नाहीच. परंतु ते दुःख भोगत आहे असं लोकांना वाटतं. म्हणजे माणसाला जे तथाकथित दुःख वाटतं किंवा भासतं, ते नसतंच मुळी. पुढे जेव्हा 'दुःख' या शब्दाचा वापर करेन तेव्हा आपण असं समजायचं, मी या तथाकथित दुःखाविषयीच बोलत आहे.

''आपण या पृथ्वीवर शरीरासोबत मनालाही प्रशिक्षण मिळावं म्हणून घेऊन आलो आहोत. तेव्हा हेही लक्षात घ्यायला हवं, की स्थूल शरीर म्हणजे ईश्वराद्वारे स्वतःवर घातली गेलेली मर्यादा आहे, बंधन आहे. ईश्वर असीम आहे आणि ही मर्यादा सर्वोच्च अभिव्यक्तीसाठी घातली गेली आहे. परंतु ही महत्त्वपूर्ण बाब नीट न समजल्यामुळे माणूस आज दुःख भोगत आहे. त्याला वाटतं, तो बंधनात आहे शिवाय दुःखीही आहे. हे आपण अधिक सखोलपणे समजून घेऊया. खरंतर माणसासाठी पृथ्वीवर जन्म घेणे एक मोठी संधी आहे परंतु पृथ्वीवर येण्याचा मूळ उद्देश न समजल्यामुळे त्याला ती संधी फसवी वाटते आणि तो दुःखी होतो.

''ईश्वराला सर्वोच्च अभिव्यक्ती करायची होती म्हणून त्याने माणसाला निर्माण केलं. शरीररूपी बंधनात, मर्यादित राहून काही गुण विकसित करावेत अशी त्याची इच्छा असते. बंधन नसताना मनुष्य स्वतःचा विकास करत नाही उलट त्याला ऐषआरामात जगण्याची इच्छा असते. परंतु बंधन येताच आपल्याला प्रत्येक कार्य त्या बंधनात राहून करावं लागतं आणि बंधनात राहून जेव्हा आपण एखाद्या कार्याला पूर्णत्व देतो तेव्हा आपल्यातील अनेक प्रकारचे गुण विकसित होतात. बंधनाशिवाय ते गुण सुप्तावस्थेत असतात. बंधनात राहून आपण धैर्य, नवनवीन कल्पनांविषयी विचार करून रचनात्मक पद्धतीने कार्य पूर्ण करू शकतो. मग मर्यादा कोणतीही असो, ती आपल्या गुणांचा विकास करण्यासाठी खूपच उपयुक्त ठरते. परंतु माणूस नेमकं हेच विसरल्यामुळे तो त्रस्त होतो, दुःखी होतो. त्याला एकसारखं वाटत राहतं, जगात दुःखच दुःख आहे.

''आता आपण जाणता, की खुश का राहायचं आहे? या आनंदी अवस्थेत आपल्यात असलेल्या गुणांचा विकास होत असतो आणि मर्यादित राहूनही आपण कित्येक कार्य पूर्ण करू शकतो. आता आपल्या लक्षात आलंच असेल, पृथ्वी म्हणजे किती मोठी संधी आहे. माणसाचा जन्म यासाठीच महत्त्वपूर्ण मानला जातो. येथेच ईश्वराला आपला सर्वोच्च विकास करायचा असतो. या गोष्टीमुळे माणसानं खरंतर किती खुश व्हायला हवं! परंतु तरीही तो दुःखी आहे... पृथ्वीवर येण्याचा उद्देशच तो विसरला आहे. त्यामुळे मृत्यूनंतरही दुःख आहे का? असाही विचार पृथ्वीवरचं दुःख पाहून लोकांच्या मनात येतो. परंतु घाबरण्याचं कुठलंच कारण नाही. कारण त्यानंतर कोणतंही दुःख नाही. हे नीट समजून घ्यायला हवं.

''पृथ्वीवर अज्ञानामुळे माणूस दुःख भोगत असतो. पण सूक्ष्म जगतात, अज्ञानाचा हा बुरखा फाटल्यामुळे लोकांना हे कळतं, की ते स्वतःला काय समजून जगत आहेत? ही समज प्राप्त होताच त्यांच्या जीवनातील सर्व दुःख नाहीशी होतात. जे लोक चेतनेच्या निम्न स्तरावर पोहोचतात आणि ज्यांनी शरीरहत्येचा(आत्महत्येचा) मार्ग स्वीकारला तेच केवळ दुःखात राहतात.''

''राहूल, मृतकाचे नातेवाईक रडतात त्यावेळी त्याला त्रास होतो. तेव्हा मृतकासाठी असं काय करावं ज्यामुळे त्याची पुढील यात्रा सुखकर होईल? यावरही तू मार्गदर्शन दिलंस तर फार बरं होईल.'' सिद्धार्थानं विचारलं.

''जे लोक मृत्यूनंतरची समज प्राप्त केल्याशिवायच सूक्ष्म शरीराची यात्रा करतात, ते अनेक प्रकारच्या त्रासांना सामोरं जातात आणि नातेवाइकांना सांगू इच्छितात, 'कृपया

माझ्यासाठी रडू नका. गरज नसतानाही तुम्ही कर्मकांड करत आहात. त्यामुळे मला येथे खूप त्रास होत आहे.' आपल्या भावना सूक्ष्म जगतातही पोहोचत असतात म्हणून प्रथम रडणं बंद करा असं सांगितलं जातं. परंतु ते तेथून सांगू शकत नाहीत आणि पृथ्वीवरचे लोक समजू शकत नाहीत. 'भावनांसाठी कुठलंही अंतर बाधा बनत नाही. भावना सहजतया पृथ्वीवरून पार्ट टू पर्यंत पोहोचतात.' ज्या व्यक्तीने मृत्यूपश्चात असलेल्या जीवनाविषयी इतक्या सर्व गोष्टी समजून घेतल्या असतील ती आता नातेवाइकाच्या मृत्यूचं दुःख करत बसण्याऐवजी शांत राहील, आपल्या भावनांवर नियंत्रण ठेवील, त्याच्याविषयी सकारात्मक भाव ठेवेल. मृत नातेवाइकाची पुढील यात्रा सुखद व्हावी यासाठी प्रार्थना करेल. कारण तिला आता हे माहीत असेल, आपल्या भावना त्याच्यापर्यंत पोहोचत आहेत.

"काही लोक मात्र मृतकाला श्रद्धांजली देण्यासाठी वेगवेगळे विधी, कर्मकांड करतात परंतु त्यामुळे मृत व्यक्तीला शांती मिळत नाही. उलट जे लोक पृथ्वीवर मोह-मायेत अडकलेले असतात, ते मृत्यूनंतरही पृथ्वीवरील नातेवाइकांचीच आठवण करतात. वास्तविक त्यांच्यासाठी प्रार्थना करणे ही सर्वांत सोपी आणि परिणामकारक पद्धत आहे.

"माणसाच्या मनात जितकी आसक्ती असते, जितका तो मायेत गुंतलेला असतो तितकी त्याची यात्रा भरकटते. कारण त्याला हे ज्ञान नसल्यामुळे, मोहामुळे तो पृथ्वीवरच्या गोष्टी आणि नातेवाइकांचीच आठवण करत राहील. तेव्हा अशा लोकांच्या मुक्तीसाठी प्रार्थना केली जाते, 'आता पृथ्वीवरच्या जीवनाविषयी काही विचार करू नका. आपली आसक्ती सोडा आणि पुढील यात्रेवर लक्ष द्या.' अशा प्रार्थनेचा त्यांना फायदा होतो. म्हणून कर्मकांडातून मुक्त होऊन योग्य प्रार्थना करणं केव्हाही श्रेयस्कर. जे लोक पृथ्वीवर मोह-मायेत गुंतून पार्ट टू मध्ये जातात ते आपली पुढील यात्रा लवकर सुरू करू शकत नाहीत.

"एखाद्या लहान मुलाने पास झाल्यानंतरही जर हट्ट केला, की 'मी पुढील वर्गात बसणार नाही.' तर आजूबाजूचे सर्व लोक त्याला समजावतात, 'अरे बाबा, आता तू पास झाला आहेस म्हणून नवीन वर्गात बस'. परंतु तरीही तो पुढच्या वर्गात बसण्यासाठी तयार होत नाही. नवीन वर्गात ओढून नेत असतानाही तो रडतो, ओरडतो, 'नाही, मी जाणार नाही. मी याच वर्गात बसणार' असा हेका धरतो. अगदी अशीच अवस्था पृथ्वीवर मोहमायेत अडकलेल्या माणसाची तेथे गेल्यावर होते."

सिद्धार्थ राहूलच्या या गोष्टी लक्षपूर्वक ऐकत होता. त्याच्यात आता मृत्यूनंतरही

जीवन आहे असा विश्वास निर्माण झाला होता. त्याने आजवर केवळ परलोकातील पऱ्या किंवा नरकात त्रास देणाऱ्या राक्षसांच्या गोष्टीच ऐकल्या होत्या परंतु राहूल तर म्हणत आहे की स्वर्ग-नरक या केवळ कल्पना मात्र आहेत. याचाच अर्थ मृत्यूनंतरच्या जीवनाविषयी त्याला काहीही माहिती नाही. ते काही वेगळंच आहे. कहाण्यांपलीकडचं आहे! तेव्हा, मृत्यूनंतरचं जीवन कसं असतं... तेथे लोक कसे राहतात... मृत्यूनंतरची यात्रा कशी होते... हे सर्व सविस्तर समजून घेणं त्याला आवश्यक होतं.

''राहूल, तू नुकताच पार्ट टू मधून आला आहेस म्हणून तुला तेथील सर्व गोष्टी आठवत आहेत. परंतु तू सांगत असलेल्या या सर्व गोष्टींमुळे ते जीवन जाणून घेण्याची माझी उत्कंठा मात्र शिगेला पोहोचली आहे.'' सिद्धार्थाच्या आवाजातून ती उत्सुकता जाणवत होती.

''साहजिकच आहे.'' राहूल उद्‌गारला. ''मी आपल्याला तेथील माहिती अवश्य देईन परंतु उद्या... आज एवढंच...'' असं म्हणून राहूल गाढ झोपी गेला. सिद्धार्थाने त्याच्या काळ्याभोर केसांवरून हळुवारपणे हात फिरवला व त्याला उचलून यशोदेच्या महालात नेऊन ठेवलं आणि तो स्वतःच्या प्रश्नांवरच मनन करू लागला. भावनांचा इतका प्रभाव असतो हे सिद्धार्थाला माहीत नव्हतं. आजवर तो आपल्या भावनांविषयी कधीही जागरूक नव्हता परंतु आता मात्र त्याने निश्चय केला, की यानंतर आपल्या प्रत्येक भावनेविषयी तो सजगता बाळगेल. या विचारात तो कधी झोपेच्या अधीन झाला हेच कळलं नाही.

दिवस ९

मृत्यूची बातमी कशी ऐकाल

नवा निर्णय

'**रा**जा सुयोधनांनी त्वरित बोलावलं आहे' असा निरोप घेऊन एक सेवक सिद्धार्थाच्या महालात भल्या पहाटेच आला. आजचा दिवस काही वेगळाच दिसतोय असा विचार करून सिद्धार्थ आपल्या वडिलांना भेटण्यासाठी गेला. तेथे गेल्यानंतर त्याला जाणवलं, की आज त्याचे वडील खूपच उदास दिसत आहेत. त्यांनी सर्व सेवकांना महालाबाहेर जाण्याचा आदेश दिला. सेवक महालाबाहेर जाताच राजा सुयोधन जोरजोरात रडू लागले. सिद्धार्थ बुचकळ्यात पडला. त्याचबरोबर त्यांच्या रडण्याचं आश्चर्यही वाटलं. त्याने अनेकदा कारण विचारण्याचा प्रयत्न केला परंतु त्यांचे अश्रू थांबेनात. रडवेल्या स्वरात...''सिद्धार्थ तुझे काका स्वर्गवासी झाले.'' एवढंच कसंबसं ते म्हणू शकले.

ही बातमी ऐकताच सिद्धार्थाच्या मनात जुन्या आठवणींना उजाळा मिळाला. त्याचे काका त्याच्यावर अमर्याद प्रेम करत. त्यांच्या सहवासात व्यतीत केलेले ते सुंदर क्षण त्याच्यासमोर ताजे झाले. त्या सर्व गोष्टी आठवून काही क्षण सिद्धार्थ उदास झाला आणि वडिलांना रडताना पाहून त्याच्याही डोळ्यात अश्रू तरळले. पण त्या अवस्थेतही त्याला राहूलची आठवण आली. त्याच्याशी झालेलं संभाषण आठवलं आणि काय आश्चर्य! त्याक्षणी त्याच्या डोळ्यातून अश्रू येणं थांबलं!

मृत्यूनंतरही जीवन असतं असं राहूलने सांगितलेलं त्याला लगेच आठवलं. तेथेही सूक्ष्म शरीराचा प्रवास चालू असतो. याचाच अर्थ त्याच्या काकांचीही पुढील यात्रा सुरू झाली आहे या विचाराने त्याच्या मनाला थोडी शांती मिळाली. त्या सर्व गोष्टी आठवल्यानंतर तो राजा सुयोधनांना म्हणाला, ''पिताजी, मी समजू शकतो, आपण यावेळी अतिशय दुःखी आहात. परंतु आपल्याला त्वरित तेथे जाऊन आपल्या इतर नातेवाइकांनाही सांभाळायला हवं. कारण या घटनेचा परिणाम आपल्या प्रजेवर आणि इतर नातेवाइकांवरही झाला असेल. त्या सर्वांना सांभाळणं आपलं कर्तव्य आहे. यावेळी

काकांचं राज्य वाचवणं आणि आपल्या दुःखावर नियंत्रण ठेवणं सर्वाधिक गरजेचं आहे, नव्हे एकप्रकारे ही आपली जबाबदारीच आहे.''

सिद्धार्थाला असं बोलताना पाहून राजा सुयोधनांना खूप आश्चर्य वाटलं. कित्येक महिन्यांपासून सिद्धार्थाला त्यांनी उदासच पाहिलं होतं. परंतु मागील काही दिवसांपासून तो राज्यकारभारात लक्ष घालू लागला होता. अशा अवस्थेत त्यांना तो असं काही बोलेल याची अजिबात अपेक्षा नव्हती. तरीही काहीसं संकोचत राजा सुयोधन सिद्धार्थाला म्हणाले, ''आपल्याला तेथे जायला हवं हे अगदी खरं आहे परंतु आपल्या राज्याचा कारभार सांभाळण्यासाठी तुला मात्र येथेच थांबावं लागेल. मी तुझ्या आईला सोबत घेऊन जाईन.''

सिद्धार्थाने पुन्हा एकदा अशी काही घटना बघावी ज्यामुळे त्याला दुःख व्हावं व ज्योतिषांची भविष्यवाणी खरी ठरावी अशी राजा सुयोधनांची मुळीच इच्छा नव्हती. या भीतीपोटी त्यांनी सिद्धार्थाला तेथेच थांबायला सांगितलं. परंतु सिद्धार्थाने त्यांच्या मनातील ही भीती ओळखली. त्याला येथेच का थांबायला सांगत आहेत ही गोष्ट लक्षात येताच सिद्धार्थ वडिलांना म्हणाला, ''पिताजी, आपली जर अशी इच्छा असेल तर आपण अवश्य जा... मी येथेच थांबतो पण तेथे गेल्यानंतर माझा हा संदेश तेथील सर्व लोकांना अवश्य सांगा. कृपया आता काकांसाठी रडू नका. कारण आता त्यांची मृत्यूनंतरची यात्रा सुरू होणार आहे. सर्वजण रडतील तर तेथे त्यांना त्रास होईल आणि पुढच्या यात्रेत बाधा येईल. आपल्याला जर त्यांना खरोखरच मदत करायची असेल तर त्यांच्यासाठी मनापासून प्रार्थना करा. कारण यापुढे केवळ आपली प्रार्थनाच त्यांच्यापर्यंत पोहोचू शकते आणि त्यामुळे त्यांची पुढील यात्रा सुखकर होईल.''

सिद्धार्थाच्या अशा रहस्यमय गोष्टी ऐकून राजा सुयोधन आश्चर्यचकित झाले. क्षणभर त्यांना वाटलं, साक्षात एखादा ज्ञानी महापुरुषच त्यांच्यासमोर उभा आहे! आपल्या काकांच्या मृत्यूची बातमी ऐकून सिद्धार्थ खूप दुःखी होईल असं प्रथम त्यांना वाटलं. कदाचित हा आघात तो सहनही करू शकणार नाही. परंतु प्रत्यक्षात मात्र असं काहीच घडलं नाही. घटनेच्या परिणामस्वरूपी सिद्धार्थ अधिकच शांत असलेला त्यांनी पाहिलं. नवल या गोष्टीचं होतं की त्याने वडिलांचं सांत्वनही केलं. जे त्यांना अजिबात अपेक्षित नव्हतं. त्याच्याकडून ज्ञानपूर्ण अशा गूढ गोष्टी ऐकून सिद्धार्थ आता मृत्युस्थळी जाण्यासाठी तयार झाला आहे असा राजाला पूर्ण विश्वास वाटू लागला. त्यांना वाटत असलेली भीती क्षणार्धात नाहीशी झाली. ते सिद्धार्थाला म्हणाले, ''तुझं हे बोलणं ऐकून मला

असं वाटतं आहे, की माझा निर्णय चुकीचा होता. परंतु आता मात्र तूच तेथे जावंस अशी माझी मनःपूर्वक इच्छा आहे. त्याचबरोबर तेथील सर्व लोकांचं सांत्वन तर करच शिवाय त्यांना समजही प्रदान करावीस जेणेकरून तुझं तेथे जाणं अधिक लाभदायक सिद्ध ठरावं.''

राजा सुयोधनाने सिद्धार्थाला जाण्याची आज्ञा दिली. परंतु राहून राहून त्यांना सिद्धार्थाला मृत्यूविषयीची इतकी गहिरी समज कोठून प्राप्त झाली, याचं आश्चर्य त्याचबरोबर त्यांचा मुलगा दुःखद घटनांनादेखील योग्य दृष्टिकोनातून बघायला शिकला आहे याचाही आनंद होताच.

दिवस १०

मृत्यूनंतरच्या घटनेतील प्रतिसाद

मृत्यू आणि विविध प्रथा

ईश्वर इतका निर्दयी कसा? सिद्धार्थ, त्याने माझ्याबरोबर असं करायला नको होतं. मी असा कोणता गुन्हा केला, जेणेकरुन त्याने माझे वडीलच माझ्यापासून हिरावून घेतले.

सिद्धार्थाला पाहताच त्याच्या चुलत भावाचा शोकावेग अनावर झाला आणि तो ओक्साबोक्शी रडू लागला. कारण वडील गेल्यानंतर राज्याची सर्व जबाबदारी आता त्याच्यावर पडणार होती. तेथे पोहोचताच सिद्धार्थाने इतर सर्व नातेवाइकांचं सांत्वन केलं. त्यानंतर तो आपल्या चुलत भावाला भेटण्यासाठी त्याच्या महालात आला होता.

त्याला शांत करत सिद्धार्थ म्हणाला, ''तुझे वडील तुला दिसत नाहीत म्हणून तुला त्रास होत आहे. तुला वाटतंय, की यानंतर तू आपल्या वडिलांना कधी भेटू शकणार नाहीस. परंतु हे वास्तव नाही. मृत्यूनंतरही काकांची जीवनयात्रा चालूच आहे.'' हे ऐकताच त्याच्या भावाला थोडा दिलासा मिळाला.

तेथे गेल्यानंतर सिद्धार्थानं पाहिलं, सारं वातावरण शोकमग्न होतं. काकांच्या मृत शरीराला बांबूच्या तिरडीवर झोपवलं होतं. चेहरा सोडून त्यांचं संपूर्ण शरीर पांढऱ्या रेशमी वस्त्रात गुंडाळलेलं होतं. डोक्यावर चंदनाचा लेप लावलेला आणि वर लाल व पिवळ्या रंगाची फुलं होती. उदबत्तीचा सुगंध सर्वत्र दरवळत होता. बाजूला दिवा जळत होता. शेजारी प्रजाजन, नातेवाईक बसलेले होते. काही आपापसात कुजबुजत होते तर काही मान खाली घालून रडत होते. सिद्धार्थानं सगळ्या लोकांना समजावलं, की मृत्यूनंतरही जीवन असतं आणि काका पण आता त्याच यात्रेत आहेत. पृथ्वीवर माणसाच्या डोळ्यांना मर्यादा असल्यामुळे कोणीही त्यांना बघू शकत नाही. परंतु त्यांची अशी इच्छा आहे, की सर्व नातेवाइकांनी शोक करण्याऐवजी त्यांच्यासाठी प्रार्थना करावी. प्रार्थनेमुळे त्यांची पुढील यात्रा सुकर होईल. सिद्धार्थाच्या काही नातेवाइकांचा त्याच्या

सांगण्यावर विश्वास बसला तर काहींना या गोष्टी पटल्या नाहीत. ज्या नातेवाइकांचा विश्वास बसला त्यांचं दुःख कमी होऊन ते आपल्या राजासाठी प्रार्थना करू शकले. या दरम्यान सिद्धार्थाचं वागणं, त्याचा शांत प्रतिसाद देणं बघून काही दिवसांपूर्वी एकदम उदास आणि कुठल्याही गोष्टीत रुची न घेणारा सिद्धार्थ एकदम इतका कसा बदलला, या गोष्टीचं गूढ त्यांना उकललं नाही.

राज्याची व्यवस्था पूर्वीप्रमाणेच ठेवण्यासाठी चुलतभावाला मदत करावी अशी सिद्धार्थाची मनापासून इच्छा होती. त्याला माहीत होतं, अशा अवस्थेत आपल्या चुलत भावाला राज्यकारभार सांभाळण्यासाठी वेळ लागेल त्यामुळे त्याला तेथे थांबणं अपरिहार्य होतं म्हणून त्याने यशोदा आणि राहूल यांनाही बोलावून घेतलं. या संपूर्ण घटनाचक्रात सिद्धार्थाने माणसाच्या मनाची विविध रूपं बघितली. एखाद्याचा मृत्यू झाल्यानंतर लोक कसा प्रतिसाद देतात आणि वास्तविक त्यांनी कसा प्रतिसाद द्यायला हवा, ही गोष्टही सिद्धार्थाने जाणली. त्याच्या मनात पार्ट टू विषयीची माहिती जाणण्याची उत्कंठा अधिकच वाढली होती. राहूलबरोबर बोलण्यासाठी तो आतुर झाला होता. ज्याप्रमाणे मोर पावसाची वाट पाहताना वेडापिसा होतो आणि सारखा आकाशाकडे टक लावून पाहतो, त्याप्रमाणे कधी एकदा रात्र होते आणि कधी मी राहूलशी याविषयी चर्चा करतो असं त्याला झालं होतं. त्याच्या मनात असलेल्या सर्व प्रश्नांची उत्तरं त्याला आज हवी होती.

मध्यरात्र झाली, चंद्राचा मंद प्रकाश सर्वत्र पसरला होता. सर्वजण झोपले आहेत याची खात्री करून सिद्धार्थ राहूलला आपल्या कक्षात घेऊन आला आणि म्हणाला, ''राहूल, आज मला तुझ्याशी खूप बोलायचं आहे. तुझ्याबरोबर बोलण्यासाठी मी अतिशय उत्सुक होतो. या संपूर्ण घटनाक्रमात मला काय काय जाणवलं, मला कोणते प्रश्न पडले ते मी तुला सांगणार आहे.''

त्यावर राहूल खुदकन हसला आणि म्हणाला, ''बाबा, आपला आनंद तर चेहऱ्यावर झळकत आहे. तसं पाहिलं तर आपल्याला मृत्यूनंतरच्या जीवनाचं ज्ञान मिळणं आणि त्याच दरम्यान मृत्यूची घटना घडणं, ही खरंतर आपल्यासाठी अपूर्व संधी आहे. या सर्व घटनांमुळे माणसाला मृत्यूचं ज्ञान असणं किती आवश्यक आहे हे आता आपल्याला समजलंच असेल. त्यामुळे आपल्या विचारात आणि आचारात किती मोठा फरक पडतो.

''माणूस स्वतःहून कधी मनन करत नाही. त्याचप्रमाणे तो साधना अथवा सखोल मनन करण्यासाठीही लवकर तयार होत नाही. काही विशिष्ट घटनांद्वारे त्याने आपले तरंग वाढवून उच्च अनुभव घ्यावेत, ही निसर्गाने माणसासाठी निर्माण केलेली एक सुंदर व्यवस्था

आहे. मृत्यू ही अशी घटना आहे ज्यात माणसाला आपले तरंग वाढवण्याची संधी मिळते. ज्या माणसाचा मृत्यू होतो त्याचे तरंग बदलतात आणि त्यानंतर त्याच्या आसपासच्या लोकांचेही तरंग या घटनेनंतर काही वेळेसाठी बदलतात. काही लोक ध्यान, तप आणि सिद्धींद्वारे आपल्या शरीराचे तरंग बदलू शकतात.''

त्यावर सिद्धार्थ म्हणाला, ''राहूल, खरोखरच या मृत्यूच्या घटनेनं माझं सखोल असं मनन झालं. तू जी समज मला दिलीस त्या आधारावर माझं मन या घटनेत अकंप राहिलं. मी जराही विचलित झालो नाही याबद्दल मी तुझा अत्यंत ऋणी आहे. मला तुला खूप धन्यवाद द्यायचे आहेत. आता माझ्या सर्व प्रश्नांची उत्तरं दे. काकांचा मृत्यू झाल्यानंतर त्यांच्या शरीराला जाळलं गेलं. त्यानंतर लोक कित्येक दिवस अनेक कर्मकांड करत राहिले. त्यात गरुडपुराण वाचण्याचं कर्मकांड सर्वांत मुख्य होतं. मी त्यातील काही गोष्टी ऐकल्या आणि मला खूप भीती वाटली. मृत्यूनंतर गरुडपुराण वाचणं खरंच आवश्यक असतं का?''

''गरुडपुराण एक असा ग्रंथ आहे, जो हिंदूंमध्ये मृत्यूनंतर वाचला जातो. त्यात असं सांगितलं आहे की, माणसाच्या शरीराच्या मृत्यूनंतर काय काय होतं... त्याच्या आत्म्याला मार्गदर्शन कसं मिळालं पाहिजे... पण हे वर्णन वाचून कित्येक लोक भयभीत होतात. बापरे! यमराज... त्याचे अक्राळ विक्राळ दूत... त्यांचे भयानक चेहरे... मेलेल्या माणसाला पकडून नेत आहेत... तो माणूस जोरजोराने 'सोडा मला... सोडा मला... मला माफ करा' असं किंचाळत असतो... असं वर्णन गरुडपुराणात आहे. माणूस जसं कर्म करेल, त्याची यात्रा मृत्यूनंतर तशीच होईल. जर माणसाने जीवनात चांगली कर्मं केली असतील तर त्याचं फळही उत्तम असेल आणि वाईट कर्मं केली असतील तर त्याचं फळही त्रासदायकच असेल. अनेक यातना त्याला भोगाव्या लागतील असं त्यात सांगितलं आहे.

''माणूस जर मोहात अडकला तर त्याच्या पुढील यात्रेत अनेक बाधा येतील आणि तो एकाचवेळी शंभर विंचू चावल्यानंतर जशा वेदना होतात त्याप्रमाणे तडफडून मरेल. अशा काही गोष्टी त्या पुराणात सांगितल्यामुळे त्या ऐकून सामान्य माणूस अतिशय घाबरून जातो. जो माणूस मेला तो हे पुराण ऐकत नाही तर जे जिवंत आहेत ते अशा गोष्टी ऐकतात. अशा प्रकारे जिवंत लोकांच्या जीवनात परिवर्तन घडवून आणण्यासाठी अशा कहाण्या रचल्या जातात. एखादी दुःखद घटना घडल्यानंतरच माणूस असा काही विचार करू शकतो म्हणून अशा ग्रंथांना मृत्यूच्या घटनेबरोबर जोडलं जातं. कर्मकांड

म्हणून जेव्हा हे ग्रंथ वाचले जातात तेव्हा लोकघाबरतात आणि त्यामुळे त्यांच्या वागण्यात योग्य परिवर्तन घडतं, त्यांचं कर्म बदलतं. परंतु आज मात्र अशी स्थिती आहे की, गरुडपुराण ऐकल्यानंतर कर्मात बदल होण्याऐवजी लोकांमध्ये भीती उत्पन्न होते. त्यासाठी ही गोष्ट लक्षात ठेवायला हवी, आपल्या कर्मांमध्ये भीतीमुळे नव्हे तर मनन करून मिळालेल्या समजेमुळे परिवर्तन व्हायला हवं. माणूस जेव्हा सत्याच्या मार्गावर वाटचाल सुरू करतो तेव्हा त्याच्या जीवनात 'समजेला' सर्वाधिक महत्त्व असायला हवं.

''प्रत्येक साधकाच्या हातात समजरूपी मशाल असायला हवी. त्यानं एखादं पुराण वाचून, कुठलं कर्मकांड करून भीतिदायक, अंगावर शहारे आणणाऱ्या कहाणीद्वारे प्रेरित न होता, स्वतः समज प्राप्त करून पुढील मार्ग शोधायला हवा. समजरूपी प्रकाशात ज्ञानचक्षूंनी त्याला बघता यावं. त्यानंतर जीवनात काय होत आहे हेही दिसेल. लोक कोणत्या गोष्टीत गुंतलेले आहेत आणि कोणत्या कर्मांमुळे त्यांना याच जीवनात मोक्षप्राप्ती होऊ शकते हेही समजेल. आपण स्वतः मनन करून समजेचा मार्ग अंगीकारला आहे. तेव्हा आपण याचं महत्त्वही समजू शकता.''

सिद्धार्थाचा प्रतिसादच त्याच्या जीवनात मननाचं किती महत्त्व आहे हे दर्शवत होता. हीच गोष्ट लक्षात ठेवून सिद्धार्थाने त्याच्या मनात निर्माण झालेले आणखी काही प्रश्न राहूलला विचारले. ''मृत्यूनंतर कर्मकांड का केले जातात? या कर्मकांडांना काही अर्थ आहे, की या केवळ मान्यता आहेत? आपल्या पूर्वजांनी सांगितलं म्हणून आपण कर्मकांड करतो, की त्यांच्याजवळ यामागे काही समज होती, काही उद्देश होता? विश्वात सर्वत्र अशीच कर्मकांडं केली जातात का?''

त्यावर राहूलनं उत्तर दिलं, ''बाबा, आपण एकाचवेळी अनेक प्रश्न विचारले आहेत. हे सगळं समजून घेण्याची तुमची अधिरता मी जाणू शकतो. पण हे सर्व प्रश्न आपण एक एक करून समजून घेऊया. सर्वप्रथम मृत्यूसंबंधित प्रश्नांविषयी आपण चर्चा करू. विविध संप्रदाय आणि धर्मांमध्ये मृत्युसंबंधी वेगवेगळ्या मान्यता प्रचलित आहेत. काही पंडित पुरोहितांनी आपल्या अर्धवट ज्ञानाद्वारे, केवळ पैशाच्या मोहापायी लोकांमध्ये चुकीच्या धारणा पसरवल्या. काही लोक अंधश्रद्धेने आजही त्याचं पालन करत आहेत. याचा अर्थ मृत्यूनंतरच्या प्रत्येक कर्मकांडाला काही अर्थ नाही, असा नव्हे. काही कर्मकांडांमागे निश्चितच काही कारण आहे. परंतु इतर कर्मकांडांना मात्र चुकीच्या मान्यता जोडल्या गेल्या आहेत. प्रत्येक जाति-धर्माच्या स्वतःच्या अशा मान्यता आहेत. त्या आता मी सांगतो...

''काही शतकांपूर्वी इजिप्तमध्ये माणसाच्या मृत्यूनंतर मृतदेहांचे ममीकरण केले जाऊ लागले. मृतदेहावर वेगवेगळ्या प्रकारच्या द्रव्यांचा लेप देऊन ते सुरक्षित ठिकाणी पुरले गेले. पुन्हा कधीतरी ते देह सजीव होतील अशी धारणा त्यामागे होती. माणसाला आपल्या शरीराबद्दल किती आसक्ती असते याचं हे टोकाचं उदाहरण. एखादा राजा मरण पावला तर त्याच्या मृतदेहाला द्रव्यांचा लेप लावून त्यावर पिरॅमिड उभारले गेले. पुढे कधीतरी ते शरीर पुन्हा सजीव होईल असा त्यावेळच्या लोकांचा समज होता. त्या राजाच्या आवडीच्या आणि दैनंदिन गरजेच्या वस्तूही पिरॅमिडमध्ये ठेवण्यात येत असत. त्या राजाच्या शरीरात पुन्हा प्राण संचार करेपर्यंत कोणतीही गैरसोय होऊ नये ही भावना त्यामागे होती. काही राजांबरोबर त्यांच्या दासदासींनाही सेवेसाठी पुरण्यात येत असे. लोकमानसात असणाऱ्या या चुकीच्या समजुती काय काय करू शकतात त्याची ही उदाहरणं. जे द्रव्य त्यावेळी ममीकरणासाठी वापरलं गेलं त्याचा महानिर्वाणासाठी, जीवनाच्या सर्वोच्च अभिव्यक्तीसाठी उपयोग करता आला असता परंतु अज्ञानामुळे धन आणि बुद्धीचा उपयोग नाशवंत शरीराला वाचवण्यासाठी केला गेला. मृत्यूच्या भयापोटी माणूस हे सर्व करतो. कारण मृत्यू ही अज्ञात गोष्ट आहे, त्यामुळे त्याचं भय वाटणंही स्वाभाविक आहे. एखादा नवा जीवजंतू दृष्टीस पडला तर माणसाला भीती वाटते. कदाचित तो विषारी असेल या कल्पनेने लोक घाबरतात, परंतु परिचित प्राण्यांबद्दल ते विषारी नाहीत हे ठाऊक असल्यानं त्यांचं भय वाटत नाही. तेथे आपण निश्चिंत राहतो. एकेकाळी टोमॅटो विषारी आहे असं मानलं जायचं. त्यामुळे टोमॅटो खायला सहजासहजी कोणीही तयार होत नसत. अज्ञानामुळे लोक घाबरत होते पण आता मात्र प्रत्येक भाजीत सर्रास टोमॅटो वापरला जातो. ज्ञानामुळे आयुष्यात इतका प्रचंड फरक पडू शकतो.

''केवळ मिस्र देशातच नाही तर इतर देशांमध्येही अनेक मान्यता आहेत. माणसाचा मृत्यू झाल्यानंतर त्याच्याबरोबर असणारा 'हीन' आत्मा लगेच नष्ट होतो आणि 'हून' आत्मा आपल्या पितरापर्यंत नेऊन पोहोचवतो असा चिनी लोकांचा विश्वास आहे.''

''राहूल, या गोष्टी ऐकून असं वाटतं, चीनमधील लोकदेखील स्थूल आणि सूक्ष्म शरीराबद्दलच सांगत असावेत...''

राहूलला माहीत होतं, की आता सिद्धार्थ हाच प्रश्न विचारेल म्हणून मध्येच त्याला थांबवत तो म्हणाला, ''आपण करत असलेल्या संभाषणावर मनन केल्याने आपल्याला 'हीन' आत्मा आणि 'हून' आत्म्याचा संबंध स्थूल आणि सूक्ष्म शरीराबरोबर आहे, असं वाटत आहे परंतु खरंतर असं नाही.

“प्राचीन काळापासून आत्मा हा शब्द ईश्वरासाठी वापरला गेला आहे. परंतु आज मात्र आपल्याला शरीर व त्याच्याबरोबर असलेला अनुभव हे दोन्ही वेगवेगळे आहेत आणि त्याच अनुभवाला ईश्वर असं म्हटलं आहे ही गोष्ट समजली. त्याकाळी लोकांना हे माहीत नसल्यामुळे ते सूक्ष्म शरीरालाच आत्मा म्हणत. परंतु सूक्ष्म शरीर आणि ईश्वर या दोन वेगवेगळ्या गोष्टी आहेत. हे स्पष्ट न झाल्यामुळे चीनमध्ये हीन आणि हून आत्म्याची मान्यता बनली. त्याचप्रमाणे काही मान्यता हिंदूंमध्येही प्रचलित आहेत. भारतात पितरांची पूजा करण्यात येते. पुत्र असेल तर पितरांना सद्‌गती मिळते अन्यथा नाही, अशी समजूत आहे. ज्याप्रमाणे वस्त्र जुनी झाल्यानंतर बदलली जातात त्याप्रमाणेच मृत्यूनंतरही शरीर बदललं जातं, ही धारणा हिंदूंमध्ये आहे. मृत्यूनंतर माणसाला सद्‌गती मिळण्यासाठी काही विशेष कर्मकांडांची आवश्यकता असते, अशी मान्यताही लोकांमध्ये खोलवर रुजलेली आहे.”

“मला तर माहीतच नव्हतं, की वेगवेगळ्या देशांमध्ये विविध मान्यता आणि प्रथा असतात, परंतु असं जर असेल तर त्या त्या देशात स्थूल शरीराच्या मृत्यूनंतर तेथील अंत्यविधीच्या पद्धतीही निरनिराळ्या असतील होय ना?” सिद्धार्थने विचारलं.

त्यावर राहूल म्हणाला, “प्रत्येक धर्मात माणसाच्या मृत्यूनंतर त्या शरीराबरोबर वेगवेगळी कर्मकांडं केली जातात. हिंदू, जैन, शिख लोकांमध्ये मृत शरीर जाळलं जातं. तर मुसलमान आणि ख्रिश्चन धर्मात जमिनीत दफन केलं जातं. या वेगवेगळ्या धर्मांच्या कर्मकांडांमागे काही उद्देश होते. अरब देशात प्रचंड वाळवंट आहेत, तेथे भरपूर जमीन असल्यामुळे मृतदेह पुरण्याची प्रथा पडली. वाळवंटात आधीच वाळू खूप तापते आणि तेथे मृतदेहावर अग्निसंस्कार करायचा म्हटलं तर त्या उकाड्यात आणखीच भर पडणार. त्यावर अग्निसंस्काराचा सल्ला जर कोणी दिला तर त्याची मूर्खातच गणना होणार. यासाठी वाळवंटात मृत्यूनंतर माणसाच्या शरीराला दफन करण्याची प्रथा पडली.

“विविध चालीरीतींचा उगम कसा होतो ते यामुळे दिसतं. काही धर्मात पक्ष्यांनी मृतदेहाचं भक्षण करावं असं मानलं जातं. त्या लोकांचे विचार वेगळे आहेत, समज वेगळी आहे. ते शरीराला पुन्हा निसर्गाच्या हवाली करतात. त्यामागे असा विचार असावा की मनुष्य आयुष्यभर ज्या पंचमहाभूतांच्या आधारे जगत राहिला ते पंचत्वात विलीन होणंच इष्ट. नियतीचा हाच परिपाठ आहे. निसर्गात समतोल, सातत्य कसं राखलं जातं याचा काळजीपूर्वक विचार करून काही व्यक्तींनी ही प्रथा पाडली असावी. परंतु ती योग्य आहे असा याचा अर्थ नाही. त्यावेळच्या समजेनुसार ती प्रथा त्यावेळी योग्य असेल.”

"आता माझ्या लक्षात आलं प्रत्येक भागात वेगवेगळ्या प्रथा का बनतात? तेथील वातावरण आणि निसर्ग बघून प्रथा बनवल्या जातात तर!'' सिद्धार्थ म्हणाला.

"हो, जर एखाद्या भागात जंगल आणि लाकूड उपलब्ध नसेल तर तेथील लोक मृत्यूनंतर मृत माणसाच्या शरीराला जाळण्याविषयी विचारही करू शकणार नाहीत. काही ठिकाणी त्याच्या विपरीत परिस्थिती असू शकते. एखाद्या ठिकाणी लाकूड जास्त प्रमाणात असेल, झाडंझुडपं भरपूर असतील तर निश्चितच त्या ठिकाणी मृत्यूनंतर शरीराला जाळण्याची प्रथा पडू शकते. तेथे जर शरीराला दफन करण्याविषयी विचार केला तर लोक म्हणतील, 'मृत्यूनंतर शरीराचं दफन केलं, आता आम्ही शेती कशी करणार?' अशा ठिकाणी मृतदेहाला जाळणंच योग्य ठरतं. जर पडीक जमीन तेथे नसेल तर आपलीच प्रथा योग्य असं आपण मानत राहतो. आपण करतो तेच बरोबर असं लोकांना वाटतं. खरंतर आज काळाची गरज ओळखून योग्य काय आणि गैर काय हे माणसानं ठरवायला हवं... आज लोकसंख्या किती वाढली आहे... आजच्या विज्ञानयुगात काय व्हायला हवं... या सर्व मान्यतांमागे मूळ लक्ष्य काय होतं... यावर कोणीही मनन करायला तयार नाही. आज लोक मृत्यूला घाबरतात हे मनन न करण्यामागचं खरं कारण आहे. मृत्यूवर मनन करत असताना आपल्याला काळाची गरज ओळखायला शिकायचं आहे.

"बाबा आता आपण या सर्व गोष्टींवर मनन करा. उद्या यावरच आपण चर्चा सुरू करूया.''

असं म्हणून राहूल गाढ झोपी गेला. त्याच्या चेहऱ्यावरचं लडिवाळ हास्य मात्र तसंच कायम होतं.

सिद्धार्थने विचार केला, आज मला पुन्हा नव्याने मनन करण्याची आवश्यकता आहे. आता मला स्वतःहूनच विचार करायला हवा, की या सर्व प्रथा कशा निर्माण झाल्या आणि त्यामागे नेमका उद्देश काय होता. ज्या मान्यतांचा, पूर्वग्रहांचा खरा अर्थ नाहीसा झाला त्या आता बदलायलाच हव्यात...

मृत्यूसंबंधी प्रथा, विधी का आणि कशा बनल्या यावर मनन करता करता सिद्धार्थने पलंगावर अंग टाकलं.

दिवस ११

जीवन-मृत्यू चक्र

अविश्वासावर उपाय

आज सिद्धार्थाच्या चेहऱ्यावर खऱ्या अर्थानं समाधान झळकत होतं. त्याने आपल्या काकांच्या मृत्यूनंतर चुलत भावाला सावरलं होतं. तसंच इतर नातेवाईक आणि प्रजेलाही या दुःखातून बाहेर पडण्यासाठी मदत केली होती. त्या आठवणींना उजाळा देत तो कधी आपल्या राज्यात परतला हेदेखील त्याला कळलं नाही. तो येण्याची सुवार्ता ऐकताच राजा सुयोधन अत्यंत हर्षित झाले. त्याचबरोबर सिद्धार्थाला मृत्यूनंतरच्या इतक्या साऱ्या गोष्टी कशा समजल्या हे जाणून घेण्याची उत्सुकताही त्यांच्या मनात निर्माण झाली. मागील काही दिवसांपासून राजाने त्याच्या वागण्यात सकारात्मक परिवर्तन बघितलं होतं. दीर्घकाळ उदास राहणाऱ्या सिद्धार्थाच्या वागण्यात अचानक चांगलं परिवर्तन पाहून राजाला खूप आश्चर्य वाटलं. त्यांच्या तीक्ष्ण नजरेनं ही गोष्ट हेरली होती, की निश्चितपणे असं काहीतरी घडलं आहे ज्यामुळे सिद्धार्थामध्ये एवढा आमूलाग्र बदल झाला आहे. सिद्धार्थाशी या विषयावर बोलण्याचं राजानं ठरवलं. राजाने त्याला आपल्या महालात बोलावून घेतलं. सर्व हालहवाल विचारल्यानंतर मुख्य प्रश्नाला हात घातला.

''सिद्धार्थ, काही दिवसांपासून तुझ्या वागण्यात झालेला बदल मी बघत आहे. काही महिन्यांपूर्वी तू खूप उदास असायचा. राज्यकारभारातील तुझी रुची पूर्णपणे नाहीशी झाली होती. परंतु काही दिवसांपासून तू पुन्हा राज्याच्या सर्व कामांची दखल घेत आहेस. तुझ्या काकांच्या मृत्यूच्या घटनेनंतर मला आणि आपल्या सगळ्या कुटुंबाला ज्या रीतीनं सावरलंस, राज्याची वाताहत होऊ दिली नाहीस त्यावरून एखादी असाधारण घटना तुझ्याबाबतीत घडलीय असं मला सारखं वाटतंय. तेव्हा आता सांग, असा कोणता चमत्कार घडलाय?''

पिताजी हा प्रश्न आपल्याला एक दिवस नक्की विचारतील हा त्याचा अंदाज खरा ठरला. पण ती संधी इतक्या लवकर येईल हे मात्र त्याला ठाऊक नव्हतं. राहूल माझ्याशी

बोलतो या गोष्टीवर पिताजी विश्वास ठेवतील की नाही या गोष्टीचीही त्याला शंका होती. परंतु तरीही त्याला वाटलं, राहूलविषयी त्यांना आता सर्व सांगायलाच हवं. त्या गोष्टीचा लाभ त्यांनाही घेता यावा असा विचार करून सिद्धार्थ म्हणाला, ''काही दिवसांपूर्वी मी काही दृष्यं पाहिल्यामुळे अतिशय दुःखी झालो आणि जीवनात फक्त दुःखच दुःख आहे असं वाटू लागलं. या विचाराने त्रस्त होऊन मी दुःखमुक्तीचा मार्ग शोधू लागलो आणि नेमकं त्याचवेळी...''

सिद्धार्थाने मागे घडलेले सर्व प्रसंग जसेच्या तसे राजाला कथन केले... ''परंतु त्यानंतर मात्र मोठा चमत्कार घडला. आपला विश्वास बसणार नाही तरीदेखील आपल्याला ही गोष्ट सांगावीच लागेल. मी जेव्हा महाल सोडून जाण्याचा निश्चय केला तेव्हा यशोदा आणि राहूलला अखेरचं बघावं म्हणून रात्री त्यांच्या महालात गेलो. यशोदेला गाढ झोप लागली होती. डोळे भरून मी तिला आणि राहूलला बघून मागे फिरणार इतक्यात... 'कोठे निघालात?' असा राहूलने मला मागून आवाज दिला. त्याचा नाजूक आवाज ऐकून क्षणभर माझ्या कानांवर विश्वासच बसला नाही. स्वप्नात बघतो तसं ते दृश्य होतं. परंतु मी जे पाहिलं ते अगदी सत्य होतं.''

राजा सुयोधन तर अवाक् होऊन पाहात राहिले. त्यांना आश्चर्याचा जबरदस्त धक्का बसला. सिद्धार्थाचं बोलणं ऐकून काही वेळ ते शांत बसले. काय बोलावं हेच त्यांना सुचेनासं झाल्यामुळे शेवटी न राहवून त्यांनी विचारलं, ''सिद्धार्थ, तू हे काय सांगत आहेस, असं कसं होऊ शकतं?''

त्यावर सिद्धार्थ म्हणाला, ''आधी माझाही या गोष्टीवर विश्वास बसला नाही. मला वाटलं जणू काही मी स्वप्नातच आहे. मला भ्रम झाला आहे. पण राहूलने जेव्हा पुन्हा मला हाक मारली तेव्हा ही गोष्ट खरी आहे यावर माझा विश्वास बसला.

''माझ्या सर्व प्रश्नांची उत्तरं महालातच मिळू शकतात, त्यासाठी सर्वसंगपरित्यागाची, जंगलात जाण्याची गरज नाही. शिवाय ती उत्तरंही राहूलकडूनच मिळतील, असं त्यादिवशी राहूलनं मला सांगितलं. त्यादिवसापासून आम्ही रोज रात्री बोलत असतो. राहूल पृथ्वीवर जन्माला येण्याआधी कुठे होता, येथे का आला, जन्म-मृत्यूचा योग्य अर्थ, त्यामागची समज त्याने मला प्रदान केली. त्यानंतरच मी हे समजू शकलो, की प्रत्येक घटनेत मला कसा प्रतिसाद द्यायचा आहे आणि माझ्या जीवनाचा उद्देश काय आहे? आपण माझ्यात जे परिवर्तन पाहिलंत ते केवळ राहूलने दिलेल्या ज्ञानामुळेच शक्य झालं. काकांच्या मृत्यूची वार्ता ऐकून मी काही काळ सुन्न झालो होतो.

त्यांच्या आठवणींनी माझे डोळे सारखे भरून येत होते परंतु राहूलबरोबर झालेलं संभाषण आठवताच मी स्वतःला सावरलं. या घटनेमुळे आपल्याला आणि इतर सर्व नातेवाइकांना दुःख झालं आहे, मोठा आघात झाला आहे असं मला वाटलं. परंतु राहूलबरोबर झालेल्या संभाषणामुळे प्रत्येक क्षणी मी जागरूक राहून इतर सर्व गोष्टींचा धैर्यपूर्वक सामना करू शकलो. राहूल जर माझ्याशी बोलला नसता तर आज मी जंगलात असतो आणि असं ज्ञान प्राप्त करण्यासाठी मला आयुष्याची कित्येक वर्षे वाया घालवावी लागली असती. काकांचा मृत्यू झाला, ही बातमीदेखील तेथे मला कळली नसती आणि त्यामुळे मी कुणालाही मदत करू शकलो नसतो. या सर्व गोष्टी ऐकून अद्याप आपल्या मनात काही शंका आहेत का? जर असतील तर आपणच सांगा त्यांचं निराकरण मी कसं करू?''

हे ऐकताच राजा सुयोधन म्हणाले, ''राहूल बोलतो यावर खरंतर माझा विश्वासच बसत नाही. परंतु तुझ्यामध्ये जे परिवर्तन झालं आहे त्याकडेही डोळेझाक केली जाऊ शकत नाही. यासाठी तू मला राहूलजवळ घेऊन चल. जेव्हा मी स्वतः त्याला बोलताना बघेन तेव्हाच माझी पूर्ण खात्री पटेल. तसं पाहिलं तर तुझ्यात झालेलं परिवर्तन बघून काही वेळा मला असं वाटतं कदाचित राहूल तुझ्याशी बोलत असावा. परंतु तरीही माझा पूर्ण विश्वास बसत नाही. काही महिन्यांचं ते बालक विश्वाच्या सर्वोच्च ज्ञानाविषयी एखाद्या दिव्यपुरुषासारखं बोलतं हे आश्चर्यच नव्हे का?''

त्यावर सिद्धार्थ म्हणाला, ''तुम्हाला त्याच्याजवळ घेऊन जाण्यासाठी मला राहूलची आज्ञा घ्यावी लागेल. त्याला विचारल्याशिवाय जर मी आपल्याला घेऊन गेलो तर कदाचित तो बोलणारही नाही. यासाठी आज रात्रीच मी राहूलची परवानगी घेतो.''

सिद्धार्थ आणि सुयोधन दोघंही अतिशय उत्सुकतेनं रात्र होण्याची वाट पाहू लागले. नेहमीप्रमाणे प्रथम सिद्धार्थ राहूलच्या महालात गेला. यशोदा झोपली आहे याची खात्री करून राहूलला उचललं आणि आपल्या महालात आला. राजाला त्याने महालाबाहेरच थांबवलं.

सिद्धार्थ राहूलला म्हणाला, ''राहूल, आज माझ्याबरोबर आणखीही कुणी तरी आलं आहे.''

''आपण कुणाला घेऊन आला आहात?''

''मी पिताजींना म्हणजे तुझ्या आजोबांना बरोबर आणलं आहे. तू माझ्याशी

बोलत असलेलंदेखील मी त्यांना सांगितलं.''

''आणि त्यांनी लगेच तुमच्यावर विश्वास ठेवला?''

''नाही, त्यांना प्रथम खूप आश्चर्य वाटलं. परंतु माझ्या बोलण्यावर त्यांनी विश्वास ठेवला नाही. जोपर्यंत ते स्वतः तुला बोलताना बघणार नाहीत तोपर्यंत त्यांना या गोष्टींची खात्री पटणार नाही.''

''ठीक आहे, तर मग त्यांना अवश्य घेऊन या.''

सिद्धार्थ खुश झाला आणि राजा सुयोधनांना राहूलजवळ घेऊन आला.

''या आजोबा, स्थानापन्न व्हा. आपलं स्वागत आहे.'' राजा सुयोधन तो कोमल आवाज ऐकून चांगलेच दचकले. ''काय... विश्वास नाही बसत!'' पुन्हा नाजूक आवाजातलं हे वाक्य ऐकताच राजा सुयोधनांच्या पायाखालची जमीन सरकली. अचानक त्यांच्यात आश्चर्यमिश्रित प्रेमपूर्ण भाव एखाद्या कारंज्याप्रमाणे थुईथुई नाचू लागले. राहूलने पहिल्यांदाच त्यांना 'आजोबा' म्हणून हाक मारली होती. म्हणून त्यांच्या अंतरंगात प्रेमाचं भरतं येत होतं. त्यांचं नातवाविषयीचं प्रेम उचंबळून आलं. ते आपल्या भावनांना बांध घालू शकले नाहीत. त्यांच्या डोळ्यातून प्रेमाश्रू ओघळू लागले.

हे बघून राहूल ओठातल्या ओठात हसत म्हणाला, ''आजोबा, हे ऐकून मला अतिशय आनंद झाला, की आपल्यालाही हे ज्ञान मिळवण्याची तीव्र इच्छा आहे. तेव्हा आपण हे ज्ञान घेण्यासाठी जर रोज आलात तर मीही खुश होईन.'' अद्यापही खोडकर हास्य त्याच्या चेहऱ्यावर विलसत होतं.

त्यावर राजा सुयोधन म्हणाले, ''माझ्या वंशात असा चमत्कार घडला आहे यावर अजूनही विश्वास बसत नाही. मी स्वतःला खूप भाग्यशाली समजतो. राहूल, तू देत असलेलं ज्ञान विश्वातील सर्वोच्च ज्ञान आहे. हे ज्ञान ग्रहण करण्यासाठी मीदेखील खूप उत्सुक आहे. माझ्या भावाचा मृत्यू झाला तेव्हा मला ही गोष्ट प्रकर्षानं जाणवली, की माझ्याही जीवनाची संध्याकाळ झाली आहे. मृत्यू माझ्या निकट येऊन उभा आहे. परंतु हे ज्ञान जर मला मरण्यापूर्वी मिळणार असेल तर माझ्याइतका भाग्यवान दुसरा कोण असू शकेल! सिद्धार्थाने माझ्या भावाच्या मृत्यूनंतर जो प्रतिसाद दिला तो अगदी वाखाणण्यासारखा होता. मृत्यूनंतरच्या ज्या गोष्टी तू सिद्धार्थाला सांगितल्यास त्या जाणण्याची मलाही मनापासून इच्छा आहे.''

‘‘हो, आपण योग्यच करत आहात. आता मला सांगा मृत्यूविषयी आपल्याला काय–काय माहिती आहे?’’

‘‘आजवर मी जे जे ऐकलं आहे त्या आधारावर काही सांगू शकतो. जगात दोन प्रकारचे लोक आहेत, काही म्हणतात मृत्यूनंतर जीवन आहे तर काही ते नाकारतात. हिंदू धर्मात ही मान्यता आहे, की मृत्यूनंतरही जीवन आहे आणि ते जीवन तुमच्या आजच्या कर्मांवर निर्धारित असतं. जे लोक चांगलं कर्म करतात त्यांना स्वर्ग मिळतो आणि वाईट कर्म करणाऱ्यांना नरक. नरकाच्या भीतीमुळेच काही लोक चांगलं कर्म करतात. मीही आजवर या मान्यतेनुसारच कार्य केलं आहे. जेव्हा न्यायाधिशाचं काम करतो तेव्हा माझ्या मनात हीच प्रबळ भावना असते, की कोणाही निर्दोष व्यक्तीला शिक्षा मिळू नये. जर निर्दोष व्यक्तीला शिक्षा मिळाली तर या वाईट कर्मामुळे पुढे मला नरकात खितपत पडावं लागेल, ही त्यामागची भावना असते.

‘‘मी जे दान, पुण्य केलं ते यासाठीच, की मृत्यूनंतर जेव्हा मी ईश्वरासमोर जाईन तेव्हा मला शरमेनं मान खाली घालावी लागू नये. उलट ईश्वरानं माझ्यावर प्रसन्न व्हावं, हीच इच्छा मी मनोमन बाळगली. मृत्यूनंतर जी कर्मकांडं केली जातात त्याविषयी मी अनभिज्ञ नाही. परंतु ती का केली जातात हा प्रश्न माझ्या मनात कायम घर करून राहिला आहे. हवं तर असं म्हण, ते सारे प्रश्न अनुत्तरितच राहिलेत. केवळ माझे पूर्वज म्हणत होते म्हणून मृत्यूनंतर जीवन असतं असं मी मानतो. परंतु खरोखरच जीवन आहे की नाही याचा कधी शोध घेतला नाही. वडीलधारी मंडळी सांगतील त्याप्रमाणे मी आजवर करत आलो. बस्स... येथवर ज्या ज्या गोष्टी मला आठवत होत्या त्या सर्व मी तुला सांगितल्या.’’

‘‘आजोबा, आपण जे जे सांगितलं ते सर्व खरंतर सामान्य लोकांनाही माहिती असतं. त्यांच्याही मनात प्रश्न निर्माण होतात आणि नंतर विलीन होतात. मात्र ते त्या प्रश्नांच्या मुळापर्यंत कधी जात नाहीत, पूर्वजांनी दिलेल्या मान्यतांमध्ये अडकून पडतात. जेव्हा आपण मृत्यूनंतरच्या सर्व गोष्टी जाणून घ्याल तेव्हा आपल्या मृत्यूचाही उत्सव साजरा करण्यासाठी सांगाल. मृत्यू आणि सर्व कर्मकांडांचा उद्देश लक्षात येताच अशा प्रथा बनवण्यामागे नेमका काय हेतू होता हे जाणाल. या कर्मकांडांनाच आपण नावीन्यपूर्ण, रचनात्मक बनवू शकाल. त्यामुळे लोकांना समज मिळण्यासाठीही ते सहाय्यक बनतील. परंतु आता आपण सांगा, मृत्यूनंतर जीवन आहे की नाही? आणि याचा कधी शोध घेतला का?’’

''नाही, कधीही नाही.'' राजा सुयोधन उत्तरले.

''तेव्हा सर्वप्रथम मी आपल्याला मृत्यूनंतरही जीवन असतं हे सांगतो. कारण मृत्यूनंतर जीवन असतं, याचे काही ठोस आधार आहेत. आपण सांगितल्याप्रमाणे इतर धर्मातही मृत्यूनंतरच्या जीवनाचा उल्लेख आलेला आहे. परंतु लोक घाबरतील हा विचार करून काही महापुरुषांनी या विषयाला अव्यक्त ठेवलं. तसं पाहिलं तर माणसाच्या जीवनाला सात जन्मांची उपमा देऊन त्याला समजून घेता येईल. आपल्याला त्यातील केवळ पाचच जन्म माहीत असतात. पण या पाच भागांतच माणसाचं जीवन मर्यादित नसतं तर मृत्यूनंतरही सूक्ष्म शरीराची यात्रा चालू असते. हा आहे सहावा भाग आणि या सहा भागांची यात्रा करता करता सातवा भाग कधीही प्रकट होऊ शकतो. जीवनाचा सातवा भाग आहे मोक्षप्राप्ती. या अवस्थेला आत्मसाक्षात्कारही म्हणतात. ज्या माणसाचा मृत्यू होतो, त्याला स्थूल शरीर सोडल्यानंतर जे दोन मोठे झटके बसतात त्याविषयी आपण पुढे ऐकणारच आहोत. परंतु आतापर्यंत आपण ज्या ज्या गोष्टी ऐकल्या त्यावर सखोल मनन करणं आवश्यक आहे म्हणून आज आपण येथेच थांबूया.''

''आज तू मला कित्येक नवीन गोष्टी सांगितल्यामुळे खूप आश्चर्य वाटत आहे. परंतु त्याचबरोबर माझ्या मनात अनेक प्रश्न निर्माण झाले आहेत.'' राजा सुयोधन म्हणाले.

''आपल्याप्रमाणेच माझ्याही मनात या गोष्टी ऐकून जे प्रश्न निर्माण होत होते, त्या सर्वांची उत्तरं राहूलने यापूर्वीच मला दिली आहेत. ती सर्व उत्तरं मी डायरीत लिहून ठेवली आहेत. आपण हवं तर ती डायरी वाचू शकता. त्यामुळे आपल्याला या गोष्टी आणखी स्पष्ट होण्यास मदत होईल.'' सिद्धार्थ म्हणाला.

''आजोबा, ही चांगली युक्ती आहे. आपण ती डायरी वाचून त्यावर अवश्य मनन करा. उद्यापासून आपण या विषयाच्या मुळापर्यंत जाऊ.'' असं म्हणून राहूल निद्राधीन झाला.

दिवस १२

कसं आहे सूक्ष्म जग

माणसाच्या डोळ्यांच्या मर्यादा

आज सिद्धार्थाचा चेहरा वेगळ्याच तेजानं उजळून निघाला होता. काकांच्या मृत्यूच्या घटनेतून बाहेर पडल्यानंतर राहूलने सांगितलेल्या सर्व गोष्टी खऱ्या आहेत हेही सिद्ध झालं होतं, त्यामुळे तो आता जास्तच ग्रहणशील बनला होता. मननानंतर त्याच्या मनात, ग्रे पिरियडनंतर असलेली सूक्ष्म शरीराची यात्रा कशी असते याविषयी अतिशय औत्सुक्य होतं. या विषयावर त्याने आपल्या वडिलांशीही चर्चा केली. आजवर सिद्धार्थ एकटाच रात्र होण्याची वाट पाहात असे परंतु आज मात्र राजा सुयोधनही त्याच्या सोबत होते. नातवाला भेटण्याची मोठ्या आतुरतेनं ते वाट पाहू लागले. राज्यकारभारात त्यांचं मन लागत नव्हतं. अस्वस्थता जाणवत होती. बेचैनीमुळे ते आपल्या महालात येरझाऱ्या घालू लागले. आज प्रथमच राहूलशी, एवढ्या छोट्या बाळाशी सर्वोच्च ज्ञानाविषयी ते चर्चा करणार होते. मध्यरात्र उलटली, सगळीकडे नीरव शांतता पसरली. सिद्धार्थ आणि राजा सुयोधन दोघेही राहूलला घेऊन महालात आले. आज दोघांच्याही चेहऱ्यावर प्रसन्नता झळकत होती.

''मृत्यूसारख्या गहन विषयावर चर्चा केल्यानंतरही आपल्याला भीती वाटली नाही याचा मला अत्याधिक आनंद होत आहे. सूक्ष्म जगाच्या ज्ञानाविषयीची आपली दोघांची उत्सुकता प्रशंसनीय आहे. आपल्या नातेवाइकाच्या मृत्यूची घटना नुकतीच आपण स्वतः अनुभवली असल्याने त्याबाबतीत आपले काय अनुभव आहेत?'' राहूलने विचारलं.

''राहूल, मला स्वतःलाच याचं आश्चर्य वाटत आहे, की काकांच्या मृत्यूनंतर मी इतका शांत कसा राहू शकलो? तेथे लोक अतिशय दुःखात होते परंतु तू देत असलेल्या मार्गदर्शनामुळे मला मात्र खूप शांत वाटत होतं. सुरुवातीला मलाही थोडं दुःख झालं खरं, पण त्यानंतर मी स्वतःला तर सावरलंच शिवाय इतर नातेवाइकांनाही सावरू शकलो. केवळ तुझ्यामुळेच माझ्यात इतकं परिवर्तन झालं, हे मी समजून चुकलो आहे.''

“हो, सिद्धार्थामधील हा सकारात्मक बदल पाहून मी तर अचंबितच झालो. आधी मला वाटलं होतं, की तो प्रचंड दुःखी होईल परंतु त्याने या घटनेला आणि सर्वांना ज्यापद्धतीनं सावरलं त्यासाठी त्याची कितीही प्रशंसा केली तरी कमीच! म्हणून मी त्याच्यावर अतिशय प्रसन्न आहे.” राजा सुयोधन म्हणाले.

“जर तुझ्या सांगण्याकडे दुर्लक्ष करून जंगलात निघून गेलो असतो तर मी स्वतःलाही मदत करू शकलो नसतो, इतर नातेवाइकांना तर दूरच! राहूल, यासाठी सर्वप्रथम मी तुला धन्यवाद देतो.” सिद्धार्थ गहिवरलेल्या स्वरात म्हणाला.

त्या दोघांचं संभाषण ऐकून राहूलला आता पूर्ण खात्री पटली होती की, पुढचं ज्ञान ग्रहण करण्यासाठी आणि त्यावर कार्य करण्यासाठी दोघंही सज्ज आहेत.

“राहूल, ग्रे पिरियडनंतर माणसाच्या सूक्ष्म शरीराची यात्रा कशी होते या माझ्या प्रश्नाचं निरसन कर. कारण आमची उत्सुकता आणि ग्रहणशीलता खूप वाढली आहे, आता आम्ही अधिक काळ वाट पाहू शकत नाही.”

“माणसाच्या चेतनेचं जेव्हा स्थूल शरीरातून सूक्ष्म शरीरामध्ये रूपांतरण होतं तेव्हा लोक त्याला मृत्यू असं म्हणतात. वास्तविक स्थूल शरीराचा मृत्यू सूक्ष्म शरीर (जे आधीपासूनच उपलब्ध आहे) प्राप्त करण्याचा एक विधी आहे. खरंतर हा विधीच लोकांच्या दुःखाचं कारण बनतं. परंतु माणसाची ही पुढील यात्रा याच जीवनाचा विस्तार आहे. पृथ्वीवरील जीवनानंतरही त्याची पुढील यात्रा अखंड चालू असते म्हणूनच माणसाने या खोट्या मृत्यूवर शोक करण्याचं कारण नाही.”

“माणसाचा मृत्यू होत असताना ‘मी मरत आहे’ असं त्याला वाटल्यामुळे तो भयभीत झाल्याचं मी अनेकदा बघितलं आहे. तर मृत्यूनंतर जेव्हा तो सूक्ष्म जगतात प्रवेश करतो तेव्हा त्याला त्याच्या मृत्यूची जाणीव होत नाही का? आणि तेथे गेल्यानंतर त्याला कसं वाटतं?” न राहवून मध्येच राजा सुयोधनांनी विचारलं.

“पृथ्वीवर ज्या लोकांचा मृत्यू होतो त्यांना सूक्ष्म जगतात कोणत्या गोष्टींचा साक्षात्कार होतो ते आपल्याला माहीत नाही. पार्ट वनमधून पार्ट टू मध्ये गेल्यानंतर सूक्ष्म शरीराला दोन प्रकारची समज मिळते. सर्वप्रथम त्याला ही गोष्ट समजते, की तो मेलाच नाही. काही क्षणापूर्वी पृथ्वीवर ‘मी मरत आहे’ अशी मृत्यूसमयी त्याची धारणा असते, त्याला वाटत असलेला हा सर्वांत मोठा भ्रम दूर होतो. त्याच्या लक्षात येतं, ‘अरेच्चा! आपण तर मेलोच नाही.’ उलट तो स्वतःला पूर्वीपेक्षाही जास्त हलकं, आनंदी आणि

जिवंत अनुभवतो. दुसरी गोष्ट म्हणजे, पृथ्वीवर माणूस स्वतःला शरीर समजूनच जगत असतो. परंतु पुढील जीवनात हा धोका त्याच्यासमोर येतो. जेव्हा तो आपल्या स्थूल शरीराला नष्ट होताना बघतो तेव्हा त्याला जाणवतं, ज्याला आजवर 'मी' मानत होतो ते शरीर मी नाहीच. स्थूल शरीराच्या मृत्यूनंतर असे दोन जबरदस्त धक्के माणसाला बसतात पण त्यातील मी मेलो नाही, ही एकच गोष्ट त्याच्या लक्षात राहते. 'मी शरीर नाही' हे मात्र माणूस लगेच विसरून जातो. त्यावेळी त्याला आपलं सूक्ष्म शरीर जाणवतही असतं आणि दिसतही असतं. तो पुन्हा त्या शरीरालाच मी मानतो आणि पुढची यात्रा चालू ठेवतो.''

''असंभव, याचा अर्थ माझ्या स्थूल शरीराच्या मृत्यूनंतर मला मृत्यूची जाणीव होणारच नाही का? यानंतर माझ्या भोवतालचं वातावरण कसं असेल?'' राजा सुयोधन मध्येच बोलले.

''स्थूल शरीराचा मृत्यू झाल्यानंतर लगेच आपल्या सूक्ष्म शरीराला आपण एका वेगळ्या वातावरणात आहोत असं जाणवेल. ज्याप्रमाणे एखादा माणूस अचानक नवीन शहरात जातो, तेव्हा तेथील नवीन लोक, भाषा, नवीन खाद्यपदार्थ, नवीन वातावरण, नवी वेशभूषा हे सर्व बघताना त्याला कसं वाटेल? अगदी त्याचप्रमाणं पार्ट टू मध्ये प्रवेश करताच सूक्ष्म शरीरधारी माणसाला वाटतं. पृथ्वीवर जेव्हा मूल जन्माला येतं तेव्हा डॉक्टर, नर्स त्याला या जगात आणण्यासाठी सर्वतोपरी साहाय्य करतात, त्याची काळजी घेतात. त्याचप्रमाणे पार्ट टूमध्येसुद्धा हुशार आणि कुशल लोक असतात जे सूक्ष्म शरीराला नवीन वातावरणात मदत करतात. तेथे आणखीही अनेक प्रकारचे लोक आहेत जे वेगवेगळी सेवा करतात. तेथील नवीन जीवन, नवीन वातावरण याची सूक्ष्म शरीराला माहिती देतात. त्याचबरोबर आता तुम्ही मान्यतारहित होऊन पुढची वाटचाल करा असा सल्लाही देतात.

''सूक्ष्म शरीराविषयीच्या सर्व मान्यता मृतकाला स्पष्ट केल्या जातात. जे सूक्ष्म शरीर जितकं लवकर तयार होतं, आपल्या जुन्या विचारधारा दूर करू शकतं ते लगेच समज प्राप्त करून स्वतःचा विकासही करतं. जे शरीर तयार नसतं, आपल्या धर्मांच्या, कर्मांच्या मान्यतांमध्ये गोंधळलेलं असतं त्याला लवकर समजत नाही की काय करावं? कारण पृथ्वीवर पंडित पुरोहितांनी सांगितलेल्या मान्यता, भीती, लोभ, स्वर्ग-नरकाच्या कल्पना या सर्व गोष्टी आठवून ते गोंधळून जातं, संभ्रमात पडतं. काही लोक तर मृत्यूनंतरच्या जीवनाचं नेहमी खंडन करतात.

''स्थूल शरीराच्या मृत्यूनंतर आपल्याला वाटतं तो माणूस मेला परंतु त्याची यात्रा

पुढे चालूच असते. जेव्हा आपण एखाद्याला स्टेशनवर सोडण्यासाठी जातो, तेव्हा काय होतं? तो माणूस ट्रेनमध्ये बसतो, ट्रेन निघते, आता ट्रेन जात आहे आणि आपण त्याला हात उंचावून टाटा करत असतो. जोपर्यंत आपल्याला तो दिसत असतो तोपर्यंत आपला हात हलतच राहतो. तो जेव्हा दृष्टिआड होतो तेव्हा त्या माणसाचा मृत्यू झाला. असं आपण समजत नाही. आपण म्हणतो, आता मला तो दिसत नाही एवढंच! परंतु तो पुढची यात्रा करत आहे. मी त्याला तिथवर पाहू शकेन एवढी शक्ती माझ्यात नाही हे आपल्याला माहिती असतं. जो दिसत नाही तो मरतोच असं नाही, हे आपल्याला समजावं यासाठी हे उदाहरण मी सांगितलं. स्थूल शरीराचा मृत्यू होताच लोकांना दुःख होतं कारण सूक्ष्म शरीराची पुढची यात्रा त्यांना दिसत नाही. पृथ्वीवरून सूक्ष्म जगातलं माणसाला दिसत नसल्यामुळे त्याला आपल्या नातेवाइकांच्या मृत्यूबद्दल दुःख होतं. माणसाच्या डोळ्यांच्या मर्यादेमुळेच असं होत असतं.''

''तू अगदी योग्य बोललास, कालपासून मला याच गोष्टीचं आश्चर्य होत आहे, की पृथ्वीवरून मला सूक्ष्म जग का दिसत नाही? परंतु डोळ्यांच्या मर्यादेमुळे असं होतं हे आज मी जाणलं. या सर्वच गोष्टी अतिशय रोमांचकारी आहेत. राहूल, तू असाच बोलत राहा.''

''वास्तविक आपल्या डोळ्यांची मर्यादा जीवनाचं सौंदर्य आहे. तेथील गोष्टी दिसत नाहीत म्हणून पृथ्वीवर आपली कामं व्यवस्थित आणि सहजतेने होत असतात. परंतु माणसाला याचंही दुःख होतं. ज्याप्रमाणे हवेत अनेक प्रकारचे जीवजंतू असतात पण आपल्याला ते दिसत नाहीत. ही तर अतिशय चांगली गोष्ट आहे नाहीतर आपल्याला श्वास घेणंसुद्धा अवघड झालं असतं. कित्येकवेळा एखाद्या गोष्टीची सुंदरता देखील आपल्या दुःखाचं कारण बनते. हवेतील जीवजंतू न दिसणं खरंतर आपल्यासाठी वरदान होतं परंतु दुःख करून आपण त्याला शाप बनवतो. स्थूल शरीराद्वारे काही गोष्टी आपल्याला दिसतात तर काही दिसत नाहीत. खरोखरच ही ईश्वराची सर्वोत्तम रचना आहे, किमया आहे परंतु तीही माणसाच्या दुःखाचं कारण बनते.''

''जेव्हापासून तू मला पार्ट टूविषयी सांगत आहेस, तेव्हापासून मीही ते सूक्ष्म जग बघण्यासाठी उत्सुक झालो आहे. परंतु आज मी सूक्ष्म जग का बघू शकत नाही याचं उत्तर मला मिळालंय. तरीसुद्धा याचं आणखीही काही कारण आहे का?'' सिद्धार्थाने विचारलं.

''हो, याचं आणखीही एक कारण आहे. ते म्हणजे सूक्ष्म जग या पृथ्वीवरच आहे

परंतु त्याचे तरंग मात्र वेगळे आणि जास्त आहेत म्हणून माणसाला नेहमीच वाटत आलं आहे, की सूक्ष्म जग पृथ्वीपेक्षा खूप वेगळं असेल परंतु वास्तव असं नाही. तेथील जगही या जगाप्रमाणेच आहे. फक्त काही नियम बदलतात. तेथे स्थूल शरीर नसतं परंतु ईश्वर अजूनही सूक्ष्म शरीराशी जोडलेला असतो व त्याविषयी त्याला आसक्ती असते. स्थूल शरीराच्या मृत्यूनंतर त्याला तो शरीर नाही हेही कळतं. पण पुन्हा एकदा तो सूक्ष्म शरीरात गुंतून जातो. तेथेही त्याच्यावर दिखावटी सत्य स्वार होतं आणि सूक्ष्म शरीरालाच तो 'मी' मानू लागतो. जर त्याला पृथ्वीवरच स्थूल आणि सूक्ष्म शरीराविषयीच्या सर्व गोष्टी स्पष्ट झाल्या तर ती प्रगल्भ समज त्याला सूक्ष्म जगतातही मदत करते.''

''आत्ताशी कुठे काही गोष्टी माझ्या लक्षात येत आहेत परंतु राहूल आता तू मला सांग, तेथील जग कसं असतं?'' सिद्धार्थ असं म्हणताच राजा सुयोधनांनीही या प्रश्नावर मान डोलावत होकार दर्शविला.

''ज्याप्रमाणे पृथ्वीवरचं जग आपल्याला दिसतं त्याचप्रमाणे सूक्ष्म जगही दिसेल. जितक्या स्पष्ट रूपाने आपण येथील वस्तू अनुभवू शकतो, लोकांचा आकार बघू शकतो, तसंच तेथेही करता येतं.''

''कदाचित तुझं म्हणणं खरंही असू शकतं. परंतु हे कसं शक्य आहे? माझा तर या गोष्टींवर विश्वासच बसत नाही.'' सिद्धार्थ मध्येच म्हणाला.

''बाबा, आज पृथ्वीवर आपल्याला हे जग ठोस वाटतं कारण आपलं शरीरही ठोस आहे. त्याचप्रमाणे ते जगही आपल्याला ठोसच दिसेल. कारण तेथे आपलं शरीर सूक्ष्म आहे. सूक्ष्म शरीरात सूक्ष्म जग ठोसच वाटेल. येथे जसं तुम्ही बघत आहात त्याचप्रमाणे तेथेही बघू शकाल. जे जग यावेळी आपल्याला दिसत आहे ते तेथे आणखी प्रकाशमान आणि रंगीबेरंगी दिसेल. इतर सर्व गोष्टी पृथ्वीप्रमाणेच असतील. पार्ट वनपेक्षा पार्ट टू मध्ये अधिक स्पष्टता आहे. येथे आपल्याला जसं दिसतं त्यापेक्षाही जास्त स्पष्ट तेथे दिसेल. सूक्ष्म जगात जितके रंग दिसतात, तितके रंग जर आपल्याला पृथ्वीवर दिसू लागले तर येथे सर्वोत्कृष्ट चित्रकाराचं बक्षीस दिलं जाईल. अतिसूक्ष्म गोष्टीसुद्धा आपण तेथे पाहू शकाल. उच्चतरंगात इतक्या शक्यता आहेत.''

राहूलचं असं बोलणं ऐकून राजा सुयोधन अचंबित झाले. त्यांनी असं ऐकलं होतं, तेथे नरक असतो... स्वर्ग असतो... चांगले कर्म करणारे स्वर्गात जातात... वाईट कर्म करणारे नरकात जातात... पाप-पुण्य... अशाप्रकारच्या सर्व मान्यता आता गळून पडल्या. त्यांच्यासमोर सूक्ष्म जगाचं मनाला भावणारं असं एक नवीनच चित्र तयार झालं.

पार्ट टू विषयीची माहिती ऐकून राजा सुयोधन आणि सिद्धार्थाचा चेहरा उमललेल्या फुलाप्रमाणे टवटवीत झाला. तेथील गोष्टी ऐकण्यात ते पूर्णपणे दंग झाले होते. त्यांना वाटत होतं, राहूलने तेथील जगाविषयी आणखी सांगतच राहावं. जेणेकरून तेथील रमणीय जगाची विस्तृत माहिती मिळावी. पृथ्वीपेक्षा तेथे जास्त रंग दिसतात या गोष्टींचा दोघांवरही खोलवर परिणाम झाला होता.

दोघे अतिशय उत्साही दिसत असलेले पाहून राहूल म्हणाला, ''तुम्हा दोघांना झालेला आनंद मला स्पष्ट जाणवत आहे. पण मी ज्या गोष्टी सांगितल्या त्यावर मननही करणं आवश्यक आहे म्हणून आज आपण इथंच थांबूया.'' उद्या रात्री पुन्हा भेटण्याचं वचन देऊन राहूल क्षणार्धात निद्रादेवीच्या अधीन झाला...

राजा सुयोधन या गोष्टी ऐकून अतिशय प्रभावित झाले होते. राहूलची रसाळ मधुर वाणी त्यांच्या मनाला अधिकाधिक मोहवून गेली होती. सूक्ष्म जगाविषयी विचार करता करता ते आपल्या महालात परतले. सिद्धार्थानेही राहूलला यशोदेजवळ झोपवलं. राहूलला असं खुश आणि निश्चिंतपणे झोपलेलं पाहून सिद्धार्थाला वाटलं, आपणही असंच व्हावं. गालातल्या गालात हसत तो पहाटेपर्यंत मनन करत होता. अनेक दिवसांपासून ज्या गोष्टी त्याला जाणून घ्यायच्या होत्या, त्या आज अचानक ऐकायला मिळाल्यामुळे त्याच्या आनंदाला पारावार नव्हता. जणू काही सर्वत्र आनंदाचा महापूर आलाय आणि तो यथेच्छपणे त्यात डुंबतोय असं त्याला वाटत होतं. त्या खुशीतच आज तो झोपी गेला.

दिवस १३

सूक्ष्म जगाची वेळ, क्षेत्र आणि कर्म विचारांद्वारे निर्माण

तेथील जग कसं दिसत असेल... तेथे आणखी कोणकोणत्या गोष्टी होत असतील... त्याच्या मनात एकामागोमाग एक... जणू प्रश्नांचं जाळं निर्माण होत होतं आणि संपण्याचं नावच घेत नव्हतं. कारण रात्री ज्या ज्या गोष्टींवर सिद्धार्थाने मनन केलं होतं तेच सर्व, सकाळी डोळे उघडताच त्याला दिसू लागलं. सर्वप्रथम काल ऐकलेल्या गोष्टी त्याला आठवल्या. त्याच्या आसपास असलेलं वातावरण म्हणजे जणू सूक्ष्म जगच... असं त्याला भासत होतं. त्याचबरोबर राहून राहून त्याला आश्चर्यही वाटत होतं.

आज सिद्धार्थ अतिशय अस्वस्थ होता. राहूलला भेटण्यासाठी तो यापूर्वी कधीही इतका बेचैन नव्हता. तिकडे राजा सुयोधनांची अवस्थाही याहून वेगळी नव्हती. ते त्यांच्या विश्वात मग्न होते. इतर कोणत्याही गोष्टींविषयी विचार करायला आज ते तयार नव्हते. खाण्यापिण्याची तर त्यांना शुद्धच नव्हती. चातक पक्षी जसा आतुरतेने पावसाची वाट पाहतो तशीच हे दोघंही रात्र होण्याची आणि राहूलशी बोलण्याची वाट पाहू लागले. सगळीकडे मिट्ट काळोख पसरला. लगबगीने दोघंही यशोदेच्या महालाजवळ पोहोचले आणि राहूलला घेऊन सिद्धार्थाच्या महालात आले. राहूलला त्यांचा हा आनंद जाणवत होता. त्यानं विचारलं, ''आज आपण दिवसभर काय काय मनन केलं ते प्रथम सांगा.''

त्यावर सिद्धार्थ म्हणाला, ''आजवर मला वाटत होतं पृथ्वीच सर्वांत सुंदर जागा आहे. परंतु काल पहिल्यांदा मला ही गोष्ट ज्ञात झाली, की सूक्ष्म जगातही सौंदर्याचा तितकाच सुंदर आविष्कार आहे. शिवाय आज दिवसभर मी हाच विचार करत होतो, तेथेही अशाप्रकारेच सकाळ-संध्याकाळ होत असेल का? तेथे वेळ कशी समजत असेल? त्यामुळे मला आज तुझ्याकडून सूक्ष्म जगाच्या जीवनाविषयी आणखी काही माहिती ऐकण्याची इच्छा आहे.''

‘‘माझ्याही मनात नेमके हेच विचार येत होते. त्यामुळे आता पुढील गोष्टी ऐकण्यासाठी मीही तितकाच अधीर झालो आहे.’’ राजा सुयोधन म्हणाले.

त्या दोघांचं बोलणं ऐकून राहूल हसला. स्थूल जीवनापेक्षा सूक्ष्म जगाविषयी जाणून घेण्याची त्या दोघांना लागलेली ओढ त्याला जाणवली आणि मनोमन तो सुखावला.

विचारमग्न होत राहूल उत्तरला, ‘‘तेथील आणि येथील वेळेत खूप अंतर आहे. स्थूल जगाची शंभर वर्षे, सूक्ष्म जगाच्या एक वर्षासमान भासू शकतात. परंतु हाही केवळ एक मापदंड आहे. पृथ्वीवर उपलब्ध असलेल्या शब्दानुसार मी आपल्याला तेथील वेळ सांगण्याचा प्रयत्न करीत आहे. कारण आज आपण फक्त पृथ्वीचीच भाषा जाणत आहात म्हणून मलाही त्याच भाषेचा उपयोग करावा लागेल. पृथ्वीपेक्षा कित्येकपटीनं जास्त काळ आपल्याला सूक्ष्म जगात व्यतीत करावा लागतो. यावरून लक्षात येईल, की तेथे असलेलं जीवन येथील जीवनापेक्षा किती मोठं असू शकतं. सूक्ष्म जगाला भाषेच्या मर्यादेमुळे माणसाच्या शब्दात पूर्णपणे व्यक्त केलं जाऊ शकत नाही. पण आपण मात्र हे समजून घ्याल, पृथ्वीवर जर माणसाचं जीवन शंभर वर्षांचं असेल तर सूक्ष्म जगात ते दहा हजार वर्षांचं असतं.

‘‘पृथ्वीवर चोवीस तासांचा हिशेब आहे. कारण येथे स्थूल शरीर आहे. त्याचप्रमाणे चंद्र–तारे, सूर्य–पृथ्वी एकमेकांभोवती फिरत असल्यामुळे त्यानुसार दिवस–रात्र होत असते.’’

सिद्धार्थाचा गोंधळलेला चेहरा पाहून राहूलला वाटलं कदाचित ते संभ्रमात असावेत, त्यांना काही तरी सांगायचं आहे. म्हणून राहूलने विचारलं, ‘‘बाबा, आपल्याला काही सांगायचं आहे का?’’

‘‘हो, मला तुझ्या गोष्टी अधिक स्पष्ट होत आहेत. आता माझ्या हेही लक्षात आलं आहे, की सूक्ष्म शरीराला तू प्राधान्य का दिलं आहेस. केवळ पृथ्वीवरील जीवनच समोर दिसत असल्यामुळे माझं स्थूल शरीरच आजवर मला प्रिय होतं, सर्वांत महत्त्वाचं होतं. परंतु आता कळलं, यापुढचं जीवन त्याहूनही अनंत आहे. म्हणून स्थूल शरीराला दुसरा क्रमांक देणंच उचित ठरेल.

‘‘राहूल, या सर्व गोष्टी ऐकून मलाही एक प्रश्न पडला आहे. मी जेव्हा माझ्या सूक्ष्म शरीराबरोबर पुढची यात्रा करेन, तेव्हा तेथे माझ्यासाठी एखादं वाहन उपलब्ध असेल का?’’

त्यावर राहूल हसत हसत म्हणाला, ''पृथ्वीवर जर आपल्याला एखाद्या ठिकाणी जायचं असेल तर बराच वेळ लागतो. कारण स्थूल शरीर येथे बाधा बनतं. जर हे स्थूल शरीर नसतं तर आपण एखाद्या ठिकाणी अगदी सहजतेनं काही क्षणातच पोहोचलो असतो. पण स्थूल शरीर बाधा बनलं आणि काळाची निर्मिती झाली. दोन्ही स्थानांमध्ये असणारा हा मोठा फरक आहे. पृथ्वीवर स्थूल शरीराच्या मर्यादेमुळे आपल्याला एखाद्या ठिकाणी जाण्याचा प्रसंग आला तर तेथे पोहोचायला वेळ लागतो. पण पार्टू मध्ये ती मर्यादा दूर होते. केवळ विचारांद्वारेच आपल्याला हवं तिथं पोहोचता येतं. आपल्या मनात आलं, की आता अमेरिकेत जायचं आहे तर विचारांच्या शक्तीने क्षणार्धात तेथे पोहोचता येतं. तेथे विचारांची गती अधिक आहे. कोठेही जाण्यासाठी तेथे कोणत्याही वाहनांची किंवा घोड्यांची आवश्यकता नसते. केवळ विचारच आपल्याला इच्छित स्थळी पोहोचवतात.''

ही गोष्ट ऐकून सिद्धार्थ चांगलाच हबकला. तेथे विचारांद्वारे कार्य कशी होत असतील? त्याच्या डोक्यात आता हे विचारचक्र चालू झालं. या आधारावरच त्याने राहूलला प्रश्न विचारला, ''याचा अर्थ इतरांना काही सांगण्यासाठी एखाद्या भाषेचा उपयोग करण्याची, शब्दांची गरज पडणार नाही का?''

''नाही. सूक्ष्म जगात आपल्याला कोणत्याही भाषेची गरज नसते. भाषेमुळे कोणतीही बाधा येत नाही. तेथे प्रत्येक गोष्ट सहज उपलब्ध आहे. जर आपल्याला बोलण्याची इच्छा असेल तर आपण बोलूही शकता. काही लोकांना बोलायला जास्त आवडतं परंतु तेथे कोणतीही जबरदस्ती नसते. कित्येकदा पृथ्वीवर असं होतं की आपण काही बोलत असतो आणि समोरचाही नेमकं तेच बोलतो. म्हणजे एकाचवेळी दोघांच्याही तोंडून एकसारखे शब्द निघतात. असं आपल्याबरोबर अनेकवेळा घडलं असेल. सूक्ष्म जगातही असंच होत असतं. आपल्याला जे बोलायचं असतं, ते समोरच्याच्या लगेच लक्षात येतं आणि तो जे उत्तर देतो ते आपल्यालाही त्वरित कळतं. भाषेचं आपलं एक वैशिष्ट्य आहे, आनंद आहे. शब्दांमुळे चुटके बनतात आणि आपण त्याचा आनंदही घेतो. आपल्याला जर असा आनंद घ्यायचा असेल तर बोलण्यावर कोणी बंधन घालत नाही.''

''राहूल, अरे काय बोलतोयस तू? सूक्ष्म जगात भाषाही नाही आणि आम्हाला तर तेथे हजारो वर्षे काढायची आहेत. तेव्हा कंटाळा येणार नाही का?'' अतिशय उत्सुकतेनं दोघांनीही एकदम विचारलं.

''नाही, लोकांना हे ऐकून विचार पडतो, की तेथील जीवन जर इतकं लांबलचक, प्रचंड आहे तर वेळ जाता जाणार नाही, अगदीच कंटाळवाणं वाटेल. परंतु वास्तव हे आहे की पृथ्वीपेक्षा कित्येक पटीनं पार्ट टू मध्ये आनंद आहे. तेव्हा कंटाळा येण्याचा प्रश्नच उद्‌भवत नाही.'' राहूलचं हे सडेतोड उत्तर ऐकून राजा सुयोधन अतिशय खुश झाले तर सिद्धार्थाला फारच नवल वाटलं.

त्याच्या मनाची अवस्था जाणून घेत राहूल पुढे म्हणाला, ''हे उत्तर ऐकून कदाचित आपल्याला अप्रूप वाटेल परंतु उच्च स्तरावरून जी उत्तरं दिली जातात ती अनेकदा समोरच्या व्यक्तींच्या चेतनेचा स्तर कमी असल्यामुळे त्यांच्या लक्षात येत नाहीत म्हणून ती त्यांना कंटाळवाणी वाटतात. पण जेव्हा आपण चेतनेच्या उच्च स्तरावर जाल तेव्हा आपल्याला वाटेल, हीच उत्तरं योग्य आणि सर्वोत्तम आहेत. मग सूक्ष्म जगाविषयी जाणून घेतल्यानंतर आपणच म्हणाल, पृथ्वीवर त्याची प्रतिकृती का बनवू नये? त्यालाच पृथ्वीवर का आणू नये? या गोष्टी तर प्रत्येक ठिकाणी असायलाच हव्यात. अशा प्रकारे आपले विचार पूर्णपणे बदलतील.''

''पृथ्वीवर रिकाम्या वेळेत मी वेगवेगळ्या साधनांद्वारे आपला वेळ घालवतो तेव्हा सूक्ष्म जगातही काही मनोरंजक साधनं उपलब्ध आहेत का?'' सिद्धार्थानं कुतूहलानं विचारलं.

''पृथ्वीवर जशी अनेक प्रकारची मनोरंजनाची साधनं आहेत त्याहून कित्येक पटीने जास्त चांगली साधनं तिथं उपलब्ध आहेत. सूक्ष्म जगाच्या तुलनेत पृथ्वीवर नवनिर्माणाचं कार्य दहा टक्केसुद्धा होत नाही. मात्र रचनात्मक कार्य करण्यासाठी तेथे अनेक संधी असतात. प्रेम, सेवा आणि आनंदोत्सव साजरा करण्याची हजारो कारणं असतात. पृथ्वीवर माणसांच्या विचारांना मर्यादा असल्यामुळे तो त्या विचारांपलीकडे जाऊन काही निर्माण करू शकत नाही. आज पृथ्वीवर जे काही दहा टक्के नवनिर्माण होत आहे तेसुद्धा सूक्ष्म जगातल्या लोकांच्याच मदतीनं. अशाप्रकारच्या सेवाही तेथे उपलब्ध असतात. सूक्ष्म जगात विचारांची गती इतकी जास्त असते की आपली रचनात्मकता आपोआप वाढते आणि आपण नव्या, अनोख्या अशा गोष्टींची निर्मिती करू शकतो. मग ती एखादी नवीन वस्तू असो, संगीत असो अथवा लेखनाचं कार्य.

''आजवर आपल्या जीवनात कित्येकदा असं झालं असेल, एखादी गोष्ट आधी आपल्याला आवडत नाही, परंतु चेतनेचा स्तर वाढल्यानंतर तीच गोष्ट प्रिय वाटते. तेव्हा ही गोष्ट सर्वांनाच मिळायला हवी, पृथ्वीवर प्रत्येक ठिकाणी सर्वांना असं ज्ञान मिळण्याची

व्यवस्था व्हायला हवी असं आपल्याला वाटेल. या ज्ञानाशिवाय लोक कसे जगू शकतात याचं आश्चर्य वाटून लवकरात लवकर त्यांनाही या गोष्टी ज्ञात व्हाव्यात अशी प्रबळ इच्छाही मनात जागेल. त्यातूनच आपण पार्ट टू मध्येही अशी सेवा देण्याची इच्छा बाळगाल.''

गंभीरपणे या गोष्टींचं श्रवण करत असताना सिद्धार्थ म्हणाला, ''राहूल, तुझ्या या सर्व गोष्टी ऐकून मला आणखीनच आश्चर्य वाटत आहे. आजवर मला वाटत होतं, माझ्याच विचारांची गती जास्त आहे परंतु आता तू तर म्हणत आहेस, की पार्ट टू मध्ये पृथ्वीपेक्षा विचारांचा वेग अधिक आहे. जर माझं जीवन विचारांच्या आधारावरच चालणार असेल तर मी तेथे कसा जगू शकेन?''

सिद्धार्थाचे डोळेच दर्शवत होते, की त्याने विषयाच्या तळापर्यंत जाऊन मनन करायला सुरुवात केली आहे. त्याची अवस्था राहूलला स्पष्टपणे दिसू लागली. आता सिद्धार्थानं मनन करून स्वतःच आपल्या प्रश्नाच्या मुळापर्यंत जावं. तसंच राजा सुयोधनांनीही या सर्व गोष्टींवर मनन करावं असं राहूलला वाटत होतं.

क्षणभर विचार करून सिद्धार्थ राहूलला म्हणाला, ''सूक्ष्म जगाची आणखी माहिती ऐकण्यासाठी माझे कान आसुसलेले आहेत. उत्सुकतेवश अनेक प्रश्न माझ्या मनात वावटळीप्रमाणे पिंगा घालत आहेत. मी आणि तुझे आजोबा आज रात्री मनन करून जास्तीत जास्त प्रश्न लिहून ठेवणार आहोत. जेणेकरून त्या सर्व प्रश्नांची उत्तरं एकाचवेळी तुझ्याकडून ऐकायला मिळतील.''

''हेच योग्य राहील. उद्या रात्री आपण त्या प्रश्नांवर चर्चा करू'' असं म्हणून राहूल छान झोपी गेला. त्यानंतर दोघांनी बराच वेळ मनन केलं. मृत्यू आणि सूक्ष्म शरीराबद्दल मनात घोळत असलेले काही प्रश्न लिहून ठेवले आणि निश्चिंतपणे तेही झोपी गेले.

दिवस १४

जीवनानंतरचं जीवन

सूक्ष्म शरीरासाठी प्रार्थना

आज राजा सुयोधन आणि सिद्धार्थ अतिशय प्रसन्न होते. त्यांच्या सर्व प्रश्नांची उत्तरं आज मिळणार होती. त्यामुळं त्यांच्या मनात अस्वस्थतेबरोबरच उत्सुकताही दाटली होती. शिवाय मनन तर सतत चालूच होतं. आता रात्र होण्याची वाट पाहण्याखेरीज इतर कोणताही पर्याय त्यांच्या समोर नव्हता. राजा सुयोधनाने आपल्या जीवनात मृत्यूविषयीच्या अनेक घटना बघितल्या होत्या आणि काही घटनांबाबत ऐकलंही होतं. त्यामुळे त्यांचे प्रश्न मृत्यूच्या वेगवेगळ्या घटनांबाबत होते. सिद्धार्थाला मात्र राहूलने सांगितलेल्या गोष्टींच्या आधारेच प्रश्न उद्‌भवत होते. आज रात्री दोघंही ते राहूलसमोर प्रस्तुत करणार होते.

रोजच्यासारखे रात्री ते दोघेही राहूलला सिद्धार्थाच्या महालात घेऊन आले. त्यांच्या चेहऱ्यावरची उत्कंठा स्पष्टपणे दिसत होती. राहूल म्हणाला, ''आज आपण दोघेही बोलण्यासाठी उत्सुक असाल पण आपल्या सगळ्या प्रश्नांची उत्तरं मी एक एक करून देईन. सर्वप्रथम कोण प्रश्न विचारणार?''

तसं पाहिलं तर प्रश्न विचारण्यास दोघेही उतावीळ झाले होते. परंतु प्रथम कोण प्रश्न विचारेल हे मात्र ते निश्चित करू शकले नाहीत. तेव्हा राजा सुयोधनांनी त्याची अधीरता जाणून सिद्धार्थाला प्रश्न विचारण्याची परवानगी दिली.

''राहूल, प्रत्येक माणूस कधी ना कधी मरणारच आहे हे आम्ही जाणतो. पण माणसाचा मृत्यू कधी होईल हे कोण ठरवतं हा माझा प्रश्न आहे.'' सिद्धार्थ म्हणाला.

''बाबा, आपण क्रिकेट मॅच बघितली असेल, तेव्हा क्रिकेट खेळत असताना या खेळात कोण कधी आऊट होईल हे कोण ठरवतं? आपल्या प्रश्नाचं उत्तर या प्रश्नाच्या उत्तरावर मनन केल्यानंतरच गवसेल. जीवन-मृत्यूची व्यवस्था स्वयंचलित आहे. बॅटिंग

करणारा जर बॉलला योग्य प्रकारे सांभाळू शकला नाही तर बॉल कोठे जाणार आहे हे त्याच्या लक्षात येत नाही. त्यानंतर तो जास्त वेळ खेळू शकत नाही. अगदी त्याचप्रमाणे पृथ्वीवर माणसाच्या स्थूल शरीराचा मृत्यू एक स्वचलित, स्वघटित व्यवस्था आहे. विश्वात सर्वत्र माणसाने केलेल्या कर्मानुसार सगळं सहजतेनं आणि सुंदरतेनं घडत असतं. भाव, विचार, वाणी आणि क्रियांद्वारे ही कर्मं होत असतात. जो माणूस पृथ्वीवर आपल्या विचारांना सांभाळू शकतो, दिखावटी सत्यात (जे दिसतं पण असत नाही), मायेत अडकत नाही तो जास्त चांगल्याप्रकारे खेळू शकतो. लवकर रनआऊट होत नाही.

''या स्वचलित व्यवस्थेनुसार तो उच्च जीवन जगतो. कधीकधी समोरच्या माणसाच्या कर्मांचा परिणामही आपल्यावर होतो. तो माणूस तुम्हाला रनआउट करतो. त्यामुळे अशा लोकांच्या सहवासात आपण न राहता, योग्य मित्रांची निवड करणे केव्हाही श्रेयस्कर ठरते. ज्या लोकांमध्ये महाजीवनाविषयीचं ज्ञान आणि कर्माची ओळख वाढते ते योग्य प्रतिसाद द्यायला सुरुवात करतात. अशी माणसं नेहमीच सर्वोच्च गोष्टींची निवड करतात.'' राहूलने अगदी सहजतेनं उत्तर दिलं.

''आता माझ्या प्रश्नाचं उत्तर मिळालं. तू सांगितलेल्या खेळाच्या उदाहरणांवरून हे उत्तर अगदी सहजतेनं समजलं. मी तुला या पुढचा जो प्रश्न विचारणार आहे, कदाचित तो बालीशही वाटू शकेल. पण तू त्याचं निरसन कर. ज्याप्रमाणे माणसाची सूक्ष्म शरीरं असतात त्याचप्रमाणे सूक्ष्म जगात प्राण्यांचीही असतात का?'' सिद्धार्थानं गंभीरतेनं विचारलं.

त्यावर राहूल उत्तरला, ''प्रत्येक सूक्ष्म शरीराची, पार्ट टू मध्ये काही विशेष भूमिका असते. वेगवेगळी शरीरं त्यासाठी निमित्त बनतात. काही शरीरांची भूमिका पृथ्वीवर असते तर काहींची पार्ट टू मध्ये. काही शरीरं पृथ्वीवर जन्म घेतात तर काही पार्ट टू मध्ये. त्यांना पृथ्वीवरही यावं लागत नाही. अशा अवस्थेत ज्या प्राण्यांच्या सूक्ष्म शरीराची भूमिका पुढे पार्ट टू मध्ये आहे, केवळ त्यांचीच सूक्ष्म शरीरं बनतात.

''पृथ्वीवर ज्या ज्या चांगल्या, अनोख्या आणि सुंदर वस्तू आहेत त्या पार्ट टू मध्येही उपलब्ध आहेत. पृथ्वीवरचे सर्वच प्राणी आपल्याला आवडत नाहीत. येथे आपल्याला डास आवडतात का? नाही, डास आवडत नाहीत. पण तरीदेखील वातावरणानुसार विशिष्ट डासांची उत्पत्ती होतेच आणि ते आपल्याला त्रस्तही करतात. तसं पाहिलं तर त्यांचं जीवन अवघं दोन दिवसांचं असतं. परंतु पार्ट टू मध्ये ऋतूच बदलत नसल्यामुळे तेथे डास येणार तरी कोठून? मात्र ही गोष्ट निश्चित आहे, की प्राण्यांच्या

सूक्ष्म शरीरांची देखील तेथे मोठी भूमिका असते आणि ज्या प्राण्यांची भूमिका असते त्यांचीच सूक्ष्म शरीरं बनतात. याचाच अर्थ प्रत्येक कीटकाचं, डासाचं सूक्ष्म शरीर पार्ट टू मध्ये असायला हवं हे आवश्यक नाही.''

''आता माझ्यात हे जाणण्याची तीव्र इच्छा निर्माण झालीयं, पार्ट टू मध्ये स्वतःचं आणि इतरांचं शरीर कसं दिसतं?'' सिद्धार्थानं पुढचा प्रश्न राहूलला विचारला.

''पार्ट टू मध्ये सूक्ष्म शरीर ठोस वाटतं. आजवर चित्रपटात असं दाखवलं गेलं आहे, की सूक्ष्म शरीर पारदर्शक असतं आणि सहजतेनं ते कोठेही भ्रमण करू शकतं. कारण चित्रपटात जी दृश्यं दाखविली जातात ती सर्व कॅमेऱ्याला एक सीमा असल्यामुळे तशी दाखवली जातात. परंतु वास्तव तसं नाही. येथे आपल्याला इतर शरीरं जशी दिसत आहेत तशीच पार्ट टू मध्येही दिसतील. या वेळी आपल्याला सर्व शरीरं ठोस वाटत आहेत. तेव्हा तेथेही ठोसच वाटतील. स्थूल शरीराचा मृत्यू झाल्यानंतर ज्याप्रमाणे येथे शरीर दिसतं त्याचप्रमाणे पार्ट टू मध्येही दिसेल. परंतु आताच हे निश्चित करू नका की, अगदी अशाच प्रकारची शरीरं दिसतील. सूक्ष्म जगात प्रत्येक माणूस स्वतःसाठी आपल्या आवडीनुसार वेगवेगळी निवड करतो.''

उत्सुकतेवश सिद्धार्थाला आता धीर धरवत नव्हता. त्यामुळे राहूलला मध्येच थांबवत तो म्हणाला, ''आपण कसं दिसावं याची निवड स्वतःच करू शकतो का? माझा तर अजूनही कानांवर विश्वास बसत नाही. अगदीच नवल करण्याचीच बाब तू सांगितलीस.''

''पिताजी, आपण अगदी योग्य ऐकलंत. जर एखाद्या सूक्ष्म शरीराला वाटलं, की त्याच्यासाठी वृद्धाचं शरीर जास्त उपयुक्त आहे तर तो तसं रूप स्वीकारेल. परंतु ते वृद्ध शरीर त्याला थकलेलं किंवा व्याधिग्रस्त जाणवणार नाही. एखाद्याला वाटलं तरुण दिसणं अधिक फायदेशीर आहे तर तो तसं रूप स्वीकारेल. पृथ्वीवर स्थूल शरीराला मर्यादा असते परंतु पार्ट टू मध्ये कोणतंही बंधन नसतं.

''आपल्या शरीराची तेथे कोणती भूमिका आहे यावर सर्व गोष्टी निर्भर करतात. जसं, पृथ्वीवर पेशंटसमोर जाताना डॉक्टर विचार करतात, की रुग्णासमोर मला डॉक्टरांसारखंच दिसायला हवं. मग रुग्णांना डॉक्टरांविषयी लवकर विश्वास निर्माण व्हावा. यासाठी ते एप्रन घालतात, गळ्यात स्टेथोस्कोप अडकवतात. नाहीतर पेशंट्स उगाचच घाबरत राहतील, 'न जाणो ऑपरेशनच्यावेळी काही बिघाड तर होणार नाही ना?' परंतु सूक्ष्म जगात आपल्यासाठी वेगवेगळे पर्याय उपलब्ध असतात. अनेक प्रकारचे

लोक तेथे असतात. एखादा जर म्हणाला, ''आम्हाला शिकविणारा वयाने आमच्यापेक्षा मोठा असायला हवा.'' अशी अट ठेवणारी लोकं असतील तर त्यांच्यासाठी वेगळा पर्याय निवडावा लागतो. अशा प्रकारे हे सर्व आपल्या शरीराच्या भूमिकेनुसार आणि चेतनेच्या स्तरावर अवलंबून असतं. सूक्ष्म जगात लोकं अधिकतर तरुण दिसणंच पसंत करतात.'' या सर्व गोष्टी ऐकून राजा सुयोधन आणि सिद्धार्थ अवाक् होऊन राहूलकडे बघत राहिले.

''राहूल, आज तुझ्या या नावीन्यपूर्ण गोष्टी ऐकून आम्ही दोघेही थक्क झालो आहोत, सुखद आश्चर्यात बुडालो आहोत.''

दोघांची ही अवस्था बघून राहूलनं मंद स्मित केलं आणि म्हणाला, ''बाबा, आपले आणखी काही प्रश्न आहेत का?''

''नाही, आता माझा कोणताही प्रश्न शिल्लक राहिलेला नाही. मी अत्यंत समाधानी आहे.'' सिद्धार्थ उत्तरला.

''आजोबा, आता आपण आपले प्रश्न विचारा.''

राजा सुयोधनांना राहूलची उत्तरं ऐकून आता विश्वास वाटू लागला होता, की त्यांना आपल्या सगळ्या प्रश्नांची उत्तरं अगदी सहजतेनं मिळतील. हा विचार करून त्यांनी राहूलला प्रश्न विचारला, ''मी माझ्या जीवनात मृत्यूच्या अनेक घटना बघितल्या आहेत. कित्येक वेळा मूल जन्मताच त्याचा मृत्यू होतो हेही मी पाहिलं आहे. अशा वेळी मला अतिशय दुःख व्हायचं. वाटायचं, अद्याप त्यानं जग बघितलं नाही... ईश्वराने त्याला आणखी काही काळ जिवंत ठेवलं असतं तर काय बिघडलं असतं... त्या मुलाचं जीवन अपूर्ण राहिलं... त्याचं जीवनरूपी फूल उमलण्यापूर्वीच असं एकाएकी गळून का पडलं... नियतीनं त्या जीवाबरोबर किती क्रुर थट्टा केली... तेव्हा राहूल, प्रथम हे सांग, जीवनाची सुरुवात होत असतानाच मध्येच मृत्यू होणं कितपत योग्य आहे?''

''एखाद्या बालकाचा मृत्यू , जीवन सुरू होत असतानाच झाला तर लोकांना वाटतं तो अपूर्ण जीवन जगला... त्याने आणखी जगायला हवं होतं... त्याच्याबरोबर फारच चुकीचं झालं... असं व्हायला नको होतं... अशा प्रकारे अकस्मात मृत्यूनंतर लोक परमेश्वरालाच दोषी मानतात, अत्याधिक शोक करतात. पण हा दृष्टिकोन योग्य नसून चुकीचा आहे. अशा मृत्यूकडे बघण्याचा दुसरा दृष्टिकोनही असू शकतो. उदाहरणार्थ, डासांचं जग बघा... एक डास काय बघत असतो. एक डास जर दुसऱ्या डासाविषयी

विचार करू शकला असता तर तो म्हणाला असता 'आता तर कुठे हा डास जन्माला आला आणि माणसानं त्याला लगेच मारूनही टाकलं...' खरंतर त्या डासाचं आयुष्य दोन दिवसांचं होतं परंतु तो बिचारा एकाच दिवसात मेला... फारच वाईट घडलं.

आता येथे डास जो विचार करतोय तो त्याच्या दृष्टिकोनातून बरोबर आहे. ''आपण जेव्हा उच्च दृष्टिकोनातून, सर्वसमावेशक दृष्टीने, चेतनेच्या सातव्या स्तरावरून पाहाल तेव्हा आपल्या लक्षात येईल, की ईश्वरच वेगवेगळ्या शरीरांद्वारे स्वतःसाठी निमित्त बनत आहे. एखादा माणूस स्वतःचेच अनेक फोटो काढतो आणि त्यातील काही फोटो स्वतःच फाडून टाकतो. खरंतर पृथ्वीवरचे सारे जीव ईश्वराचेच फोटो आहेत. लहान मुलाच्या मृत्यूनंतर आपण एखाद्या मर्यादित दृष्टिकोनातून बघितलं तर मात्र आपल्याला नक्की जाणवेल, हे चुकीचं झालं... असं व्हायला नको होतं... परंतु दिसतं तसं नसतं. ईश्वराच्या विशाल दृष्टिकोनातून पाहिलं तर हा त्याच्यासाठी आवश्यक असणारा भाग आहे. या सर्व गोष्टी माणसाच्या बुद्धीपलीकडील आहेत, बुद्धीत न बसणाऱ्या आहेत.

''ईश्वर काही शरीरांना, जगाला शिकविण्यासाठी निमित्त बनवत असतो. त्यांच्याद्वारे काही लोकांना प्रेरणा मिळणार असते. आपल्या शरीराची भूमिका ही केवळ निमित्तमात्र आहे. अशा पद्धतीने एक छोटं जीवनही आपली भूमिका पूर्णपणे साकारत असतं. प्रत्येक शरीराबरोबर वेगवेगळ्या घटना होत असतात. एखादं मूल जन्माला येतं आणि काही दिवसातच मरण पावतं. पण त्या थोड्या कालावधीतही ते मूल मोठं कार्य करून गेलेलं असतं मात्र ते कोणालाही दिसत नाही आणि आजूबाजूच्या लोकांना वाटतं, हे वाईट झालं. परंतु वास्तव असं नाही...

''मुलाच्या आई-वडिलांबरोबर काय घडलं? जीवनात त्यांना कोणती शिकवण मिळाली? जगासाठी ते कशाप्रकारे निमित्त बनले? या सर्व प्रश्नांची उत्तरं जाणल्यानंतर आपल्या लक्षात येईल की, मृत मुलाचं जीवन जरी काही दिवसाचं होतं तरी ते लोकांसाठी किती मोठं निमित्त बनलं! केवळ जगासाठी त्याचा मृत्यू झालेला असतो पण सूक्ष्म जगातही त्याचं योग्य संगोपन होतं. तेथेही त्याच्याकडे पूर्ण लक्ष ठेवलं जातं. परंतु ही गोष्ट खूप कमी लोक समजू शकतात म्हणून असे प्रश्न माणसाच्या मनात नेहमी येतात.

''माणूस आपल्या अल्प बुद्धीनं विचार करतो, की आपलं मूल शिकून सवरून मोठं होईल... लग्न करेल... मुलांना जन्म देईन... लोकसंख्या वाढवेल... तेव्हाच आपलं जीवन सफल अन्यथा नाही. अशा प्रकारे सीमेच्या आधारावर आपण लोकांच्या भूमिका सीमित करतो परंतु ही चुकीची पद्धत आहे. एखादा पृथ्वीवर येऊन दोन दिवसात भरीव

कार्य करतो तर दुसरा शंभर वर्षे जगूनही तसं कार्य करू शकत नाही. म्हणून वेळ आणि सीमेच्या आधारे कोणतीही भूमिका ठरवू नका.

''सूक्ष्म जगाचं ज्ञान प्राप्त केल्यानंतर आपल्याला डासाच्या दृष्टिकोनातून नव्हे तर उच्च दृष्टिकोनातून विचार करायचा आहे. डास मारताना आपल्याला कधी असं वाटत नाही की डासातही ईश्वर आहे. वास्तविक तो आणखी दोन दिवस जगला असता पण माझ्यामुळे एका दिवसातच मेला. आपल्या चेतनेचा स्तर जसजसा वाढेल तसतसं जीवनाचा खेळ कशाप्रकारे चालला आहे ते आपल्याला समजेल. समज वाढताच स्वीकार भाव, भक्तिभाव वाढेल. मग आपल्याद्वारे जी कार्य होतील ती केवळ अभिव्यक्ती असेल आणि जोरदार असेल.''

राहूलने दिलेलं सोपं परंतु तितकंच गहिरं उत्तर ऐकून राजा सुयोधनांना अतिशय समाधान वाटलं. भावविभोर स्वरात ते म्हणाले, ''राहूल, तुझ्या उत्तरानं माझा जीवनाप्रती असलेला दृष्टिकोनच बदलून टाकला आहे रे! आत्ता तू ज्या हृदयस्पर्शी गोष्टी सांगितल्यास त्या ऐकून मी कृतकृत्य झालो. यावर मी अवश्य मनन करणार आहे.'' असं म्हणून राजाने आपला दुसरा प्रश्न विचारला. ''आपल्या राज्यात भुतांच्या कथा अतिशय प्रसिद्ध आहेत. खरोखरच भुतं आहेत, की नाहीत हे मला माहीत नाही. परंतु जर असतील तर त्या भुतांना मुक्ती कशी मिळेल?''

''आजोबा, या प्रश्नाचं उत्तर देण्यापूर्वी मी आपल्याला संत मीराबाईंबरोबर घडलेली एक चमत्कारिक घटना सांगतो. एकदा संत मीराबाईंना त्यांच्या शत्रूंनी भुतं वास्तव्य करत असलेल्या महालात ठेवलं. त्या लोकांना वाटलं भुतांचं नाव घेताच मीराबाई घाबरतील, ओरडतील, परंतु आश्चर्य या गोष्टीचं होतं की त्या भुतांनी मीराबाईंना काही केलं नाही उलट तेच तेथून पळाले आणि जी भुतं तिथं राहिली त्यांना मोक्ष मिळाला, ते मुक्त झाले. अशा घटना मीराबाईंमध्ये किती गुण होते हे दर्शवतात. गुण निराकार आहेत आणि घटना दृश्य आहेत म्हणून लोक घटनांचा आधार घेऊनच गुण समजू शकतात. मीराबाईंच्या मुखातून निघालेली ज्ञानपूर्ण पदं, कविता, भजन यांचा त्या भुतांवरही परिणाम झाला. मीराबाई जेथे वास्तव्य करत होत्या तेथील भुतांनाही ज्ञान मिळालं आणि ती मोक्ष प्राप्त करून प्रकाशाच्या दिशेने पुढील यात्रेसाठी निघून गेली.

''आता येथे भुतं कोणाला म्हटलं आहे तेही आपण समजूया. ज्या लोकांनी मृत्यूनंतर त्यांचं स्थूल शरीर मेलं हे मान्य केलं नाही, जी सूक्ष्म शरीरं गोंधळलेल्या अवस्थेत असतात त्यांना भूत म्हटलं जातं. या संभ्रमित अवस्थेमुळे ते आपली पुढील प्रकाशाकडे

होणारी यात्रा स्थगित करीत राहतात. अशा अवस्थेत असलेल्या काही लोकांना जेव्हा या गोष्टीचं ज्ञान होतं की, त्यांना प्रकाशाची यात्रा करायची आहे, एक नवं जीवन त्यांची वाट पाहात आहे तेव्हा तिथे जाण्याची प्रबळ इच्छा त्यांच्यात जागृत होते आणि त्वरित ते मुक्त होतात. आपल्या मान्यतांमुळे आपण पुढे जाऊ शकत नाही हे समजताक्षणी त्यांना मान्यतांपासून मुक्ती मिळते आणि प्रकाशात येताच त्यांच्या मान्यता विलीन होऊ लागतात.

''काही धर्मात वेगवेगळ्या मान्यता दिल्या जातात. मेल्यानंतर तुम्ही थडग्यातच राहाल... कयामतच्या दिवशी न्याय होईल तेव्हा या या गोष्टी होतील... ईश्वर तुमच्यासाठी काही व्यवस्था करेल... मेल्यानंतर जीवन नसतं... अशा मान्यतांमुळे स्थूल शरीराच्या मृत्यूनंतर माणूस अतिशय गोंधळलेल्या अवस्थेत असतो. असे लोक जेव्हा सत्य ऐकतात तेव्हा त्वरित त्यांच्यात 'आता आम्हालाही प्रकाशाकडे वाटचाल करायची आहे' ही शुभेच्छा जागृत होते व तत्क्षणी ते मुक्त होतात. पृथ्वीवर त्यांच्यासाठी केलेला सत्संग आणि प्रार्थना त्यांना मुक्त करण्यासाठी उपयोगी ठरते. अशा लोकांसाठी ईश्वराकडे 'त्यांना तेथे लवकरात लवकर मार्गदर्शन मिळावं आणि त्यांनीही ते लगेच स्वीकारावं.' ही प्रार्थना करायला हवी.''

न राहवून राजा सुयोधन मध्येच म्हणाले, ''धन्यवाद राहूल, तू माझ्या मनातल्या ठाण मांडून बसलेल्या भुतांच्या कल्पना नाहीशा केल्यास. सूक्ष्म शरीरासाठी प्रार्थना कशी करायची हे सांगून त्यांच्या मुक्तीचा मार्गही तू जगापुढे ठेवलास...''

काही क्षण मौन राहिल्यानंतर राजाने आपला पुढचा प्रश्न राहूलला विचारला, ''इतिहासात काही असे संत झाले आहेत, ज्यांनी आपल्या मर्जीनुसार देहत्याग केला. याचा अर्थ आत्मसाक्षात्कारी माणूस स्थूल शरीराच्या मृत्यूचा मालक बनतो. कोणत्या उद्देशामुळे त्यांचा मृत्यू व्हावा, त्याचा मृत्यू जगासाठी निमित्त कसा बनेल, तो हे निश्चित करू शकतो. आत्मसाक्षात्कारी संत आपल्या मर्जीनुसार, काही उद्देश मनात ठेवून शरीराचा त्याग कसे करू शकतात? कृपया याचं उत्तर सविस्तर सांग.''

''जगापुढे त्यांना एक ज्वलंत उदाहरण ठेवायचं असतं. जेणेकरून त्यापासून प्रेरणा घेऊन लोकांनी काही शिकावं. संत ज्ञानेश्वरांनीही लहान वयातच समाधी घेतली. येशू ख्रिस्ताबरोबरही असंच झालं. त्यांना सुळावर चढवलं गेलं. हा निर्णय त्यांनी का घेतला? त्यांच्या दृष्टिकोनातून पाहिलं तर आपल्याला समजेल, की त्यांच्या शरीराचा मृत्यू कसा व्हावा हे त्यावेळी ते निश्चित करू शकले.'' राहूलनं उत्तर दिलं.

"आत्मसाक्षात्कारी संत जर आपला मृत्यू कसा व्हावा हे ठरवू शकतात तर जास्त वर्षं जगण्याचा निर्णय त्यांनी का नाही घेतला? अशी लोकं जर जास्त जगतील तर लोकांचंही कल्याण होईल. तसंही पृथ्वीवर प्रत्येक माणसाची 'त्याने जास्त जगावं' हीच तर इच्छा असते." राजा सुयोधनांनी पुढचा प्रश्न विचारला.

"आजोबा, असं समजू नका की आत्मबोध प्राप्त झालेले संत शंभर वर्षांपर्यंत जगले तर चांगलं, कारण माणसाच्या मनाची चांगल्या-वाइटाची परिभाषा मर्यादित असते. ईश्वरासमोर मात्र अनेक पर्याय असतात, केवळ एकच शरीर नसतं. परंतु माणसाचं मन कोतं असल्यामुळे पायाजवळचंच पाहू शकतं. थोडंच पाहू शकतं, थोडाच विचार करू शकतं. पण याचा अर्थ असा नाही, की आत्मसाक्षात्कार झालेली व्यक्ती, मृत्यू तिच्या हातात असल्यामुळे शरीराचा मृत्यू लांबवत जाईल. तिला पृथ्वीवरचं जीवन, सूक्ष्म जगाचं जीवन आणि ईश्वराची काम करण्याची पद्धत माहीत असल्यामुळे ती असं कदापि करणार नाही. जेव्हा माणसाजवळ इतर कोणतेही पर्याय नसतात तेव्हा एकच गोष्ट तो गृहीत धरून बसतो. परंतु ईश्वराजवळ तर अनेक शरीरं आहेत, अनेक पर्याय उपलब्ध आहेत. त्यासाठी त्याला स्वतःला एकाच शरीरात आसक्त होण्याची आवश्यकता नसते. याचा अर्थ आत्मबोध प्राप्त झाल्यानंतर समजेचा, चेतनेचा स्तर उच्च होतो. तेथे अशी समज निर्माण होते, की प्रत्येक शरीरात जर ईश्वर आहे तर मग एकाच शरीरात का गुंतून राहावं?"

एव्हाना सर्व गोष्टी स्पष्ट झाल्यामुळे अत्यंत समाधानी होऊन राजा सुयोधनांनी तिसरा प्रश्न राहूलला विचारला, "कित्येक देशात आपण नेहमीच अशा घटना बघतो, लोकांमध्ये भांडणं होत असतात... ते कुणाचा खूनही करतात... हुंड्यापायी पत्नीला जाळतात... आणि अशी सूक्ष्म शरीरं तोपर्यंत पृथ्वीवर राहतात जोपर्यंत त्यांचा बदला पूर्ण होत नाही असं मी ऐकलं आहे. अशा अवस्थेत ती सूक्ष्म शरीरं, त्यांना मारलेल्या माणसांचा बदला घेतात. राहूल, हे खरं आहे का?"

"लोकांमध्ये ही मान्यता आहे खरी, परंतु सूक्ष्म शरीर पृथ्वीवर येऊन बदला घेतं ही मान्यता चुकीची आहे. कारण मेल्यानंतर बदला घ्यायचा की नाही हा निर्णय सर्वस्वी मृत व्यक्तीच्या समजेवर अवलंबून असतो. मृत व्यक्तीच्या मनात बदल्याची भावनाही असू शकते किंवा क्षमा करण्याचीही. त्यावेळी असंही होऊ शकतं, कदाचित मृत व्यक्तीच्या मनात धन्यवादाचे भाव असावेत! अधिकांश लोकांची समज मृत्यूनंतर विस्तारत जाते. त्यामुळे बदला घेण्याच्या भावनेतून ते मुक्त होतात. पुढे त्या सूक्ष्म शरीराचं काय होईल यावरही पुढील गोष्टी अवलंबून असतात. योग्य समज प्राप्त करून जर माणसाच्या

स्थूल शरीराचा मृत्यू झाला तर तो सूक्ष्म जगात चेतनेच्या उच्च स्तरावर जातो आणि समज नसेल तर निम्न स्तरावर. दोन्ही प्रकारच्या शक्यता तेथे असतात. जर एखाद्या व्यक्तीला मृत्यूनंतर बदला घेण्याचा विचार आला तर तिला पार्ट टूमध्ये असलेल्या सर्व शक्यता नाकारून पृथ्वीवरच्या लोकांचा बदला घेण्याचं घृणास्पद कार्य करावं लागतं. परंतु असे फारच थोडे लोक असतात जे आपलं सर्वस्व पणाला लावून बदला घेण्याची घोडचूक करतात. त्यांना वाटत असतं माझं किंवा माझ्या घरच्या लोकांचं कितीही नुकसान झालं तरीही मी अमुक अमुक माणसाला कधीही माफ करणार नाही. एका अर्थानं अशी लोकं आपलं आणि आपल्या घरातल्या लोकांचंही भलं चिंतत नाहीत. आपल्या हट्टापायी ते सर्वांचंच नुकसान करतात. परंतु वास्तव हे आहे, की पुढील यात्रेसाठी मार्गस्थ होणं त्यांच्यासाठी कल्याणकारी असतं. नकारात्मक भावनांमुळे माणसाचा विनाश होतो. यासाठी पृथ्वीवरच मनाला प्रशिक्षण मिळणं आवश्यक आहे. जेणेकरून प्रकाशाकडे नेणाऱ्या प्रवासात अशा चुकीच्या भावना माणसाची महायात्रा रोखू शकणार नाहीत. हे अत्यंत महत्त्वपूर्ण आहे.''

''राहूल, तू माझ्या सर्व प्रश्नांची उत्तरं अतिशय चांगल्या पद्धतीने दिली आहेस. तुझी ज्ञानार्जनाची ही पद्धत फारच उत्तम आहे. आता माझे सर्व प्रश्न विलीन झाल्यामुळे मी खूपच आनंदात आहे. 'इतकं सर्वोच्च ज्ञान मी पृथ्वीवर प्राप्त करू शकलो!' या गोष्टीवर अद्याप माझा विश्वासच बसत नाहीये. तुझ्या उत्तरात अतिशय सखोलता आणि परिपूर्णता दडलेली असल्यामुळे सर्व उत्तरं मनन करण्यायोग्य आहेत. तू खरोखरच महान आहेस याबद्दल यत्किंचितही शंका नाही. आता आम्ही दोघंही यावर मनन करून उद्या पुढचे प्रश्न तुला विचारणार आहोत.''

त्यावर राहूलही हळुवारपणे डोळे मिटून घेत म्हणाला, ''तुमच्या सर्व प्रश्नांची समर्पक उत्तरं मिळाली याचा मला अतिशय आनंद होत आहे. मी सांगितलेल्या उत्तरांच्या प्रत्येक ओळीवर जर खोलवर मनन केलं तर आपल्यासमोर अनेक रहस्यं उलगडतील. अनेक निखळलेल्या कड्या आपल्याला या उत्तरात गवसतील. आज आपण येथेच थांबू या. उद्या पुन्हा भेटू'' असं सांगून राहूल झोपी गेला. राजा सुयोधन आणि सिद्धार्थ दोघेही मननात हरवून गेले.

दिवस १५

सूक्ष्म जगात नातेसंबंधांची व्यवस्था

माणसाच्या चेतनेचे सात स्तर

राजा सुयोधन आणि सिद्धार्थ आज दिवसभर मनन करण्यातच मग्न होते. सूक्ष्म जगाच्या रहस्याची उकल होत असल्यामुळे जणू काही अल्लाउद्दीनचा जादूचा दिवाच त्यांना गवसला होता. दोघांच्याही आनंदाला पारावार नव्हता. जिवंत असतानाच पृथ्वीवर या गोष्टी किती लोकांना कळत असतील? आणि नकळत आपण किती भाग्यवान आहोत, याचा हेवाही त्यांना वाटला. पार्ट टूचे विचार करता करता सिद्धार्थ मध्येच अचानक थांबला. त्याला आपल्या विचारांचंच आश्चर्य वाटलं. पृथ्वीवर आपण जर काही विचार केला तर तो प्रत्यक्षात यायला वेळ लागतो. परंतु विचार येताक्षणीच ती गोष्ट लगेच पूर्ण झाली तर आपल्याला विचारांमध्ये किती सजगता आणावी लागेल याची जाणही आली. हे तर असंच झालं ना, माणूस एखाद्या कल्पवृक्षाखाली बसला आहे आणि त्याच्या सर्व इच्छा-आकांक्षा पूर्ण होत आहेत! परंतु त्याचबरोबर त्याने हेही ऐकलं होतं, की कल्पवृक्षाखाली बसलेल्या माणसाच्या मनात एकदा भीतीचा विचार आला आणि क्षणार्धात त्याला आपले प्राण गमवावे लागले. हा विचार सिद्धार्थाने पिताजींनाही सांगितला. हे ऐकून राजा सुयोधनही या विचारांवर मनन करण्यास प्रवृत्त झाले. दोघेही आपल्या विचारांकडे दिवसभर साक्षी होऊन बघत होते आणि त्यामध्ये सजगता आणण्याचा प्रयत्नही करत होते. एकीकडे बोध प्राप्त झाल्याचा आनंद तर दूसरीकडे सूक्ष्म जगातल्या रहस्यमय गोष्टी जाणण्याची प्रचंड उत्सुकता. अशा अवस्थेत रात्री ते राहूलजवळ गेले. राहूलचे छोटे छोटे सुंदर काळेभोर नेत्र जणू त्यांची प्रतीक्षाच करत होते. सिद्धार्थाने अलगद राहूलला उचललं आणि आपल्या महालात घेऊन आला.

''राहूल, आज माझ्या आणि पिताजींच्या मनात दिवसभर रम्य अशा सूक्ष्म जगाचेच विचार घोळत होते. तुझं बोलणं ऐकून तर मला असं वाटत होतं, की तेथील जीवन किती सौंदर्यानं नटलेलं असेल, सर्व प्रकारच्या सुख-समृद्धींनी सामावलेलं असेल. तेथे

राहणाऱ्यांना किती आनंद मिळत असेल नाही? विचार येताच प्रत्येक गोष्ट आपल्या समोर हजर! पार्ट टूमध्ये अशा प्रकारची व्यवस्था आहे आणि हीच तर खरी जीवनाची सुंदरता आहे.''

त्याला मध्येच थांबवत राजा सुयोधनांनी प्रश्न विचारला, ''राहूल, आता मला सांग पार्ट टू मध्ये, ही व्यवस्था कशी असते आणि तेथे कोणते नियम आहेत?''

''पार्ट टू मध्ये माणूस आपल्या चेतनेच्या स्तरानुसार, वेगवेगळ्या तरंगानुसार निरनिराळ्या उपखंडात जातो. तेथे कोणताही भेदभाव नसतो. पृथ्वीवर माणसाची जशी तयारी असते तशा चेतनेनुसार तो पार्ट टूमध्ये जातो. तेथे तयारीचा अर्थ पद, पैसा किंवा प्रतिष्ठा असा नसून माणसाचे गुण आणि ज्ञान यांना सर्वाधिक महत्त्व असतं. माणसाच्या चेतनेचा स्तरच दर्शवतो, की तो कोणत्या तरंगावर जाईल. ही एकप्रकारे स्वयंचलित व्यवस्था आहे. माणसाला जर वाटत असेल की 'तो शरीर आहे' तर त्याची निवड त्या समजेनुसार निम्न स्तरावर होईल. आपल्याला वाटेल पृथ्वीवर ज्या ज्या गोष्टी मिळाल्या नाहीत त्या सर्व आता इथे मिळतील. पृथ्वीवर कोणी आपल्याकडे लक्ष देत नव्हतं म्हणून आपण अपेक्षा कराल, कमीत कमी पार्ट टू मध्ये तरी सर्वांनी लक्ष द्यावं. एखाद्या गोष्टीची इच्छा करताच ती आपल्याला मिळेलही परंतु आपण मात्र चेतनेच्या निम्न स्तरावरच राहाल. आपली निवडही त्याच आधारावर होईल, पुढे कधी जाणारच नाही.

''पृथ्वीवर एखादा माणूस लंगडा असेल तर त्याच्या स्थूल शरीराच्या मृत्यूनंतर सूक्ष्म जगात गेल्यावर तो म्हणेल, 'मला आता पळण्यासाठी येथे मैदान बनवायचं आहे.' कारण त्याची पळण्याची इच्छा अतृप्त राहिल्यामुळे प्रथम तो तीच इच्छा पूर्ण करू पाहील, मैदान बनवण्याचीच अभिव्यक्ती करेल आणि या सर्व गोष्टी त्याला गैरही वाटणार नाहीत. पृथ्वीवरच्या सर्व इच्छा सूक्ष्म जगतात पूर्ण करताना त्याला आनंदच वाटेल. परंतु पृथ्वीवर जेव्हा आपण पार्ट टू विषयी ऐकाल आणि त्यावर मननही कराल तेव्हा सूक्ष्म जगात गेल्यानंतर चेतनेच्या उच्च स्तरावर जाण्याविषयी निदान विचार तरी करू शकाल. आपण स्वतःच याबाबत निर्णय घ्याल, की मनाच्या जंजाळात, त्याच्या इच्छेमध्ये न अडकता उच्च चेतनास्तरावरील सूक्ष्म शरीरं जेथे वास करतात त्या उपखंडात मला जायचं आहे. सूक्ष्म शरीराला स्वतःलाच आपला न्यायाधीश बनावं लागतं आणि ते आपल्या उच्च किंवा निम्न तरंगानुसार अवस्था प्राप्त करतं. तेथे कोणीही धर्मराज, चित्रगुप्त किंवा अन्य माणूस नसल्यामुळे त्याला स्वतःलाच हा निर्णय घ्यावा लागतो, तो पृथ्वीवर योग्य जीवन जगला की नाही?''

यापूर्वीही राहूलने जेव्हा ग्रे पिरियडबाबत काही सांगितलं होतं तेव्हा सिद्धार्थाला अप्रूप वाटलं होतं आणि आजही स्वतःचा निर्णय स्वतः घेण्याबाबतचं जे रहस्य सांगितलं त्यामुळे तो आणखीनच बुचकळ्यात पडला. त्याचं समाधान मिळावं यासाठी त्याने राहूलला प्रश्न विचारला, ''मागील वेळी ग्रे पिरियडसंबंधी सांगत असताना तू या गोष्टीचा उल्लेख केला होतास, की पार्ट टू मध्ये माणूस स्वतःच आपला न्यायनिवाडा करतो. परंतु आज मात्र ही गोष्ट मला अतिशय कठीण वाटत आहे. कारण पृथ्वीवर अशा कितीतरी गोष्टी असतात ज्या माणूस स्वतःपासून आणि इतरांपासूनही लपवून ठेवतो. मग सूक्ष्म जगात गेल्यानंतर तो स्वतःबाबत निर्णय कसा घेऊ शकतो?''

''आजोबा, आपण म्हणता ते अगदी योग्य आहे. पृथ्वीवर लोक कपट, अविश्वास, तक्रार, अनुमान अशा अनेक विकारांनी ग्रासलेले असतात. परंतु पार्ट टूचं जग वेगळं आहे. तेथील व्यवस्था समजण्यासाठी आपल्याला माणसाच्या स्तरांबाबत माहिती मिळवायला हवी. सूक्ष्म जगात माणसाच्या जीवनाचे सात स्तर असतात. जेव्हा एखाद्या माणसाच्या स्थूल शरीराचा मृत्यू होतो तेव्हा त्याची पुढील यात्रा सुरू होते. पार्ट टूच्या जीवनात त्याला आपल्या जीवनातील सात स्तरांपैकी एका खंडात प्रवेश मिळतो. ज्या माणसाचा चेतनेचा स्तर उच्च आहे त्याला उच्च स्तरावर तर कमी चेतनेचा स्तर असणाऱ्याला निम्न स्तरावर प्रवेश मिळतो. अशाप्रकारे सूक्ष्म जगात वेगवेगळे विभाग असतात. जेथे माणूस आपल्या चेतनेनुसार अभिव्यक्ती करतो. ज्या लोकांची समज आणि चेतनेचा स्तर अधिक असतो ते उच्च अभिव्यक्तीचीच निवड करतात. ही व्यवस्था स्वयंचलित आहे. उच्च चेतना असणाऱ्या माणसाला निम्न चेतनेचा स्तर कधीही आकर्षित करत नाही. ज्या माणसाला उच्च स्वाद घ्यायचा आहे तो कधीही मागे येणार नाही. ज्याला उच्च चेतनेच्या स्तराविषयी माहिती नसते तो निम्न चेतनेच्या स्तरातच राहतो. इतर लोक चेतनेच्या तिसऱ्या आणि चौथ्या स्तरावरच समाधान मानतात. खरंतर प्रत्येक माणसाने चेतनेच्या पाचव्या, सहाव्या व सातव्या स्तरावर जाण्याचं ध्येय बनवायला हवं आणि त्याची तयारी केवळ पृथ्वीवरच होऊ शकते. या सर्व गोष्टी आपल्याला या जीवनातच समजून घेऊन त्यानुसार आपल्या चेतनेचा स्तर वाढवण्यासाठी कार्यही करायचं आहे.''

राजा सुयोधनाला आपल्या सर्व प्रश्नांची उत्तरं मिळाली आणि सिद्धार्थाच्या मनातील प्रश्नरूपी वादळ शांत झालं. सिद्धार्थ काही बोलणार इतक्यात त्यानं पाहिलं, की राहूलला गाढ झोप लागली आहे. म्हणून अगदी नाइलाजास्तव त्याने राहूलला उचलून यशोदेजवळ नेऊन ठेवलं. गुलाबाच्या पाकळ्यांहूनही कोमल अशा गोजिरवाण्या

राहूलवर त्याने एक दृष्टिक्षेप टाकला. पुत्रमुख पाहताना त्याला आपलं जीवन धन्य झाल्याचा अननुभूत आनंद प्राप्त झाला.

माणसाच्या चेतनेचे स्तर कसे असतात, एकच विचारधारा असणारे लोक एकत्र कसे राहतात, ही निसर्गाची किती सुंदर व्यवस्था आहे, हे ज्ञान पृथ्वीवर सर्वांना लवकरात लवकर कसं मिळेल यावर मनन करत करत शांत मनानं तो निद्राधीन झाला.

दिवस १६

सूक्ष्म जगातील आवश्यकता

पैसा की गुण

आज सकाळी उठल्यापासूनच सिद्धार्थ चेतनेच्या स्तरांवर मनन करण्यात मग्न होता. मागील काही दिवसापासून त्याच्या मनाची अवस्था कशी बदलत गेली हे त्याला स्वतःलाही जाणवलं होतं. ज्या ज्या गोष्टींमुळे पूर्वी त्याला राग येत असे, त्रास होत असे त्या सर्व गोष्टी हळूहळू बदलू लागल्या होत्या. त्याचं वागणं, निर्णय घेणं, विचार करणं, पूर्णतः बदललं होतं.

या साऱ्या बाबींवर जेव्हा त्याने मनन केलं तेव्हा राहूलने सांगितलेल्या सर्व गोष्टी खऱ्या आहेत यावरचा विश्वास अधिकच दृढ होत चालला. त्याचप्रमाणे चेतनेच्या उच्च स्तरावर माणूस स्वतःच स्वतःचा न्यायाधीश असतो हे सत्यही त्याला पटलं. परंतु राजा सुयोधनांची अवस्था मात्र आज काही वेगळीच होती. ते एखाद्या गंभीर विचारात असल्याचं जाणवत होतं. सिद्धार्थाने विचारल्यानंतरही त्यांनी उत्तर दिलं नाही. त्याला वाटलं कदाचित पिताजी राहूल देत असलेल्या ज्ञानावर गहिरं मनन करत असावेत आणि बहुधा त्यांच्या मनात एखादी शंका उद्‌भवली असेल म्हणून सिद्धार्थानेही त्यांना पुन्हा काही विचारलं नाही.

राज्यकारभाराची धुरा सांभाळत असताना सिद्धार्थाने अनेकदा न्यायाधिशाचं काम केलं होतं. आजही शिपायांनी एका चोराला पकडून त्याच्याकडे आणलं. पैशाची चोरी करत असताना तो पकडला गेला होता. सिद्धार्थाने जेव्हा त्याला चोरी करण्याचं कारण विचारलं तेव्हा त्याने सांगितलं, ''त्याच्याजवळ खाण्यासाठीही पैसे नव्हते म्हणून त्याने चोरी केली.'' वास्तविक नियमानुसार सिद्धार्थाने त्याला शिक्षा सुनावली परंतु ही गोष्ट त्याला दिवसभर बेचैन करत होती.

या घटनेनंतर सिद्धार्थाच्या मनात विचार आला, की पैशाच्या मोहापायी माणूस कोणत्या थराला पोहोचू शकतो आणि त्यामुळे इतरांना किती त्रास भोगावा लागतो

याची त्याला कल्पनादेखील नसते. त्याचप्रमाणे पैशाच्या लोभामुळे कित्येकवेळा लोक एकमेकांचा जीव घेतानाही आढळतात. पैसा मिळवणं चूक नाही पण पैशाचा मूळ उद्देश विसरणं मात्र चूक आहे. पैशाप्रती जागृत होऊन, त्याच्या माध्यमातून आपल्याला काय मिळवायचं आहे ही गोष्ट जर समजली तर पैसा कोणालाही अध्यात्माच्या मार्गावरून भ्रष्ट करणार नाही. उलट ज्या उद्दिष्टाकरिता मानव जन्म मिळाला आहे ते ध्येय साध्य करण्यामध्ये तो मदतच करेल.

जगात दोन प्रकारचे लोक असतात. एक, ज्यांना संपत्ती संचय करून ती सुरक्षित ठेवणं जमतं आणि दुसऱ्या प्रकारचे लोक जे, आपल्या संपत्तीचा उपयोग फक्त स्वतःसाठी न करता इतरांच्याही जीवनात आनंद देण्यासाठी करतात. अशाप्रकारे आपल्या संपत्तीचा विनियोग उदार भावनेने करणारे लोकच खऱ्या अर्थानं यशस्वी ठरतात. पैसा आपल्याला सुरक्षितता देईल, या मानसिकतेतून माणसानं बाहेर यायला हवं. तो सुरक्षिततेचा आभास देईल, कोणतीही वस्तू खरेदी करण्याची ताकद देईल परंतु क्षणार्धात आपलं सर्वस्व गमावून बसणारे लोकही जगात दिसतील.

पैशाच्या जोरावर आपण काहीही करू शकतो हा जगातला सर्वात मोठा गैरसमज आहे. याउलट आपल्या उदार भावनेमुळे इतर लोकांना जो आनंद मिळतो त्यामुळे आपल्याला आवश्यक ती सगळी सुखं प्राप्त होतात. त्यासाठी जितकं कमवू शकाल तितकं कमवा, जितकं देऊ शकाल तेवढं द्या आणि जितकं वाचवू शकाल तेवढं वाचवा. हा सिद्धान्त आपल्या पैशाला योग्य स्थितीत आणतो. यशस्वी लोकांच्या सफलतेची ही गुरुकिल्ली आहे. परंतु आपण देणं विसरून गेलो आहोत. देण्यानं कमी होतं असा विचार आपण करतो पण हे खरं नाही. प्रत्यक्षात पैसा, सुख देण्यानं अनेक पटीनं वाढतं आणि आपल्याजवळच ठेवलं तर कमी होतं, नष्ट होतं, त्यामुळे द्यायला शिका.

असं चिंतन चालू असतानाच सिद्धार्थाच्या मनात नानाविध प्रश्न निर्माण होऊ लागले. सूक्ष्म जगातही लोक पैशासाठी हपापलेले असतील का? तेथेही भांडत असतील? पैशांची आवश्यकता तेथेही भासत असेल का? असे असंख्य प्रश्न त्याला आज दिवसभर अस्वस्थ करीत राहिले. रोजच्यासारखीच आजही तो रात्र होण्याची व्याकुळतेने वाट पाहू लागला. जसजसा दिवस सरत होता तसतशी त्याच्या मनाची घालमेल वाढतच होती. सगळीकडे काळोख पसरला. त्याने राहूलला उचलून आपल्या महालात आणलं. परंतु अजूनही राजा सुयोधन तेथे आले नव्हते.

"बाबा, आजोबा अद्याप आले नाहीत." राहूलने विचारलं.

‘‘आज सकाळपासूनच ते विचारात गढलेले दिसत होते. आजुबाजूला काय चाललं आहे याकडेही त्यांचं लक्ष नव्हतं. कदाचित त्यांच्या मनात काही गहन मनन चाललं असावं. ते आता येतच असतील. तोवर आपण चर्चा सुरू करूया.’’

सिद्धार्थने पहिलाच प्रश्न पैशाविषयी विचारला तेव्हा राहूल आपल्या निरागस, इवल्याशा डोळ्यांनी सिद्धार्थाकडे पाहात म्हणाला, ‘‘पृथ्वीवरच्या सर्व लोकांना सूक्ष्म जगात कोणत्या गोष्टींची आवश्यकता आहे आणि कोणत्या अजिबात नाही हे समजणं अत्यावश्यक आहे हे लक्षात येण्यासाठी आपण एक उदाहरण बघूया.

‘‘एक माणूस अपरिचित जागी फिरायला गेला. जाताना त्याने आपल्या बॅगेत स्वेटर, शाल, छत्री अशा अनेक वस्तू बरोबर घेतल्या. तेथे पोहोचल्यानंतर मात्र त्याला समजलं, की येथे पाऊसही नसतो ना थंडी. हे जाणून तो अतिशय निराश झाला. त्याला वाटलं, ‘अरेरे, विनाकारणच मी हे ओझं जवळ बाळगलं.’ अगदी अशाच प्रकारे मृत्यूनंतरही सूक्ष्म जगात गेल्यानंतर माणसाला दुःख होतं. आयुष्यभर मी अनावश्यक अशा गोष्टी करीत राहिलो, नको त्या गोष्टींचं ओझं वाहात राहिलो, ज्याची काहीही गरज नव्हती, याची खंत वाटते. माणूस आपल्या चुकीच्या सवयी, वृत्ती लवकर सोडू शकत नाही, त्यामुळे तो गरज नसलेल्या गोष्टीही सोबत घेऊन फिरत असतो. वास्तविक यासाठीच होळीसारखा सण बनवला गेला, जेणेकरून जे लोकं अनावश्यक ओझं किंवा कचरा बरोबर घेऊन फिरतात, त्यांना तो होळीत टाकून भस्म करता यावा.

‘‘या गोष्टीची सांगड जर आपण पैशाबरोबर घातली तर सामान्य माणूस पृथ्वीवर आपलं संपूर्ण आयुष्य पैसे मिळवण्यासाठी घालवतो हे आपल्या लक्षात येईल. पैशाशिवाय इतर कोणताही विचार तो करू शकत नाही. परंतु स्थूल शरीराच्या मृत्यूनंतर सूक्ष्म जगात गेल्यावर त्याला समजतं, येथे तर पैशाला काही स्थानच नाही. हे बघून त्यावेळी त्याला कसं वाटत असेल? तो विचार करेल, कमीत कमी पैशाला थोडं तरी महत्त्व असायला हवं होतं.

‘‘तेथे पैशाला जर किंमत असती तर त्याला थोडी तरी शांती मिळाली असती. परंतु आता तो निराश होतो. पृथ्वीवर माणसाची पैसे कमवण्याची वृत्तीच बनलेली असते, नव्हे तसे संस्कारच त्याच्यावर झालेले असतात. पैशाशिवाय काम करणं हे त्याला माहीतच नसतं. पार्ट टूमध्ये हीच सवय त्याच्यासाठी दुःखाचं कारण बनते.’’

असं बोलत असताना राजा सुयोधन एकदम आत आले. त्यांना पाहून राहूलला आनंद झाला. कारण या सर्व गोष्टी त्यांच्यासाठीही आवश्यक होत्या.

राहूल त्यांचं स्वागत करत म्हणाला, ''आजोबा, या. आम्ही आता अतिशय महत्त्वपूर्ण बाबींवर बोलत होतो. आत्ताच कुठे आमची चर्चा सुरू झाली आहे तेव्हा आपणही यात सहभागी व्हा.''

सिद्धार्थचं लक्षही पिताजींच्या आगमनाकडेच लागलेलं होतं. आतुरतेनं तो त्यांची वाट पाहात होता. असं महत्त्वपूर्ण ज्ञान त्यांनीही ऐकावं अशी त्याची मनोमन इच्छा होती. तो राहूलला म्हणाला, ''तुझ्या बोलण्याचं तात्पर्य असं आहे की पार्ट टूमध्ये पैसे नसतात. पृथ्वीवरच्या पैशांना तेथे कोणतंही स्थान नसतं. हे ऐकून मला खरंच खूप समाधान वाटत आहे.''

''बाबा, आपण योग्यच समजलात. सूक्ष्म जगात पैशाचं काही काम नाही. कारण भूक स्थूल शरीराला लागते, सूक्ष्म शरीराला नाही. पृथ्वीवर पोटामुळे पैशाला एवढं प्रचंड महत्त्व प्राप्त झालंय. सूक्ष्म जगात गाडी-बंगलाही लागत नाही आणि कोणत्या सुखसुविधेसाठी पैसाही लागत नाही. तेथे या सर्व गोष्टी माणूस केवळ आपल्या विचारांद्वारे निर्माण करू शकतो. परंतु माणसासाठी या गोष्टी अनभिज्ञ असल्यामुळे पृथ्वीवर फक्त पैसा कमवण्याची कला तो शिकतो आणि सूक्ष्म जगात पोहोचताच स्वेटर, छत्री घेऊन गेलेल्या माणसाप्रमाणे त्याची दयनीय अवस्था होते, फजिती होते. याचाच अर्थ आजवर जे शिकलं-सवरलं, ओझं वाहिलं, त्यातील ९० टक्के गोष्टींचा तेथे काहीच उपयोग होत नाही. केवळ पृथ्वीवरच पैशाला महत्त्व आहे. येथे आपल्याला पैसा कमवू नका असं सांगितलं जात नाही परंतु फक्त त्याच्यातच अडकून राहू नका. पैसा साधन आहे, साध्य नाही आणि तेही फक्त पृथ्वीवरच.''

राजा सुयोधन गंभीरपणे राहूलचं बोलणं ऐकत होते. सूक्ष्म जगाचं आणखी एक नवीनच रहस्य त्यांच्यासमोर प्रकटल्यामुळे त्यांचा चेहरा उजळू लागला.

''जो माणूस पैसे कमवण्याची कला पृथ्वीवर शिकतो, आयुष्यभर आपल्या पोटासाठीच जगतो, पैसे कसे कमवावेत... पैशासाठी चुकीची कामं करतो... इतरांच्या हितांची कदर करत नाही... लोभ आणि लालुच यामध्येच जगतो... रिकाम्या वेळेत पैसेच मोजत राहतो... अशा माणसाची अवस्था तेथे कशी होत असेल?'' सिद्धार्थने गंभीरतेनं प्रश्न विचारला.

''अशा माणसाला तेथे गेल्यानंतर अतिशय त्रास होतो. कारण पैशाशिवाय इतर कोणताही विचार त्याच्या मनात नसतो. पार्ट टूमध्ये त्याची स्थिती अतिशय केविलवाणी होते. कारण त्यावेळी पैसे मिळवण्याचा कोणताही पर्याय त्याच्यासमोर नसतो. सर्व गोष्टींची

नव्याने सुरुवात करावी लागते. जर तो शिकणारा माणूस असेल तर तेथे तेजविकास करू शकेल, आपल्यात असलेल्या सर्व शक्यता खुल्या करू शकेल. नाहीतर म्हणेल, 'माहीत नाही मी कोणत्या नरकात आलो आहे. यापेक्षा पृथ्वीवरचं जीवनच चांगलं होतं.' अशाप्रकारे तो स्वतःच्या पायावर धोंडा पाडून घेतो, त्या माणसाचं खूप मोठं नुकसान होतं. पृथ्वीवर फक्त पैसे कमवण्याच्या नादात त्याच्याकडून मोठी चूक होते. अशा माणसाला सूक्ष्म जगतात प्रवेश केल्यानंतरच ही गोष्ट कळते त्यामुळे त्याचं दुहेरी नुकसान होतं. पहिलं नुकसान ज्या पैशासाठी माणूस पृथ्वीवर आपलं संपूर्ण आयुष्य घालवतो त्या पैशांना सूक्ष्म जगतात कोणतंही स्थान नाही हे जेव्हा त्याला कळतं तेव्हा खूप उशीर झालेला असतो. त्याची त्याला खूप मोठी किंमत मोजावी लागते.

"पृथ्वीवर येऊन फक्त पैसे मिळवणे हा माणसाचा उद्देश नसतो तर त्याचबरोबर त्याला अन्य काही गोष्टी शिकायच्या असतात. त्या न शिकताच तो येथून गेला तर पृथ्वीवर येऊन त्याचा काहीच फायदा होत नाही. पैशामुळे आयुष्यभर तो इतका व्यस्त राहतो, की पार्ट टूमध्ये उपयोगी पडणारे इतर गुण तो आत्मसात करू शकत नाही. पृथ्वीवर त्याने जे जे केलं त्यांचा तेथे काही उपयोग नसतो. कारण येथे तो काही धडे शिकायला आला होता आणि ते तर त्यानं केलंच नाही! जर पैसे कमवण्याव्यतिरिक्त तो सूक्ष्म जगात अत्यावश्यक असणाऱ्या गोष्टी शिकला सवरला असता तर निश्चितच त्याला सूक्ष्म जगात त्याचा लाभ झाला असता. माणसाचं दुहेरी नुकसान केवळ पैशामुळेच होतं असं नाही तर आणखीही काही गोष्टी त्याला कारणीभूत असतात.

"माणूस पृथ्वीवर जे कार्य करतो त्यात अधिकतर दुहेरी नुकसानीचीच शक्यता जास्त असते. परंतु जेव्हा त्याला समज प्राप्त होते तेव्हा त्याची विचारसरणी संपूर्णपणे बदलून जाते. दोन आरसे जर एकमेकांसमोर ठेवले तर भ्रम निर्माण होतो. आपल्याला वाटतं, जे दिसत आहे ते सत्य आहे, परंतु वास्तविक ती दुसऱ्या आरशाची प्रतिमा असते. दोन आरसे समोरासमोर ठेवल्यामुळे हजारो आरसे दिसू लागतात आणि तोही भ्रम ठरतो. प्रत्येक आरशात दुसरा आरसा दिसतो व तो भ्रम तयार करतो आणि दोन आरशांमध्ये जो उभा आहे तो आरशाच्या इतक्या प्रतिमा बघून गोंधळून जातो. हा दुहेरी अहंकार दोनच्या खेळामुळे होतो. यासाठी पृथ्वीवरच सत्याची समज प्राप्त करणं आवश्यक आहे. कारण सुख-दुःख, मान-अपमान, यश-अपयश, दिवस-रात्र अशा दोनच्या खेळामुळेच धोका होत असतो."

"राहूल, तू आज मला हे सांग, की पार्ट टूमध्ये माझी अशी अवस्था होऊ नये

यासाठी मी काय करायला हवं? मला अशा कोणत्या गोष्टी लक्षात ठेवायला हव्यात? आणि केवळ मलाच नाही तर माझ्या आजूबाजूला जी लोकं आहेत त्यांनाही हे कळायला हवं कारण आजवर त्यांना मी फक्त पैशाच्या आकर्षणातच आयुष्य जगतांना पाहिलं आहे.'' सिद्धार्थनं विचारलं.

''सर्वप्रथम आपल्याला हे ऐकून पृथ्वीवर पैसेच कमवायचे नाहीत असा गैरसमज कुणी करून घ्यायचा नाही उलट पृथ्वीवर असलेल्या गरजांनुसार शंभर वर्षांसाठी आपल्याला किती पैसे लागणार आहेत याचं योग्य नियोजन करायचं आहे आणि दहा हजार वर्षांकरिता गुण विकसित करायचे आहेत...

''कारण जितकं महत्त्व शंभर वर्षांत पैशांचं असतं, किंबहुना त्याहूनही जास्त दहा हजार वर्षांत माणसांच्या गुणांना असतं. पार्ट वनमध्ये किती पैसे लागतात आणि पार्ट टूमध्ये कोणते गुण कामाला येतात, याचं नियोजन पृथ्वीवर करणं अत्यावश्यक आहे. नाहीतर कित्येक लोक येणाऱ्या दहा पिढ्यांना पुरेल एवढा गडगंज पैसा येथे कमावतात परंतु तरीही त्यांना संतुष्टी मिळत नाही, असमाधानामुळे आतून नेहमी अपूर्णता जाणवत असते.''

''राहूल, भावी पिढीसाठी जर आपण आजच पैसे कमावले तर त्यात गैर काय आहे,'' सिद्धार्थनं विचारलं.

''बाबा, जास्त पैसा असल्यामुळे भावी पिढीतील लोकांना चुकीच्या सवयी लागू शकतात. येणारी पिढी जर समजुतदार असेल तर ते स्वतःच पैसा कमवतील. मोठ्यांचं योग्य अनुकरण करतील आणि जर समजुतदार नसतील तर आपला पैसा त्यांना ऐषारामाची सवय लावेल, खड्ड्यात टाकेल. मग अशा स्थितीत केवळ पैसा मिळवून काय फायदा होणार? ही समज ठेवणं अतिशय महत्त्वपूर्ण आहे.''

''तर मग पैशाविषयी कोणते विचार ठेवायला हवेत?'' त्याने राहूलला प्रश्न विचारला.

आज सिद्धार्थासाठी राहूलच्या काही गोष्टी आश्चर्यचकित करणाऱ्या होत्या. तो आज खूपच सहजपणे बोलत होता.

''आपल्याला आजपासूनच आपल्या पूर्ण जीवनाचं नियोजन करायचं आहे. आर्थिक बाबींवर काम कसं करायचं? पृथ्वीवरच्या जीवनाची आणि पुढील जीवनाची तयारी कशी करायची? या दोन्ही गोष्टी लक्षात ठेवून योजनाबद्ध आखणी करायची

आहे. माणसाच्या मनाला पार्ट वन आणि पार्ट टूच्या जीवनाविषयी पूर्ण माहिती नसल्यामुळे 'सर्वांत जास्त मला मिळावं' अशीच इच्छा असते.

"माझ्याकडे जास्त पैसा असावा... गाडी-बंगलाही मलाच मिळावा... त्यामुळे त्याला कधी समाधानही मिळत नाही आणि त्याचं पोटही भरत नाही. आज आपण सर्वत्र पाहतो, की पैशासाठी लोक किती हपापलेले असतात आणि त्यासाठी ते काहीही करायला मागेपुढे पाहात नाहीत. आता आपण दोघंही या सर्व मुद्द्यांवर गहिरं मनन करा. उद्या पुन्हा भेटूच," आपले डोळे बंद करत राहूल म्हणाला व क्षणार्धात निद्राधीन झाला.

सिद्धार्थ त्याला यशोदेजवळ सोडून आला आणि आपल्या महालात निघून गेला. राजा सुयोधनांनीही समाधानपूर्वक आपल्या प्रासादाकडे प्रस्थान केलं.

पृथ्वीवर कोणते गुण आत्मसात करायला हवेत... सूक्ष्म जगाची व्यवस्था किती सुंदर आहे... तेथे मला माझ्या विचारांशी सहमत असलेल्या लोकांबरोबर राहायला मिळेल... अशा विचारात सिद्धार्थ हरवून गेला. पण मनन करता करता एका विचाराने मात्र त्याची झोप उडवून टाकली आणि त्या विचारातच मग्न झालेल्या सिद्धार्थाला पहाटेच्या गार वाऱ्याने, पाखरांच्या किलबिलाटाने भानावर आणलं. सूर्योदय झालाय या जाणिवेनं सिद्धार्थ आपल्या आसनावरून उठला खरा पण अस्वस्थता मनात कायम ठेवूनच...

दिवस १७

मृत्यूची भीती आवश्यक आहे का

पार्ट टूमध्ये जाण्याची घाई करू नका

आज सकाळपासूनच महालात सर्वत्र धावपळ चालली होती. प्रत्येक जण राजा सुयोधनांना शोधत होता,परंतु त्यांचा कुठेही पत्ता नव्हता. त्यांची अनुपस्थिती संपूर्ण प्रासादात जाणवत होती. क्षणभर सिद्धार्थालाही भीती वाटली, की पिताजी महाल सोडून तर गेले नसावेत! ही शंका त्याच्या मनात डोकावून गेली आणि थोड्याच वेळात ती खरीही ठरली. सिद्धार्थ खूप दुःखी झाला आणि विचार करू लागला, 'पिताजी अशाप्रकारे कुठे निघून गेले असावेत?'

काही दिवसांपासून राजा सुयोधन सतत गहन विचारात गढलेले दिसायचे, त्यामुळे त्याला या गोष्टीची शक्यता वाटत होती. परंतु ही बाब त्याने इतकी गंभीरतेनं घेतली नव्हती. जर त्याचवेळी त्याने ते कोणत्या गहिऱ्या विचारांमध्ये गुंग आहेत असं विचारलं असतं तर कदाचित आज ही वेळ आली नसती, असं त्याला मनापासून वाटलं.

कसंही करून पिताजींना शोधून आणायचंच असा निश्चय सिद्धार्थने केला. त्याने आपल्या सर्व सेवकांना, सैनिकांना राजा सुयोधनाच्या शोधार्थ चारही दिशांना पाठवलं. दिवसभर शोध घेतल्यानंतर संध्याकाळी राजा सुयोधन नदीकाठी बसलेले आढळले. सेवकांनी त्यांना पाहून नम्रतेने प्रणाम केला आणि महालात परतण्याविषयी विनंती केली. परंतु राजाने त्यावर कोणतीही प्रतिक्रिया व्यक्त केली नाही. ते तसेच शांत बसून होते. ते आत्ता काहीही बोलण्याच्या मनःस्थितीत नाहीत हे सेवकांच्या लक्षात आलं.

रात्री महालात परतल्यानंतर राजा सुयोधन कुणाशीही बोलले नाहीत. सिद्धार्थने अनेक वेळा त्यांना बोलतं करण्याचा प्रयत्न केला परंतु त्यांनी त्याच्या प्रश्नांना उत्तरं देण्याचं टाळलं, जणू काही त्यांनी मौन धारण केलं होतं. सिद्धार्थ केविलवाणा झाला. त्याला काही सुचेनासं झालं. अस्वस्थ होऊन तो राहूलच्या महालात गेला. त्याच्याशीही त्याने बोलण्याचा प्रयत्न केला, परंतु राहूलनेही काही उत्तर दिलं नाही. खरंतर सिद्धार्थाला

राहूल फक्त रात्रीच बोलतो हे माहीत होतं. पण तरीही त्याला आशा होती, की आजोबा महाल सोडून निघून गेले आहेत ही वार्ता ऐकून कदाचित तो काही बोलेल... त्याच्या या अपेक्षेवरही पाणी पडलं. आता हताश होऊन रात्र होण्याची वाट पाहणं इतकंच काय ते सिद्धार्थाच्या हातात होतं.

आज दैनंदिन कामकाजात त्याचं मन अजिबात रमलं नाही. रात्री रोजच्याप्रमाणे सिद्धार्थ राहूलच्या महालात प्रवेश करतच होता इतक्यात त्याला राजा सुयोधनही राहूलकडेच येताना दिसले. आज सिद्धार्थाऐवजी राजा सुयोधनांनी राहूलला उचललं, आणि ते लगबगीने महालात शिरले. जणू काही त्यांना 'आज मला राहूलशी एकांतात बोलायचं आहे' हेच सुचवायचं होतं. त्यांचा हा संकेत सिद्धार्थाच्या त्वरित लक्षात आला आणि तो काही वेळ बाहेरच थांबला. कारण राजा सुयोधन महाल सोडून का गेले होते, हे त्यालाही जाणून घ्यायचं होतं.

''राहूल, आज मी अतिशय गोंधळलेल्या मनःस्थितीत आहे आणि मला फक्त तुझ्याशीच बोलायचं आहे.'' राजा सुयोधन म्हणाले.

''आजोबा, अशी कोणती विशेष गोष्ट आहे, जी आपल्याला केवळ मलाच सांगायची आहे? आणि आज आपण खूप दुःखीही दिसत आहात. तेव्हा मनात कसलाही किंतु न बाळगता आपलं मन मोकळं करा.'' राहूल आजोबांना सांत्वना देत म्हणाला.

''काही दिवसांपासून तू सांगितलेल्या गोष्टीवर मी मनन करत होतो. त्यानंतर पार्ट टू हे अतिशय सुंदर ठिकाण आहे या विचारानं भारावून मला काही सुचेनासं झालं होतं. त्या सौंदर्यापुढे पृथ्वीवरचं जीवन मला नीरस वाटू लागलं. या जीवनात रस वाटेनासा झाला कारण माझ्या शरीरात आता काही व्याधी उत्पन्न होऊ लागल्या आहेत, त्यामुळे कधी कधी मी अतिशय विचलित होत होतो. माझं शरीर वृद्धत्वाकडे झुकल्यामुळे माझ्या आयुष्याची आता संध्याकाळ झाली आहे म्हणून मला पार्ट टूमध्ये जायलाच हवं असे विचार सारखे येऊ लागले आणि कधी ना कधी तर पार्ट टूमध्ये जायचंच आहे, माझा मृत्यू होणारच आहे मग मी आत्ताच तेथे का जाऊ नये, याची जाणीव प्रकर्षानं होऊ लागली. कारण...

''तेथे गेल्यानंतर कमीत कमी माझ्या विचारांशी ताळमेळ ठेवणाऱ्या लोकांमध्ये तरी मी राहू शकेन... तेथे स्थूल शरीराच्या अडचणी आणि व्याधीही नसतील... तेथे मला कोणत्याही प्रकारचं दुःख नसेल... मोह-माया नसेल... रात्रभर अशा साऱ्या गोष्टींचा विचार केल्यानंतर भल्या पहाटे मी शरीरहत्या करण्यासाठी नदीवर गेलो. तेथे गेल्यानंतर

मन घट्ट केलं आणि उडी मारणार इतक्यात... मला अचानक खूप भीती वाटली. मी तसाच थबकलो. पण तितक्यात 'मी आपलं शरीर नष्ट करू शकत नाही' असा एक प्रभावी विचार माझ्या मनात चमकला आणि मी हिम्मत हरलो. मी हताशपणे नदीकिनारी बसून राहिलो. त्याक्षणी भीती वाटली म्हणून मला स्वतःवरच क्रोध येत होता. मृत्यूनंतर पार्ट टूमध्ये जायचं आहे ही बाब माझ्यासमोर स्पष्ट असताना तेथे गेल्यानंतर मी भयभीत का झालो? हाच विचार मी आज दिवसभर करत आहे. सेवकांनी मला महालात आणेपर्यंत या विचारांनी माझं डोकं नुसतं भणाणून गेलं होतं. परंतु महालात परतताच मी ठरवलं, काही झालं तरी आज रात्री तुला भेटून माझ्याबरोबर असं का घडलं हा प्रश्न विचारायचाच. जर मृत्यूनंतरचं जीवन इतकं सुंदर आहे तर स्वतःच्या शरीराची हत्या करताना मला भय का वाटावं?''

"कारण आपण मरण्यासाठी तयारच नव्हता.'' राहूलने राजा सुयोधनांना सरळ शब्दात उत्तर दिलं.

राहूलचं हे उत्तर राजा सुयोधनांच्या समजेपलीकडचं होतं, कल्पनेतही न बसणारं अनपेक्षित असं होतं. त्यांना वाटलं, मी मरण्यासाठी तयार नाही, हे कसं शक्य आहे? याचा अर्थ काय? मरण्यासाठीही तयारी करावी लागते? काहीशा अविश्वासाने त्यांनी राहूलला विचारलं, "तू तर मला पार्ट टूविषयीची सगळी माहिती दिली आहेस. मग मी मृत्यूसाठी तयार नाही, असं तू कसं म्हणू शकतोस?''

"आजोबा, कारण आपण आत्ताच पार्ट टूमध्ये जावं अशी आपल्या मनाची अद्याप पूर्ण तयारी झालेली नाही. यासाठी मी असं म्हटलं. अजून आपण पृथ्वीवर येण्याचा उद्देशच पूर्ण केला नाही तर येथून जाण्याच्या गोष्टी कशा करत आहात? आपलं पृथ्वीवरचं कार्य पूर्ण झालं आहे का? आपली पार्ट टूमध्ये जाण्याची तयारी झाली आहे का? असे प्रश्न जेव्हा आपण स्वतःलाच विचाराल तेव्हा उत्तर 'नाही' असंच येईल. कारण आजवर आपण पार्ट टूविषयी केवळ ऐकलं आहे आणि पार्ट वनची म्हणजेच पृथ्वीवरच्या जीवनाची आपल्याला संपूर्ण माहिती नाही. पार्ट वन आणि पार्ट टू मिळूनच अखंड जीवन बनतं हे आपल्याला ठाऊक नाही. याव्यतिरिक्तही अशा अनेक गोष्टी आहेत ज्या आपल्याला ज्ञात नाहीत. हे सर्व जाणल्याशिवायच आपण पृथ्वीवरून कसे जाऊ शकाल?''

हे ऐकताच राजाची मान शरमेनं झुकली. राहूल असं काही बोलेल याची त्यांना अपेक्षा नव्हती. शरीरहत्येसमयी त्यांना भीती का वाटली हे आता त्यांच्या लक्षात आलं.

दिवसभर मनन करूनही ज्या प्रश्नाचं उत्तर राजाला मिळालं नाही तेच उत्तर राहूलनं क्षणार्धात द्यावं, तेही एका वाक्यात! यापेक्षा आश्चर्यचकित करणारी अशी दुसरी कोणती गोष्ट असू शकेल. आजवर राजा सुयोधनांना पार्ट टू पृथ्वीपेक्षा अधिक चांगलं आहे म्हणून तेथे लवकर जायला हवं असं वाटत होतं. परंतु पृथ्वीवरचं जीवन आणि पार्ट टूचं जीवन दोन्ही मिळून संपूर्ण जीवन बनतं आणि त्याची तयारी पृथ्वीवरच करायची असते याचा त्यांनी कधी विचारच केला नव्हता. जीवनाच्या या नव्या पैलूविषयी जाणून राजाचं दुःख बरंचसं हलकं झालं.

बाहेर सिद्धार्थ तसाच ताटकळत उभा होता, पण आता त्याला वाटू लागलं, पिताजींना आपल्या कृत्याची जाणीव झाल्यामुळे आत प्रवेश करण्याची हीच योग्य वेळ आहे. ती संधी साधून सिद्धार्थ आत जाऊन बसला. तरीही राजा सुयोधनांनी राहूलबरोबर असलेलं आपलं संभाषण चालूच ठेवलं...

''राहूल, आज जरी मी मृत्यूसाठी तयार नसलो तरी पुढे जेव्हा मृत्यू येईल तेव्हा मी तयार असायला हवं ना. मला संपूर्ण जीवनाच्या आणखी काही गोष्टी जाणण्याची इच्छा आहे. यासाठी कृपा करून मला याबाबत मार्गदर्शन कर.''

जणू काही राहूल त्यांच्या मनातील विचार वाचत होता. आता त्याला कळून चुकलं, की आजोबा संपूर्ण जीवनाविषयीची माहिती ऐकण्यासाठी अतिशय उत्सुक आहेत. परंतु त्यापूर्वी त्यांनी आज जो शरीरहत्येचा प्रयत्न केला तो पुन्हा करू नये अशी त्याची मनःपूर्वक इच्छा होती, म्हणून राहूल राजा सुयोधनांना म्हणाला, ''संपूर्ण जीवनाविषयीचं ज्ञान ऐकण्यापूर्वी मला आपल्याला हे सांगायचं आहे की आज आपण जसा आत्महत्या करण्याचा प्रयत्न केला तसा पृथ्वीवर कित्येक लोक करत असतात. जगात दोन प्रकारचे लोक असतात. पहिले पृथ्वीवरच्या दुःखाने त्रासून आपली शरीरहत्या करणारे आणि दुसरे ज्यांना मृत्यूविषयीच्या जीवनाची माहिती मिळालेली असते. ते विचार करतात, जीवनाचा पार्ट टू पृथ्वीवरील जीवनापेक्षा अधिक सुंदर आहे. तेव्हा येथे दुःखात खितपत पडण्यापेक्षा, तेथे का जाऊ नये? तेथील आकर्षणापायी या लोकांना शरीरहत्या करण्याची इच्छा होते.

''अशा दोन्ही प्रकारच्या लोकांसाठी पार्ट टूमध्ये वेगवेगळी व्यवस्था असते. नैसर्गिक पद्धतीने मृत्यू होण्याऐवजी जे लोक आपल्या शरीराची हत्या करून पार्ट टूमध्ये जातात त्यांची अवस्था मात्र तेथे वेगळी असते. पृथ्वीवर योग्य शिकवण, योग्य बोध प्राप्त करून जे लोक पार्ट टूमध्ये जात नाहीत, त्यांना चेतनेच्या उच्च स्तरावर कार्य करता

येत नाही. त्यांच्या अवस्थेनुसार असे लोक चेतनेच्या निम्न स्तरावरच राहतात. त्यांचा पृथ्वीवर येण्याचा उद्देश सफल होत नाही.

''जो माणूस पृथ्वीवरच्या दुःखांनी त्रस्त होतो, प्रत्येक घटनेत त्याला जे शिकायचं होतं ते न शिकता तो शरीरहत्या करतो त्या शरीराच्या सवयी पार्ट वनप्रमाणेच पार्ट टूमध्येही कायम राहतात. कारण तेथेही त्याचं तेच मन काम करत असतं. त्याच्या मनात तीच जुनी समज कायम असते. जुने संस्कार खोलवर रुजल्याने सूक्ष्म जगातही तो तीच चूक पुन्हा करू पाहतो. असा माणूस सूक्ष्म जगात थोडासा त्रास झाला तरी आपल्या प्रवृत्तीनुसार सूक्ष्म शरीराची देखील हत्या करू पाहतो म्हणून पार्ट टूमध्येसुद्धा तो अशांतीच अनुभवतो. समस्येपासून पळणारा नेहमीच पळत राहतो. प्रत्येक गोष्टीपासून पळणं ही त्याची सवय बनते. अशा लोकांना तेथे फार त्रास होतो. यामुळेच तर मी आपल्याला संपूर्ण जीवनाविषयीची माहिती सांगितली. जे लोक येथेच संपूर्ण जीवनाची तयारी करतात ते सूक्ष्म जगतात चेतनेच्या सर्वोच्च स्तरावर कार्य करू शकतात. इतर लोकांना मात्र तेथे कार्य करण्याची संधी मिळत नाही.''

''मला मृत्यूचं भय वाटलं हे फारच चांगलं झालं. नाहीतर मी या गोष्टी जाणल्याशिवायच पृथ्वीवरून गेलो असतो आणि चेतनेच्या निम्न स्तरावरच राहिलो असतो.'' राजा सुयोधन म्हणाले.

''आजोबा, माणसाच्या सात जन्मांविषयी आपण जाणताच. शरीरहत्या करण्याचा आपला आजचा प्रयत्न जर यशस्वी झाला असता तर तो आपला सहावा जन्म झाला असता आणि सातवा जन्म आहे आत्मसाक्षात्कार. पृथ्वीवरच आपला सातवा जन्म व्हावा ही माझी अपेक्षा आहे. जर येथेच आपला सातवा जन्म झाला तरच आपण येथून पूर्ण समाधान, प्रशिक्षण प्राप्त करून पार्ट टूमध्ये जाल व तेथे चेतनेच्या उच्च स्तरावर कार्य करू शकाल.''

राहूलने माणसाच्या सातव्या जन्माचा उल्लेख करताच सिद्धार्थाला वाटलं, आता आपण बोलायलाच हवं. त्याने नेमका हाच प्रश्न राहूलला विचारला.

''राहूल, पृथ्वीवरच आमचा सातवा जन्म व्हावा यासाठी काय करायला हवं?''

''त्यासाठी आपल्याला संपूर्ण जीवनरहस्य सविस्तर जाणावं लागेल. हे संपूर्ण जीवन लक्षात ठेवून जेव्हा आपण पृथ्वीवर कार्य कराल तेव्हाच आपला सातवा जन्म होऊ शकतो.

‘‘संपूर्ण जीवनचित्रात प्रथम शंभर वर्षांची व्यवस्था आहे आणि दुसरी दहा हजार वर्षांची. ती पूर्ण व्यवस्था समजून घेऊन आपल्याला कार्य करायचं आहे. आपण जाणताच की, पृथ्वीवरची शंभर वर्ष पार्ट टू मध्ये एक वर्षासमान भासतात म्हणून पृथ्वी आणि सूक्ष्म जगाचं जीवन मिळून माणसाचं संपूर्ण जीवन दहा हजार शंभर वर्षांचं असतं, ही गणना पार्ट वनची भाषा लक्षात ठेवून केली गेली आहे. यावेळीदेखील आपल्याशी बोलताना मी तुमच्याच भाषेत बोलत आहे. परंतु पृथ्वीच्या भाषेत सूक्ष्म जगाच्या वेळेचा मापदंड सांगितला जाऊ शकत नाही. हे केवळ आपल्याला समजावं यासाठी मी सांगत आहे. यावरून आपल्याला हे समजून घ्यायचं आहे की, पार्ट वनच्या जीवनानंतर पार्ट टूमध्ये सूक्ष्म शरीर आपल्या जीवनाचा खूप मोठा हिस्सा व्यतीत करतं. अशावेळी आपल्याला पृथ्वीवरचं संपूर्ण जीवन आणि पार्ट टूचं जीवन अशी एकूण दहा हजार शंभर वर्षं समोर ठेवून तयारी करायची आहे.’’ अशी त्यांची चर्चा रंगली असतानाच तिकडे...

यशोदेला अचानक मध्येच जाग आली. राहूल तिच्याजवळ नाही, हे समजल्यामुळे महालात पुन्हा एकदा सर्वत्र खळबळ माजली. त्यामुळे ती अत्यंत भयभीत झाली. राजा सुयोधनही आज सकाळपासून संध्याकाळपर्यंत महालात नव्हते, हे तिला आठवलं आणि आता राहूलचं असं महालातून एकाएकी गायब होणं... आज अशा अचानक घडणाऱ्या घटना पाहून यशोदा अतिशय खिन्न झाली. अत्याधिक व्याकुळतेने तिनं सेवकांना हाका मारायला सुरुवात केली आणि राहूल महालात नसल्याचं सांगितलं. तेव्हा सेवक म्हणाले, ‘‘स्वतः राजा सुयोधन, राहूलला घेऊन सिद्धार्थाच्या महालात गेले आहेत आणि आजच नव्हे तर मागील काही दिवसांपासून रोजच त्याला आपल्या महालात घेऊन जात असतात व काही वेळेनंतर पुन्हा आपल्या महालात आणून सोडतात.’’

यशोदा सेवकांवर क्रोधित होत म्हणाली, ‘‘या गोष्टी मला आधीच का सांगितल्या नाहीत? असं कोणतं रहस्य आहे ज्यामुळे सिद्धार्थ मला न सांगता राहूलला रोज आपल्या महालात घेऊन जातात.’’ असा विचार करत, ते रहस्य जाणून घेण्यासाठी ती सिद्धार्थाच्या महालाच्या दिशेनं निघाली. विचारांच्या तंद्रीत ती सिद्धार्थाच्या महालात कधी पोहोचली हे तिचं तिलाच कळलं नाही. यशोदा तेथे पोहोचल्याचं लक्षात न आल्यामुळे राहूल, सिद्धार्थ आणि राजा सुयोधन यांच्यातील संभाषण चालूच राहिलं...

‘‘राहूल, हे नियोजन कसं शक्य आहे? मी अद्याप शंभर वर्षांचं नियोजनही योग्य प्रकारे करू शकलो नाही आणि आता त्यात भर म्हणून एकदम दहा हजार वर्षं वाढली! खरोखरच मी दहा हजार शंभर वर्षांचं नियोजन करू शकेन?’’ सिद्धार्थानं विचारलं.

सिद्धार्थाने हा प्रश्न विचारल्यामुळे राजा सुयोधनही समाधानी दिसले. कारण त्यांच्याही मनात नेमका हाच प्रश्न निर्माण झाला होता आणि आता ते उत्तराच्या अपेक्षेने राहूलकडे बघू लागले.

''मी दहा हजार वर्षं यासाठी म्हणत आहे, की आपण आपल्या भाषेत मृत्यूनंतरचं जीवन जाणू पाहता. मृत्यूनंतरच्या जीवनात पृथ्वीवर प्रचलित असलेल्या भाषेचेही पुढील आयाम उपलब्ध आहेत म्हणून तेथील सर्व गोष्टी पृथ्वीच्या भाषेत मला सांगता येणार नाहीत. कारण आता आपण स्थूल शरीराबरोबर जोडलेलो असल्यामुळे नाइलाजास्तव पृथ्वीच्या भाषेचा वापर करावा लागत आहे. यासाठी येथील भाषेत सूक्ष्म जगाचं जीवन दहा हजार वर्षांचं असतं असं मी म्हणालो... परंतु अगदी शब्दशः तसंच समजू नका. मात्र हे निश्चित आहे की संपूर्ण, अखंड जीवनात मृत्यूनंतरचं जीवन हा एक मोठा हिस्सा आहे. म्हणून पार्ट टूची तयारी आपल्याला पृथ्वीवरच करायची आहे.''

''पृथ्वीवरची पुढील वाटचाल कशी करायची हे आत्ताशी कुठं मला थोडं थोडं लक्षात येत आहे...''

सिद्धार्थ आपलं बोलणं पुढे चालू ठेवणारच होता इतक्यात राहूलने त्याला मध्येच थांबवलं आणि म्हणाला, ''आजोबा, आज आपल्याला अनेक गोष्टींचं ज्ञान मिळालं आहे तेव्हा आपल्या अद्यापही काही शंका बाकी आहेत का?''

''हो, आता माझ्या लक्षात येत आहे, की मी किती मूर्ख आणि अज्ञानी होतो! या सर्व गोष्टी न जाणताच शरीरहत्या करायला निघालो होतो. परंतु आता 'समज' प्राप्त झाल्यामुळे माझी पृथ्वीवरील तयारी पूर्ण करूनच मी पार्ट टूमध्ये जाईन...''

असं सांगून काही काळ ते शांत बसले. त्यावर राहूल म्हणाला, ''ही खूपच चांगली गोष्ट आहे पण आज एवढंच बस्स...'' असं म्हणत तो शांतपणे निद्राधीन झाला.

आज दिवसाच्या शेवटी इतकं समाधान मिळेल हा विचारही सिद्धार्थाने केला नव्हता. राहूल आपलं बोलणं थांबवतो न थांबवतो तोच यशोदेनं वळवाच्या पावसासारखा अचानक महालात प्रवेश केला. राजा सुयोधन, राहूल आणि सिद्धार्थ तिघंही एकत्र बसलेले पाहून तिला अप्रूप वाटलं. तिने सेवकांना बाहेर जाण्याचा आदेश दिला आणि सिद्धार्थाला विचारलं, ''मध्यरात्री आपण तिघं इथं काय करत आहात? मला न सांगता राहूलला आपण येथे का घेऊन आलात? सकाळपासून या महालात काय चाललं आहे, हेच मला कळेनासं झालं आहे. आपण तरी सांगाल का?'' काहीशा त्रासिक स्वरात ती उद्गारली.

सिद्धार्थाने सर्वप्रथम यशोदेला शांत केलं. राहूल या महालातच आहे, शिवाय सुरक्षित आहे हे पाहून ती थोडी शांत झाली. तिच्या जीवात जीव आला. राहूल सिद्धार्थाच्या महालात आलाच कसा? हा प्रश्न तिनं विचारताच त्याला वाटलं, आता हे रहस्य यशोदेच्याही कानावर घालायला हवं. त्याने प्रश्नार्थक मुद्रेनं राजा सुयोधनांकडे पाहिलं. त्यांनीही हलकासा इशारा केला की तिला सर्व काही खरं सांगायला हरकत नाही.

''यशोदा, मी सांगितलेल्या गोष्टींवर तू विश्वास ठेवशील का? वास्तविक आजवर घडलेल्या साऱ्या घटना तुला सांगायच्या आहेत. ते तू ऐकू शकशील?''

''माझा आपल्यावर पूर्ण विश्वास आहे. पण काहीही करून आज मला सत्य जाणायचंच आहे जेणेकरून माझ्या मनात कोणतीही शंका राहू नये.'' कारण सिद्धार्थाचं बोलणं ऐकून यशोदेला आधीच वाटलं होतं, की यामागे नक्कीच काही तरी रहस्य दडलेलं असणार.

यशोदेचं बोलणं ऐकून राहूलविषयी ती काहीही ऐकायला तयार आहे याची आता सिद्धार्थाला खात्री वाटली. तो यशोदेला म्हणाला, ''मागील काही दिवसांपासून रोज रात्री राहूल आमच्याबरोबर बोलत असतो. त्याच्या जन्मानंतर काही महिन्यांतच सत्याच्या शोधार्थ मी हा महाल सोडून जाणार होतो परंतु अचानक त्याने आवाज देऊन मला थांबवलं... असं म्हणून घडलेली सर्व हकिकत सिद्धार्थानं तिच्या कानावर घातली. तेव्हापासून दररोज रात्री राहूल माझ्याबरोबर बोलत असतो आणि आता काही दिवसापासून राजा सुयोधनही आमच्या चर्चेत सामील झाले आहेत. या संभाषणाद्वारे जीवन-मृत्यूविषयीच्या सत्याशी राहूल आम्हाला परिचित करत आहे. अमूल्य असं ज्ञान देत आहे... ''

हे ऐकून यशोदा तर अवाकूच झाली. क्षणभर जागच्याजागी थिजल्यासारखी झाली. तिचा आपल्या कानांवर विश्वासच बसला नाही. इतकं छोटं मूल बोलू कसं शकतं? आजवर असं कधी घडलंय? या गोष्टीतील सत्यता पडताळण्याकरिता तिने राजा सुयोधनांकडे प्रश्नार्थक मुद्रेनं पाहिलं. तेव्हा त्यांनीही मान डोलावून होकार दर्शवला. काहीशा अविश्वासानेच तिनं मागं वळून पाहिलं तर तिला राहूल गाढ झोपलेला दिसला. ती तत्काळ सिद्धार्थाला म्हणाली, ''आत्ता तर राहूल मला झोपलेला दिसत आहे.''

तिच्या मनातील अस्वस्थता हेरून सिद्धार्थ म्हणाला, ''तू म्हणतेस ते अगदी खरं आहे. रोज रात्री आमची चर्चा संपली, की राहूल लगेच झोपतो. त्यानंतर तो दिवसभर

एकही शब्द बोलत नाही. केवळ रात्री विशिष्ट वेळीच तो बोलतो. त्याचा आवाज ऐकून तुझी झोपमोड होऊ नये यासाठी आम्ही रोज रात्री राहूलला माझ्या महालात घेऊन येत होतो. म्हणून आज तुला तो तेथे दिसला नाही. आमची ज्ञानचर्चा संपली की, मी पुन्हा त्याला तुझ्या महालात आणून सोडतो.''

यशोदेचा आता सिद्धार्थाच्या बोलण्यावर विश्वास बसला होता. तिला वाटलं, जर रोज रात्री राहूल बोलत असतो तर आपणही त्या ज्ञानाचा लाभ का घेऊ नये? या चर्चेत मलाही सहभागी होता येईल का? यासारखे अनेक प्रश्न तिच्या मनात निर्माण झाले. यशोदेनं सिद्धार्थ आणि राजा सुयोधनांसमोर आपलं मनोगत व्यक्त केलं. तेव्हा उद्या आपण यावर बोलूया असं सिद्धार्थानं सांगितलं. मनात आश्चर्याचे भाव घेऊनच यशोदेनं राहूलला उचललं आणि ती आपल्या महालात परतली. रोजप्रमाणे आजही राजा सुयोधन आणि सिद्धार्थ मनन करण्यासाठी बसले. परंतु सिद्धार्थाच्या मनात मात्र, राहूलशी झालेला आत्तापर्यंतचा सर्व वार्तालाप, उद्या यशोदेला कसा समजावून सांगता येईल याचेच विचार येत होते. त्या विचारांच्या तंद्रीतच अचानक त्याला झोप लागली.

दिवस १८

सूक्ष्म जग

तयारी कशी करावी

"**रो**ज रात्री राहूल आपल्याबरोबर बोलत असतो या गोष्टीवर आपण म्हणता म्हणून मी विश्वास ठेवते अन्यथा..." सिद्धार्थाला पाहताच यशोदा म्हणाली. अद्याप कालच्या धक्क्यातून ती सावरलेली नव्हती हे त्याच्या लक्षात आलं. तो आज सकाळीच तिच्या महालात आला होता.

यशोदेच्या मनात विश्वास निर्माण व्हावा म्हणून तिला मध्येच थांबवत सिद्धार्थ पुनःपुन्हा प्रयत्न करू लागला. "यशोदा, एकदा मी तुझ्या महालात येऊन राहूलशी बोलत होतो तेव्हा, 'राहूलबरोबर असे बोलत आहात जसा काही तो आत्ता बोलू लागेल' असं तूच मला विचारलं होतंस ना,आठवतं का? ही तेव्हाची गोष्ट आहे जेव्हा राहूल मला ज्ञान देत होता आणि त्याच नादात मी राहूलशी बोलू लागलो. तेव्हा तूच मला विचारलंस, 'तुम्ही काय करत आहात?' आठवलं..."

त्यावर यशोदेलाही तो प्रसंग आठवला आणि ती म्हणाली, "हो, आत्ता माझ्या लक्षात आलं. आपण राहूलशी बोलत असलेलं पाहून मला विचित्र वाटलं होतं खरं." ही घटना यशोदेने स्वतः डोळ्याने पाहिलेली असल्यामुळे सिद्धार्थाने सांगितलेल्या गोष्टींवर विश्वास ठेवण्यास ती लगेच तयार झाली. "पण तरीही मला या गोष्टींचं आश्चर्य होत आहे, की राहूल आपल्याला अशा कोणत्या अगाध गोष्टी सांगतो ज्यामुळे आपण नियमितपणे त्याच्याशी चर्चा करीत आहात? मलाही या गोष्टी ऐकण्याची अतिशय उत्सुकता आहे."

यशोदेची गोंधळलेली अवस्था आणि उत्सुकता जाणून घेत सिद्धार्थानं उत्तर दिलं, "मी तुझ्या मनाची अवस्था समजू शकतो. राहूलच्या जन्मानंतर काही महिन्यातच हा प्रासाद सोडून सत्याच्या शोधार्थ मी जंगलात निघालो होतो तेव्हा राहूलबरोबर झालेला वार्तालाप, आज माझ्या जीवनाला नवीन दिशा देण्यासाठी सिद्ध झाला आहे." त्यानंतर

सिद्धार्थाने सर्व गोष्टी तपशीलवार यशोदेला सांगितल्या. हे संभाषण चालू असताना राजा सुयोधनांनीही मदत केली. ते शरीरहत्या करण्यासाठी कसे गेले आणि पुन्हा कसे परतले, त्यानंतर राहूलने त्यांना दिलेली समज किती प्रशंसनीय होती हे देखील त्यांनी यशोदेला सांगितलं.

यशोदेच्या चेहऱ्यावरून हे स्पष्ट जाणवत होतं, की या सर्व गोष्टी ऐकून ती अतिशय प्रभावित झाली आहे. तिनं सिद्धार्थाला विचारलं, ''आपली जर हरकत नसेल तर आज राहूल काय सांगतो हे ऐकण्याची माझी तीव्र इच्छा आहे. कदाचित त्यामुळे माझंही जीवन पवित्र होईल.''

यशोदा असं बोलत असतानाच सिद्धार्थाचं मन एकदम गहिवरून आलं, त्याच्या डोळ्यांत आनंदाश्रू तरळले. त्याला वाटलं राहूलने सांगितलेल्या गोष्टींवर यशोदेचा किती पटकन विश्वास बसला. याचाच अर्थ ती किती ग्रहणशील आहे हे त्याला जाणवलं. तो तिला म्हणाला, ''आज मी राहूलशी याबाबतीत नक्की बोलेन परंतु त्यापूर्वी तू माझ्याबरोबर चल. मी तुला माझी दैनंदिनी दाखवतो. त्यात पहिल्या दिवसापासून राहूलबरोबर झालेल्या चर्चेविषयी सर्व लिहून ठेवलं आहे. तू ते सर्व वाच. जेणेकरून तुलाही आमच्या चर्चेत आजपासूनच सहभागी होता येईल.''

सिद्धार्थाने आपली डायरी यशोदेला वाचण्यासाठी दिली आणि संपूर्ण जीवनावर मनन करत आपल्या कामात दिवसभर व्यस्त राहिला. यशोदेला राहूलबरोबर दिवसभरात जेव्हा जेव्हा खेळण्याची संधी मिळाली तेव्हा तिला अतिशय नवल वाटलं, दररोज रात्री सिद्धार्थाला जीवन-मृत्यूविषयीचं ज्ञान देणारा हाच का तो मुलगा? दैनंदिनी वाचता वाचता आणि रोजची कामं करता करता यशोदेचा दिवस कसा संपला हे तिला कळलंच नाही.

आज सेवकांनाही या गोष्टीचं आश्चर्य वाटत होतं, की कालपर्यंत अजिबात न बोलणारे राजा सुयोधन आज सर्वांशी रोजच्यासारखं इतके व्यवस्थित कसे बोलत आहेत? आता सिद्धार्थासमोरही सर्वांत मोठा हा प्रश्न होता की यशोदेला त्यांच्या चर्चेत सहभागी होता येईल का? तशी परवानगी राहूल देईल का... तो रागावणार तर नाही ना?... असा विचार करीत रात्री दोघंही राहूलजवळ गेले. रोजच्याप्रमाणे राहूलला त्यांनी त्याच्या महालात घेऊन जाण्याऐवजी यशोदेलाच विनंती केली, की काही वेळ तिने महालाबाहेर थांबावं. ते प्रथम राहूलला विचारतील आणि जर तो हो म्हणाला तरच ते तिला आपल्या चर्चेत सहभागी करतील. त्यावर होकार दर्शवतच यशोदा आपल्या शयनकक्षातून बाहेर

पडली. ती गेल्यानंतर सिद्धार्थने राहूलला सांगितलं. ''काल तू झोपल्यानंतर यशोदा अचानक माझ्या महालात आली आणि तुला येथे पाहून तिला आश्चर्याचा धक्का बसला. त्यावर रोज रात्री आपण कशाप्रकारे चर्चा करत असतो हे मी तिला सांगितलं.''

''हो, मला माहीत आहे. काल आईश्री आपल्या महालात आल्यामुळे त्यांना आपण करत असलेल्या चर्चेविषयी सर्व काही माहीत झालं आहे. मी काल रात्रीच आपल्याला असं बोलत असलेलं ऐकलं.'' राहूल म्हणाला.

''ही चांगली गोष्ट आहे की हे सर्व तू जाणतोस... पण राहूल, हे सांग, आपल्या ज्ञानचर्चेत यशोदा पण सामील होऊ शकते का?''

''बाबा, मी सांगत असलेल्या गोष्टींचं महत्त्व पटल्यामुळेच या चर्चेत आईश्रींनीही सामील व्हावं अशी तर आपली इच्छा नाही ना? संपूर्ण जीवनाच्या या यात्रेत आपल्या बरोबर त्याही असतील तर फार बरं होईल. आपण अवश्य त्यांना बोलावू शकता.'' राहूलनं उत्तर दिलं.

राहूलकडून परवानगी मिळताच सिद्धार्थने यशोदेला आत बोलावलं. तिच्या चेहऱ्यावर अविश्वास आणि आश्चर्याचे भाव प्रकटलेले दिसत होते. तिने राहूलला मनोमन धन्यवाद दिले. राहूलही आईला बघून अत्यंत हर्षित झाला. तीदेखील आता सत्याच्या शोधयात्रेत सहभागी झाली असून तो सांगत असलेल्या ज्ञानाविषयी ग्रहणशील झाली आहे याचा त्याला अतिशय आनंद झाला.

''आजच्या चर्चेची सुरुवात संपूर्ण जीवन कसं प्राप्त करावं या कथेने करूया. म्हणजे त्यासाठी कोणती तयारी करण्याची आवश्यकता आहे हे आपल्याला समजेल. याची मननासाठीसुद्धा मदत होईल व ही कहाणी ऐकून आईश्रीपण खुश होतील.''

राहूलला असं बोलताना पाहून यशोदेचं वात्सल्य वारंवार उचंबळून येत होतं. तिला आपल्या मातृत्वाचा सार्थ अभिमान वाटला. एका आईसाठी तर हा चमत्कारच नव्हे का?... ज्याच्याशी ती दिवसभर खेळते, ज्याला सांभाळते ते आपलं लहानगं बाळ खुद्द आपल्या जन्मदात्याला, मातेला आणि आजोबांना ज्ञान देतंय! राहूलच्या प्रतिभेचं दर्शन तिला घडल्यामुळे तिचं मन पुलकित झालं. प्रथमच तिनं असं दृश्य बघितल्यामुळे ती काही काळ स्तंभित झाली. त्याचबरोबर राहूलसारख्या ज्ञानी बालकाने तिच्या पोटी जन्म घेतला म्हणून तिला स्वतःचा हेवाही वाटला. सिद्धार्थाच्या आवाजामुळे अचानक ती भानावर आली...

"राहूल, तुझी ज्ञान देण्याची ही पद्धत मला अतिशय आवडली. तू जी कहाणी किंवा उदाहरण सांगतोस, त्यामुळे त्यामागे दडलेला अर्थ अधिक स्पष्ट होण्यास मदत होते. तुला जी एखादी महत्त्वपूर्ण गोष्ट समजून सांगायची असते ती कहाणीद्वारे समजून घेणं अगदी सुकर होतं. मी ऐकण्यासाठी तयार आहे." सिद्धार्थ म्हणाला.

"मलादेखील कहाणीद्वारे सांगितलेल्या गोष्टी जास्त स्पष्टपणे समजतात. मी तुझी कहाणी ऐकण्यासाठी अतिशय उत्सुक आहे." यशोदा म्हणाली.

"जी कहाणी मी आपल्याला सांगतो त्यामागे काही ना काही समज असते. एखादा महत्त्वपूर्ण संकेत, ज्ञानपूर्ण गोष्ट दडलेली असते. ती आपण लक्षपूर्वक ऐका आणि त्यामागील अर्थ जाणा...

"एक गाव होतं. तेथील लोक आपापल्या पद्धतीनं जगत होते. एके दिवशी गावात सर्वांत वृद्ध असणाऱ्या माणसाने येऊन त्यांना सांगितलं, की आपले या गावातील वास्तव्याचे दिवस आता संपलेले आहेत. त्यामुळे आपल्याला मूळ गावी माघारी जायला हवं. काही वर्षांपूर्वी झालेल्या करारानुसार आजवर आपण या गावात राहिलो. परंतु या गावात आपल्याला ज्या अडचणी येत होत्या त्या तेथे येणार नाहीत. समृद्धीनं भरपूर अशा सुंदर गावात आपण जाणार आहोत. त्याठिकाणी सर्व लोक मिळूनमिसळून, प्रेमाने राहतात. शिवाय पैशांचीही समस्या नाही. कारण तेथे सर्व काही भरपूर आहे. हे ऐकताच गावातील लोक अतिशय खुश झाले. ते त्या वृद्ध गृहस्थाला म्हणाले, 'जर ते गाव इतकं छान आहे तर मग येथे राहून काय फायदा ? आपल्याला आत्ताच निघायला हवं. आपण आजच निघूया.'

"त्यावर म्हातारा माणूस उत्तरला, 'नाही, तेथे जाण्यासाठी प्रथम काही तयारी करण्याची आवश्यकता असते. त्यानंतरच तेथील जीवन आपण उत्तमरीत्या व्यतीत करू शकतो. जाताना आवश्यक असलेली तयारी करून गेलो नाही तर तेथे असेच दुःखी राहू. यासाठी आपल्याला लगेच निघता येणार नाही.' हे ऐकून गावकरी म्हणाले, 'मग तुम्हीच सांगा त्या गावात जाण्यासाठी काय काय तयारी करावी लागेल ?'

"या गावात आजवर प्रत्येकजण आपापल्या पद्धतीने जगला आहे. येथे राहताना कुणाला उच्च तर कुणाला नीच समजलं जात असे. हा ब्राह्मण... हा क्षत्रिय... हा वैश्य... हा शूद्र... अशाप्रकारे आपणच हे नियम बनवले. आपल्याला वाटलं ज्याच्याजवळ पैसा आहे तो जास्त श्रेष्ठ, ज्याच्याजवळ पद आहे तो जास्त लायक. ज्याचा नावलौकिक आहे तो सर्वश्रेष्ठ, ज्याच्याजवळ भरपूर धनदौलत आहे तो सर्वात

धनवान असं मानून आजपर्यंत आपण या गावात जगत आलो. परंतु काही दिवसांनंतर आपल्याला ज्या गावात जायचं आहे तेथे येथील नियम चालणार नाहीत. ज्या लोकांनी एका विशिष्ट प्रकारचं वस्त्र परिधान केलं आहे त्यांनाच तेथे उच्च मानलं जातं. वृत्तीप्रवृत्तीतून मुक्त झालेल्या लोकांना उच्च मानून त्यांचा आदर केला जातो. अशी प्रथा त्या गावात आहे.''

''या गोष्टीचा अर्थ आताशी कुठं थोडा थोडा माझ्या लक्षात येत आहे. राहूल, तुला हे तर सांगायचं नाही ना, की गाव म्हणजे पृथ्वी, जेथे माणूस थोड्या अवधीसाठी आला आहे आणि गावातील लोक म्हणजे आपण.'' सिद्धार्थ मध्येच म्हणाला.

''हो, आपण अगदी योग्यच समजलात. माणूस पृथ्वीवर थोड्या काळासाठी आला आहे हेच तो विसरून जातो. पण सुदैवाने जेव्हा ही गोष्ट त्याला समजेल तेव्हा त्याचं मनन पुन्हा सुरू होईल आणि पूर्ण मनन केल्यानंतर त्याचं जीवन बदलून जाईल, तो आनंदित होईल. मग त्याची सूक्ष्म जगाची तयारी पृथ्वीवरच्या जीवनाला सुंदर बनवेल. तो तेथे जाण्यासाठी असे गुण शरीरात विकसित करेल ज्यामुळे त्याचं पृथ्वीवरचं जीवनही अधिक सुंदर होईल आणि ही तयारी त्याच्यासाठी ओझं नसेल. कारण त्यामुळे तो चुकीच्या सवयीतून मुक्त होऊन चांगले गुण अंगीकारून, पृथ्वीवर सर्वोच्च अभिव्यक्तीसाठी तयार होईल.''

राहूलचं बोलणं लक्षपूर्वक ऐकत असलेल्या यशोदेला वाटलं, की आता आपलेही विचार राहूलसमोर प्रकट करायला हवेत. ती राहूलला म्हणाली, ''याचा अर्थ आपण रोज सूक्ष्म जगाविषयी विचार केला पाहिजे आणि त्याचबरोबर हेही बघायला हवं, की पृथ्वीवर पार्ट टूची तयारी करत आहोत की नाही?''

''आईश्री, आपण अगदी योग्य बोललात. जगात लोक केवळ स्थूल शरीराविषयीच जाणत असतात. ते कित्येक तीर्थक्षेत्रांना भेटी देतात परंतु सूक्ष्म शरीराचे विचारही त्यांच्या मनाला कधी शिवत नाहीत. मृत्यूनंतर माणसाला कोणती समज मिळते हे समजल्यानंतरच आपल्याला सूक्ष्म शरीर आणि सूक्ष्म जगाचे विचार येऊ लागतात. त्यानंतरच सूक्ष्म जगाच्या जीवनाला समोर ठेवून त्यादृष्टीने आपल्या उर्वरित जीवनाचं नियोजन करता येतं. पुढे आपल्याला या नियोजनाचे चांगले परिणामही दृष्टीस पडतील आणि या साऱ्या गोष्टी पृथ्वीवरच सर्वोच्च आनंद निर्माण करू शकतील.''

हे सर्व ऐकून आत्तापर्यंत शांत बसलेले राजा सुयोधन म्हणाले, ''काल तू पृथ्वीवरच आपल्याला दहा हजार शंभर वर्षांची तयारी करायची आहे असं संपूर्ण जीवनाविषयी

बोलताना सांगितलं होतंस. खरंतर आजची कहाणीदेखील पृथ्वीवर आपल्याला कशा प्रकारची कर्मं करायला हवीत याकडेच संकेत करते.''

''हो, आपण योग्यच विचार केलात. खूपच कमी लोक संपूर्ण जीवनाला समोर ठेवून पुढची तयारी करून आपले गुण वाढवतात. लोकांनी आजवर केवळ पार्ट वनची माहिती मिळवली आहे म्हणजे त्यांना फक्त पृथ्वीवरील जीवनाचीच माहिती आहे. पृथ्वीपलीकडे असणाऱ्या उच्च तरंगांवर कोणत्या गोष्टी आहेत, तेथील जीवन कसं आहे, तेथे कोणत्या गोष्टींची आवश्यकता आहे? हे ठाऊक नसल्यामुळे लोक फक्त पृथ्वीवरील जीवनाचीच तयारी करतात, त्याचंच नियोजन करतात. पृथ्वीवरचं जीवन आणि मृत्यूनंतरचं जीवन या दोन्हींविषयी सर्वकाही माहीत झाल्यानंतरच माणसाचा दृष्टिकोन बदलतो. दोन्ही हिस्से जाणून त्यावर मनन करून माणूस पृथ्वीवर पूर्ण ज्ञान प्राप्त करू शकतो आणि पुढचीही संपूर्ण तयारी करतो.''

''तुझ्या कहाणीचा अंत येथेच झाला आहे, की पुढेही त्या गावातील लोकांना म्हातारा माणूस आणखी काही सांगू इच्छित होता?'' सिद्धार्थने उत्सुकतेनं विचारलं.
''म्हातारा माणूस गावातील लोकांना जे सांगत होता ते अतिशय एकाग्रतेने लोक ऐकत होते. 'त्या गावात आणखी काय काय होतं? तेथे जाण्यापूर्वी कोणकोणती तयारी करायची असते? हे आम्हाला लवकर सांगा. आता आम्हाला धीर धरवत नाही. आता आमच्याजवळ जितका वेळ शिल्लक राहिला आहे त्यावेळेत, आम्ही आमच्यात असणाऱ्या वृत्ती-प्रवृत्तींपासून मुक्त होण्याचा प्रयत्न करणार आहोत. जेणेकरून तेथे आवश्यक असलेल्या उच्च पदावर आरूढ होण्याचा सन्मान आम्हाला मिळावा...'

''अशाप्रकारे नवीन गावात जाण्याची वार्ता ऐकूनच लोकांमध्ये परिवर्तन आलं आणि त्यांचा व्यवहारही पूर्णपणे बदलला. जे गाव कालपर्यंत मान्यता, कर्मकांड, तुझंमाझं करण्यात गुंतलेलं होतं ते आता एकजुटीने आपल्या लक्ष्यावर स्थिर झालं. सर्व लोकांचं एकच ध्येय बनलं. तेथे जाऊन प्रतिष्ठा मिळवायची आहे, आनंद मिळवायचा आहे बस्स! या एका उद्देशामुळे प्रत्येकाच्या क्रियेत उत्साह संचारला. जातिधर्माचा अभिमान, पैशाचा अहंकार, मान-सन्मानाची मिजास यांचं सूक्ष्म जगात काहीच महत्त्व नसल्यामुळे तेथील नियमांनुसार त्यांचं आजचं जीवन बदललं.''

''राहूल, या कहाणीद्वारे आत्तापर्यंत माझ्या असं लक्षात आलं आहे की पृथ्वीवर जर सर्व लोकांना, आपली पुढील यात्रा सूक्ष्म जगात होणार आहे. शिवाय पृथ्वीवर आपल्यात असणाऱ्या सवयी तेथे जर दुःख देणार आहेत हे समजलं तर आपल्या वागण्यात

त्वरित परिवर्तन येऊ शकतं नाही का?''

''हो, अगदी बरोबर परंतु केवळ एवढाच उद्देश नाही. सूक्ष्म जगाची तयारी पृथ्वीवरच होणं आवश्यक आहे. तेथे ज्या गोष्टींची आवश्यकता आहे त्या आपण येथे पृथ्वीवरच शिकायच्या आहेत किंवा हवंतर असं म्हणता येईल हे सर्व शिकण्यासाठीच आपण पृथ्वीवर आलो आहोत आणि हेच 'पृथ्वीलक्ष्य' आहे. ज्या लोकांना सूक्ष्म जगाचं संपूर्ण ज्ञान असतं तीच लोकं दहा हजार शंभर वर्षांची तयारी करू शकतात. या गोष्टीची माहिती नसल्याने इतर कोणताही माणूस जगात अशी तयारी करू शकत नाही. कारण माणसाला ज्या विषयाचं ज्ञान नसतं त्याविषयी तो कधी विचारही करू शकत नाही. ज्या गोष्टी माहीत असतात त्यावरच आपण काम करतो, इतर गोष्टींवर लक्षही देत नाही. परंतु या सर्व गोष्टी जाणल्यानंतर आता आपण म्हणू शकाल की, याच जीवनात सर्वोच्च गोष्टींची अभिव्यक्ती करायची असल्यामुळे मला तशाप्रकारची तयारी आता करायलाच हवी.''

''याचाच अर्थ आपण पृथ्वीवर आलो आहोत यामागे नक्कीच मोठा उद्देश आहे.''

जणू सिद्धार्थ हाच प्रश्न विचारेल हे राहूलला आधीच ठाऊक होतं... तो त्वरित म्हणाला, ''हो आपण योग्य जाणलंत परंतु हा विषय अतिशय गहन असल्यामुळे यावर नंतर चर्चा करू.''

''राहूल, पृथ्वीवर आपण कोणकोणते गुण विकसित करण्यासाठी आलो आहोत आणि त्यासाठी काय करायला हवं, हे प्रथम सांग.'' सिद्धार्थने विचारलं.

''त्यासाठी गावातील लोकांनी जसा प्रतिसाद दिला तसा आपल्याला द्यावा लागेल. याचा अर्थ मृत्यूनंतरच्या यात्रेत जे लोक उच्च स्तरावर असतात ते असं कधीही म्हणत नाहीत की, मीच श्रेष्ठ आणि इतर कनिष्ठ! उलट त्यावेळी इतर लोक उच्चस्तरावर कसे पोहोचू शकतील ही समज बाळगायची आहे. बाबा, आपल्याला आठवतं... मागे आपण देवदत्ताविषयी बोलत होता तेव्हा आपले हे विचार पुढे बदलतील असं मी म्हणालो होतो. सूक्ष्म जगात गेल्यानंतर देवदत्तासारखा निर्दयी माणूसही उच्च स्तरावर पोहोचावा अशी आपली इच्छा होईल. केवळ एवढंच नव्हे तर जेव्हा आपली चेतना निम्न स्तरावर असते तेव्हा अनेकदा चेतनेच्या उच्च स्तरावर असलेल्या लोकांचाही आपल्याला राग येतो. सिद्धार्थाला आठवलं, एकदा...

''भित्रा कुठला! आता राजा नागला धडा शिकवावाच लागेल आणि जर हे

काम तुला करता येत नसेल तर मी करून दाखवेन. केवळ सेनेचं नेतृत्व माझ्याकडे दे. मग बघ, मी काय करतो ते!'' भर दरबारात देवदत्त, सिद्धार्थावर ओरडला.

सिद्धार्थाचा चुलत भाऊ देवदत्त वयाने चाळीशी गाठलेला, उंच आणि अशक्त त्याचबरोबर निष्ठुर स्वभावाचा. त्याच्या पाठीशी गुंड प्रवृत्तीचे काही लोक होते. त्यांच्या पाठिंब्यावर त्याची अन्यायी वृत्ती वाढत होती. वाईट गोष्टींमध्ये ते त्याला साथ देत असत. तो सिद्धार्थापेक्षा दोन वर्षांने मोठा असल्यामुळे राजा सुयोधनांच्या मृत्यूनंतर त्यालाच गादी मिळावी, राज्याचा उत्तराधिकारी त्यानेच बनावं यासाठी त्याचा हा खटाटोप होता. प्रत्येक चांगल्या निर्णयाला तो विरोध करत असल्यामुळे सर्व दरबारी लोक त्याचा तिटकारा करत.

सिद्धार्थदेखील देवदत्ताच्या विक्षिप्त वागण्यामुळे विचलित होत असे. तरी पण सिद्धार्थाला देवदत्ताची दया यायची. पार्ट टूमध्ये त्याचे काय होईल? तेथेसुद्धा तो असाच वागेल? एखाद्या काट्याप्रमाणे रुतेल? न जाणो तेथे त्याची भूमिका काय आहे? असे विचार सिद्धार्थाच्या मनात येत असत.

''कित्येकदा आपल्याला वाटतं, अमुक लोक माझ्या आयुष्यात आली नसती तर मी सुखानं जीवन जगू शकलो असतो. परंतु दहा हजार वर्षांच्या नियोजनात अशा गोष्टींना अजिबात थारा नसतो. आपल्याला जेव्हा हे समजेल, की जीवनात कोणते लोक आपल्या विकासात साहाय्य करतात आणि कोणत्या लोकांमुळे आपला विकास खुंटतो. त्यादिवसापासून आपोआपच आपण उच्च चेतना असणाऱ्या लोकांचा द्वेष करणं सोडून द्याल. त्यावेळी खरंतर ते लोक आपल्या विकासात मदतच करत होते हे आपल्याला जाणवेल. त्यानंतर आपण सूक्ष्म जगातही त्यांनी आपल्या सोबत असावं, अशी विनंती त्यांना कराल.

''आज पृथ्वीवर अशी स्थिती नाही याचं कारण येथे जे लोक स्वतःला उच्च मानतात ते कधी हा विचार करत नाहीत, की इतर लोकही तेथवर कसे पोहोचतील? उलट त्यांना वाटत असतं ते लोक जर निम्न स्तरावर राहिले तरच ते नेहमी उच्च स्तरावर राहू शकतील. नाहीतर ते आमचं स्थान बळकावतील. पृथ्वीवरील लोकांच्या बुद्धीला मर्यादा असल्यामुळे त्यांचे विचारही सीमित असतात. सूक्ष्म जगात मात्र विशाल विचारांची गरज असते आणि त्याची तयारी आपल्याला येथेच करायची आहे.

''गावातल्या लोकांसमोर आता हे चित्र स्पष्ट होऊ लागलं होतं, की दुसऱ्या गावात जाताना कोणकोणती तयारी करायची आहे? तेथे जाताना सोबत काय काय

घेऊन जायचं आहे. त्यानंतर दुसऱ्या दिवसापासूनच त्या गावाचं चित्र पूर्णपणे पालटलं. प्रथम सर्व लोक वेगवेगळे व्यापार-धंदा करत होते. उदाहरणार्थ, काही लोक दारू, चरस, बॉंब, बंदुका, तंबाखू यांसारख्या गोष्टी विकून फक्त त्यांचाच फायदा बघत होते. परंतु आता नवी समज प्राप्त झाल्यामुळे त्यांचं अवघं जीवनच बदलून गेलं. जे लोक अफूची शेती करत होते ती बंद झाली. सर्वजण एकमेकांना साहाय्य करू लागले.

''आता पुढच्या गावात जाण्यापूर्वी माझ्याजवळ जितका वेळ शिल्लक आहे त्यामध्ये मला सर्व कामं पूर्ण करायची आहेत, पुढच्या यात्रेत लागणारी सर्व तयारी करायची आहे असा विचार गावातील लोक करू लागले. म्हणजे सत्य ऐकण्याचाच अवकाश, की गावातील सगळं वातावरणच बदलून गेलं.''

''याचा अर्थ त्या गावकऱ्यांप्रमाणे आम्हालाही वागण्यात, बोलण्यात परिवर्तन आणलं पाहिजे तर! म्हणजेच सूक्ष्म जगात लागणारी तयारीही आम्हाला आजपासूनच करायची आहे.'' राजा सुयोधन म्हणाले.

''आजोबा, आपण अगदी योग्यच बोललात. सूक्ष्म जगातील जीवनात काय काय घडतं? कोणते आयाम मिळतात? माणूस त्या यात्रेत कोणत्या स्तरावर जातो? या सर्व गोष्टी माहीत झाल्यामुळे माणसाला त्वरित तसं कर्म करण्याची सुरुवात करायला हवी. सूक्ष्म जगात कोण उच्च स्तरावर जातं आणि कोण निम्न स्तरावर राहातं हे जर आपल्याला कळलं तर आजपासूनच आपली ही पूर्वतयारी सुरू होईल. गावाच्या या कहाणीद्वारे आपण पृथ्वीवरचं जीवन आणि सूक्ष्म जगाविषयी जाणलंत. आज आपण कसं जगत आहोत आणि सूक्ष्म जगात आपल्याला कसं जगायचं आहे, यावर आपण विचार करायचा आहे. तेव्हाच नव्या जीवनात सर्वोच्च गोष्टींची निवड आपण करू शकाल.

''यावर जेव्हा सखोलपणे मनन करून आपण काही ठोस योजना बनवाल तेव्हाच आपलं 'पृथ्वीलक्ष्य' सफल होऊ शकतं. नाहीतर सत्य माहीत नसल्यामुळे माणूस पृथ्वीवर काही काम करत नाही आणि मृत्यूनंतर सूक्ष्म जगात गेल्यावर त्याला वाटतं, 'अरे, जर या गोष्टी मला आधीच माहिती असत्या तर मी वेळीच तयारी केली असती. कोणत्या गोष्टीसाठी आपण निमित्त बनणार आहोत याचं आपल्याला ज्ञान नसल्यामुळे पृथ्वीवर आपली सेवा मनापासून होत नाही. जेव्हा वारंवार आपल्याला या सत्याची आठवण दिली जाईल तेव्हा आपल्या विचारातही या गोष्टी उतरू लागतील. त्यानंतरच आपल्याकडून पृथ्वीवर ही सर्वोच्च अभिव्यक्ती म्हणजे 'महानिर्वाणाची' तयारी होणं शक्य आहे. मात्र या सर्व गोष्टी अदृश्यात असल्यामुळे आपल्याला त्या दिसत नाहीत

आणि म्हणून आपण त्यावर कार्यही करत नाही, विश्वासही ठेवत नाही.

"दृढ विश्वास आणि श्रद्धेचं शिखर गाठायचं असेल तर आपला पाया भक्कम असायला हवा नाहीतर अगदी क्षुल्लक घटनेनंसुद्धा आपला विश्वास डळमळीत होऊ शकतो. सकारात्मक विचारसरणीच्या लोकांचा विश्वास आपल्या उंचीवरून कधीच ढळत नाही. अशी माणसं आपल्या ठाम निर्णयाच्या भक्कम पायावर उभी असतात. एखाद्या बुलंद इमारतीसारखं त्यांचं व्यक्तिमत्त्व भासतं. कोणतीही परिस्थिती ते अगदी यशस्वीरीतीने हाताळतात. सकारात्मक दृष्टिकोन हाच आत्मविश्वासाचा गाभा आहे आणि तो त्यांच्यात ठासून भरलेला असतो. दृष्टिकोनातील हा फरकच त्यांना नेहमी दृढ विश्वासाच्या शिखरावर विराजमान ठेवतो. त्यांच्या बाह्यरूपामुळे कार्यक्षमतेवर काही परिणाम होत नाही. कारण ती गुणांवर अवलंबून असते हे त्यांना माहीत असतं. तुम्ही बाहेरून कसे दिसता हे महत्त्वाचं नाही तर आतून कसे आहात त्यामुळे जगण्यात फरक पडतो.

"आपण सकारात्मक विचारांची संजीवनी घेतो की नकारात्मक विचारांचं विष प्राशन करतो, यावरच आपल्या आयुष्यातील यश किंवा अपयश सर्वस्वी अवलंबून आहे. नकारात्मक विचार तुम्हाला खाली खेचतात, अपयशाच्या गर्तेत ढकलतात तर सकारात्मक विचार विश्वासरूपी शिडीवरून यशाच्या उत्तुंग शिखराकडे नेतात. म्हणूनच मूलतः आनंदी असणाऱ्या मनाचं संगोपन योग्य प्रकारे करणं हे प्रत्येक माणसाचं स्वतःविषयीचं आद्य कर्तव्य आहे. त्याचबरोबर विश्वासानं जगणाऱ्या व्यक्तींच्या सहवासात राहणं हेही तितकंच महत्त्वाचं आहे. आपण ज्यांच्या सान्निध्यात राहतो त्यांच्या सहवासातून आपला दृष्टिकोन घडत जातो. ठाम विश्वास असलेल्या सकारात्मक व्यक्तींच्या सहवासामुळे आपला आयुष्याकडे बघण्याचा दृष्टिकोन पूर्णपणे बदलून जातो. त्यामुळे हे रहस्य जाणण्यासाठी मनन आणि विश्वासाची आवश्यकता भासते.

"आपला स्वतःवरील विश्वास जेव्हा पूर्णपणे जागृत होईल तेव्हाच आपल्याला 'स्व' म्हणजे काय याची जाणीव होईल. त्यानंतरच आपण अनंत आहोत... असीम आहोत... सर्वशक्तिमान आहोत... अशा आपल्या मनःशक्तीचा प्रत्यक्ष अनुभव येईल. तेव्हा त्या 'स्व' रूपापर्यंत, विराट विश्वापर्यंत पोहोचण्याचं उद्दिष्ट गाठू शकाल. त्यावेळी आपल्या विश्वासानं पूर्ण रूप धारण केलेलं असेल. मग आपल्या लक्षात येईल, आपला विश्वास अमर्याद आहे, अविचल आहे, कधीही न ढळणारा आहे..."

"राहूल, या सर्व गोष्टी मला माहीत नसल्यामुळे मी आजवर अज्ञानातच जगत

होते. मला प्रथम तू जे सांगतोस त्यावर विश्वासच बसत नव्हता. परंतु आता बरंच काही ऐकल्यामुळे या अदृश्य गोष्टींवर माझा विश्वास बसला आहे. आपल्या सर्वांबरोबर अशा चर्चेत सामील होण्याचा निर्णय माझ्या आयुष्यातील सर्वोत्कृष्ट निर्णय होता असं मला आता वाटू लागलं आहे. मला माझ्याच भाग्याचा हेवा वाटतोय.'' यशोदा म्हणाली.

''आईश्री, आपली ही सर्वोच्च अवस्था आहे परंतु प्रत्येकाची अशी अवस्था नसते त्यामुळे अशा गोष्टी ते ऐकू शकत नाहीत. या गोष्टी अदृश्य असल्यामुळे माणसाला समोरचा मार्ग किती सुकर आहे हे दिसत नाही म्हणून तो पुढे जाण्यासाठी पाऊलही उचलत नाही. मी पुढे पाऊल टाकू की नको अशा संभ्रमित अवस्थेत तो तेथेच घुटमळत राहतो. पण पूर्ण सत्य समोर येताच त्याची पावलं आपोआपच त्या दिशेनं पडू लागतात. तेव्हा त्याला विशेष प्रयत्न करण्याची आवश्यकता भासत नाही. मननामुळे ही क्रिया आपोआप घडते. नाहीतर माणूस असाच विचार करत राहतो, पुढे विचार करू... नंतर बघू... एखाद्या दिवशी ठरवू... परंतु त्याचं मनन पूर्ण होताच त्यांच्याकडून योग्य क्रिया व्हायला सुरुवात होते.''

''याचा अर्थ केवळ ज्ञान प्राप्त करणं पुरेसं नाही. त्यावर मनन करणं आणि ते प्रत्यक्ष क्रियेत आणणंही तितकंच महत्त्वपूर्ण आहे ना?'' राजा सुयोधनांनी विचारलं.

''अगदी बरोबर, सूक्ष्म जगाविषयी जाणणं आणि त्यानुसार आपल्या आजच्या जीवनात परिवर्तन घडवून आणणं ही माणसाची प्राथमिक गरज आहे. पृथ्वीवर कोणतं शहर कोणत्या देशात आहे... कुठे काय प्रसिद्ध आहे... जगातील सात आश्चर्यं कुठे आहेत... या सर्वांविषयीची माहिती सामान्य माणसाजवळही असते. अशाप्रकारे पृथ्वीवर असणाऱ्या प्रत्येक गोष्टीविषयीची जाणकारी त्याला असते आणि त्यातच तो समाधानी असतो. परंतु सूक्ष्म जगाविषयी जाणण्याचा प्रयत्न तो कधी करत नाही. खरंतर असं व्हायला हवं की तेथील माहिती असणं किती आवश्यक आहे याचं भानदेखील माणसाला यायला हवं. ''

''राहूल, या सर्व गोष्टी समजल्यानंतर माझ्यातही एक प्रकारचा जगण्याचा उत्साह संचारला आहे. आता सगळ्या गोष्टी स्पष्ट झाल्यामुळे पृथ्वीवर मला सूक्ष्म जगाची तयारी करायची आहे. केवळ मीच नाही तर पृथ्वीवरील सर्व लोक अशा प्रकारची तयारी करतील अशी मला आशा वाटते. परंतु आता माझ्या मनात असा प्रश्न निर्माण झाला आहे, की ही तयारी कशी करायची?''

"आपल्याला सर्व गोष्टी स्पष्ट झाल्या ही चांगली गोष्ट आहे. परंतु आता यावर गहिरं मनन करणंही आवश्यक आहे. त्यानंतर आणखी काही पैलू आपल्या दृष्टिपथात येतील. आज आपल्याबरोबर आईश्रीदेखील मनन करणार आहेत. तेव्हा आणखी काही नवीन गोष्टींचाही साक्षात्कार होईल. आपलं मनन सफल व्हावं ही शुभेच्छा, शुभरात्री..."
असं म्हणून राहूल झोपी गेला. तो झोपल्यानंतर तिघांनीही सखोल मनन केलं. त्यातील काही गोष्टी लिहून ठेवल्या आणि ते झोपण्यासाठी आपापल्या महालात निघून गेले.

दिवस १९

मृत्युमनन

मृत्युदर्शन

मागील काही दिवसांपासून जीवनमृत्यूविषयीच्या सत्याबाबत राजा सुयोधन आणि सिद्धार्थ सतत मनन करत असल्यामुळे दोघेही आज अतिशय खुश दिसत होते. बाहेरही त्यांना सर्वत्र आनंदाची अनुभूती येत होती, कारण म्हणतात ना, 'एक आनंदी माणूसच इतरांना खुश करू शकतो. दुःखी माणूस इतरांना दुःखच देतो.' अशाप्रकारे माणूस जोपर्यंत मृत्यूवर मनन करणार नाही तोपर्यंत मृत्यूविषयीचं पूर्ण सत्य जाणण्याची संधीही त्याला मिळणार नाही. राहूलकडून ज्ञान ग्रहण केल्यानंतर आज यशोदाही सिद्धार्थाबरोबर मनन करण्यास सिद्ध होती.

ज्ञानग्रहणाचा आज पहिलाच दिवस असल्यामुळे यशोदा कधी नव्हे ती एवढ्या आनंदात होती. आज तिचं लक्ष फक्त रात्र कधी होते यावरच खिळलं होतं. याआधी ती दररोजची कामं उरकल्यानंतर कित्येकदा नातेवाइकांबरोबर, दासींबरोबर इकडच्या तिकडच्या गप्पा मारत वेळ घालवत असे. प्रासादात कोण कुणाशी कसं वागतं... तो असा आहे.. ती तशी आहे... यासारख्या क्षुल्लक गोष्टींमध्ये गुंतून आनंदाला पारखी होत होती पण आज मात्र आयुष्यात घडणाऱ्या अनेक अनाकलनीय घटनांच्या गुंतागुंतीत न अडकता त्यांचा जीवनविकासासाठी कसा उपयोग करायचा ही महत्त्वाची बाब तिने जाणली होती. मानवी आयुष्याच्या या अत्यंत महत्त्वाच्या अंगाचं आपल्याला इतकं अत्यल्प ज्ञान असावं आणि या अर्धवट ज्ञानाच्या बळावरच, अज्ञानामुळे आपण आपलं आयुष्य वर्षानुवर्षे तसंच रेटत राहतो. हे खरोखरच महदश्चर्यच नव्हे का? परंतु प्रथमच असं घडलं की, यशोदेच्या मनात इतर कोणतेही विचार आले नाहीत. राहूलने सांगितलेली कहाणी आणि त्यावर चालणारं सतत मनन एवढंच काय ते आज शिल्लक होतं. आज तिघंही आनंदाने परिपूर्ण, ओतप्रोत भरलेले होते.

संभाषणाच्या सुरुवातीलाच सिद्धार्थ राहूलला म्हणाला, ''आजचा दिवस

अतिशय चांगल्या रीतीने व्यतीत झाला. कालच्या कहाणीत सांगितल्याप्रमाणे मलादेखील पृथ्वीवरच या सर्व गोष्टी शिकून जायचं आहे हे आता माझ्या लक्षात आलं. प्रसन्नबरोबर असताना जेव्हा पहिल्यांदा मृत्यूचं दर्शन झालं तेव्हा मी फारच उदास झालो होतो. पण महत्त्वाची बाब ही आहे, की त्याच अवस्थेत मी सत्याचा शोध सुरू केला. त्यामुळे आता जीवनमृत्यूच्या चक्राला मी चांगल्याप्रकारे समजून उमजून सत्याच्या मार्गावर वाटचाल करू लागलो. ही माझ्यासाठी अत्याधिक आनंदाची बाब असून मृत्यूवर मनन करणंही मला आवडत आहे.''

''बाबा, फक्त आपल्याच नाही तर मृत्यू हा शब्द प्रत्येक माणसाच्या हृदयाला जाऊन भिडतो. मृत्यू या शब्दातच अशी जादू आहे की हा शब्द माणसाकडून अत्यंत सखोल असं मनन करून घेऊ शकतो. हा शब्द ऐकताच माणूस बेहोश राहू शकत नाही. तो लगेच सजग होतो. यालाच मृत्युमनन म्हणतात. मृत्युमननामुळे जगात अनेक लोकांना आत्मसाक्षात्कार प्राप्त झाला आहे. आपल्याला अर्जुनाबाबत तर माहीतच असेल. कृष्णाने त्याच्याकडून युद्धाच्या मैदानावर मृत्युमनन करवून घेतलं होतं.''

अर्जुनाविषयी सर्वांनाच माहीत होतं. राहूलचं बोलणं ऐकून राजा सुयोधन म्हणाले, ''मी त्याच्याविषयी जाणतो परंतु त्याने मृत्युमनन कसं केलं होतं हे माहीत नाही. तरी आम्हाला ते सारं सविस्तर सांग.''

''अर्जुन जेव्हा युद्ध करण्यासाठी रणांगणावर गेला तेव्हा तो वयाने तसा लहानच होता. परंतु तरीही कृष्णाने त्याच्याकडून जबरदस्तीने मृत्युविषयी मनन करून घेतलं. अर्जुनाने आजवर कुणाचा मृत्यू पाहिला नव्हता. परंतु आता आपल्या वंदनीय नातेवाइकांचा 'मृत्यू होणार आहे' या विचारानेच अर्जुनाचं मनन सुरू झालं. गीतेची सुरुवातच मृत्यूच्या प्रश्नाने होते. पुढे आपण जाणताच, की गीतेत श्रीकृष्णाने जी उत्तरं दिली ती ऐकल्यानंतर आणि मृत्यूचं रहस्य जाणल्यानंतर अर्जुन युद्धासाठी तयार झाला.''

''माझ्या नातेवाइकांचा मृत्यू होणार आहे हा विचार करूनच अर्जुन घाबरला. आज मी अर्जुनाची अवस्था चांगल्याप्रकारे समजू शकतो. तो युद्धात उतरणार होता म्हणून त्याच्या मनात मृत्यूचा विचार आला. जर युद्ध झालं नसतं तर कदाचित त्याने वृद्ध होईपर्यंत कधी त्याबाबत विचारही केला नसता.'' राजा सुयोधन म्हणाले.

''आपण अगदी योग्यच बोललात. जेव्हा आत्यंतिक निकड भासली तेव्हाच अर्जुनाने मृत्यूविषयी मनन केलं. जगात सर्व लोकांची अशीच अवस्था आहे. तहान लागते तेव्हा ते विहीर खोदतात, एखाद्या गोष्टीची तातडीने गरज भासते तेव्हा तिच्याविषयी

विचार करू लागतात. अर्जुनाने विचार केला ज्या लोकांना मी आपल्या जिंकण्याची वार्ता सांगणार आहे त्याच लोकांना मारून जर मी विजयी होणार असेन तर त्या जिंकण्याचा काय फायदा! हे तर असंच झालं ना, एखाद्याला जिंकल्याबद्दल ज्याच्याकडून पदक मिळणार आहे त्या माणसालाच मारायचं!

''अशाप्रकारे अर्जुनाच्या मनात संभ्रमाची अवस्था निर्माण झाली. याच अवस्थेत त्याने श्रीकृष्णाला अनेक प्रश्न विचारले आणि त्यांनीही त्याची उत्तरं दिली. ज्या प्रश्नांमुळे आपण मनन करण्यास सुरुवात केली, अगदी तसेच प्रश्न अर्जुनाच्या मनातही निर्माण झाले... मृत्यू कोणाचा होतो? शरीर म्हणजे काय? चैतन्य काय आहे? जो युद्ध कर असं सांगत आहे तो कृष्ण कोण आहे? त्याचा खरा उद्देश काय आहे? या सर्व प्रश्नांची उत्तरं जेव्हा अर्जुनाला मिळाली तेव्हा त्याची मृत्यूविषयी असणारी भीती पूर्णतः नाहीशी झाली आणि तो आपल्या नातेवाईकांबरोबर धर्मयुद्ध करू शकला.''

''हे तू अगदी खरं सांगितलंस. वास्तविक अर्जुन तेव्हा अशा अवस्थेत होता, की युद्ध लगेच थांबूही शकलं असतं परंतु त्यावेळीदेखील कृष्णाने त्याच्याकडून मनन करून घेतलं.'' राजा सुयोधन म्हणाले.

''माणसाच्या जीवनात अशा काही घटना घडतात तेव्हाच तो मनन करतो. घटनेशिवाय तो मननही करत नाही. यासाठी निसर्गाद्वारेच अशी व्यवस्था केली गेली आहे. एखाद्या माणसाच्या जीवनात जर दुःखद घटना घडली तरच तो विचार करतो अथवा एखाद्यावर जेव्हा कृपा बरसते तेव्हा तो मनन करणं सुरू करतो.''

''राहूल, घटनेमुळे माणूस मनन कसं करतो हे तर माझ्या लक्षात आलं परंतु कृपेमुळे एखादा मनन करतो हे कसं शक्य आहे? कृपया तू मला एखादं उदाहरण देऊन सविस्तर सांग म्हणजे मला समजेल.'' यशोदा म्हणाली.

''गुरूनानक, रमण महर्षी यांसारख्या संतांवर लहान वयातच कृपा झाली. रमण महर्षी सोळा वर्षांचे असताना काकांच्या घरात गच्चीवर बसले होते. घरातील सर्व सदस्य बाहेर गेले होते. अचानक त्यांच्या मनात 'आता माझा मृत्यू होणार आहे' असा प्रबळ विचार आला, खरंतर हा विचार आणण्यासाठी त्यांनी कोणताही प्रयत्न केला नव्हता परंतु तरीही ते भयभीत झाले. कृपेमुळे त्यांना मृत्यूचं भय वाटू लागलं. अशाप्रकारे माणसाचं जर योग्य मनन झालं तर मृत्यूचं भयदेखील कृपा सिद्ध होऊ शकतं. त्यानंतर त्यांना, 'मृत्यू झाल्यानंतर नेमकं काय होतं हेही बघू, त्याचंही दर्शन करू.' असा विचार आल्यामुळे ते गच्चीवर अशाप्रकारे झोपले जणू काही त्यांचा आत्ताच मृत्यू होत आहे. त्यांना वाटलं

मृत्यूनंतर त्यांचं शरीर आखडून जाईल. यासाठी ते शरीर सरळ ठेवून तसेच निपचित पडून राहिले. त्यावेळी त्यांच्या शरीरात कोणतीही हालचाल होत नव्हती.

''अशाच अवस्थेत काही वेळ पडून राहिल्यानंतर त्यांच्या मनात विचार आला, 'मी तर मेलो आहे, तरीही मला हे सर्व कसं जाणवतंय?' मग ही जाणण्याची अनुभूती म्हणजे नेमकं काय? माझ्या शरीराचा मृत्यू झाल्यानंतर मला जाळलं जाईल, त्यानंतरही मला हे सर्व दिसेल का? तरीही मला माझी जाणीव होईल का? जर मृत्यूनंतरही ही जाणीव तशीच कायम असेल तर याचाच अर्थ ती शरीराशी निगडित नाही. शरीर वेगळं आहे आणि माझी असण्याची अनुभूती वेगळी आहे. म्हणजेच 'मी शरीर नाही.' या सर्व गोष्टी रमण महर्षी स्पष्ट रूपाने पाहू शकले. ही घटना घडण्यासाठी केवळ अर्धा तास लागला. त्यानंतर ते उठून उभे राहिले आणि त्या क्षणापासून त्यांचं संपूर्ण जीवनच बदलून गेलं. ते आता पूर्वीसारखे राहिले नाहीत. कृपा आणि मृत्युमननाने आत्मसाक्षात्कार कसा होऊ शकतो याचं हे ज्वलंत उदाहरण आहे.''

''कृपेशिवाय ते खरोखरच अशक्य आहे. मृत्यूच्या घटनेशिवाय रमण महर्षींना आत्मसाक्षात्कार झाला. जीवन-मृत्यूविषयीची ओळख अत्यंत सहजतेने त्यांना झाली. हे खरोखरच आश्चर्य नव्हे का?'' यशोदा उद्गारली.

''रमण महर्षींचं उदाहरण हेच दर्शवतं की, मृत्युमनन सहजतेनं होऊ शकतं. मी आपल्याला सांगितलेली घटना घडण्यासाठी केवळ अर्धा तास लागला. मननाद्वारे इतक्या कमी वेळेत त्यांना मृत्यूविषयीचं सत्य लक्षात आलं. त्यांनी शरीरापलीकडे असणाऱ्या आपल्या अस्तित्वाला जे शाश्वत आहे, चिरंतन आहे त्याला जाणलं आणि हा परमानंदाचा स्रोत प्रत्येकाच्या अंतरंगात उपजतच आहे. परंतु वारंवार शंका उपस्थित करणाऱ्या आपल्या तुलनात्मक मनाआड ते लपलेलं असल्यामुळे माणसाला आनंदावस्थेपासून परावृत्त करतं. वास्तविक तुलनात्मक मन माणसासाठी वरदान होतं. प्रशंसा, स्तुती करण्याकरिता ते दिलं गेलं. परंतु माणूस त्याचा उपयोग तक्रारी करणं, अनुमान लावणं यासाठी करून त्याला शाप बनवतो.

''त्या आपल्या असण्याची अनुभूती रमण महर्षींनी घेतली आणि त्यावर दृढ विश्वास ठेवून ते स्वानुभवाबरोबरच आयुष्यभर जगले. त्यांचं अवघं जीवनच बदललं. ते पूर्वी जसं खात-पीत होते तसं मृत्युमननानंतर राहिलं नाही. त्यांच्या क्रियांमध्ये उपेक्षाभाव समाविष्ट झाला. ते सर्व क्रियांना अनासक्त होऊन बघू लागले. आधी इतर लोकांप्रमाणेच स्वादिष्ट भोजन घ्यावं असं त्यांना वाटत असे. परंतु त्यानंतर मात्र भोजन अर्ध-कच्चं

असलं, शिजलेलं असलं, गोड असलं, तिखट असलं, ताजं असलं, शिळं असलं तरीही विनातक्रार ते खाऊ लागले.''

''मृत्युमनानंतर माणसात इतक्या मोठ्या प्रमाणात परिवर्तन होतं हे अगदी खरं आहे. माझ्याही जीवनात होत असलेलं परिवर्तन मी बघत आहे.'' सिद्धार्थ म्हणाला.

''रमण महर्षींचं मृत्युमनन सत्याप्रती असणाऱ्या दृढ विश्वासाचं महत्त्व सांगतं. आपल्याला जर सत्याप्रती प्रगाढ विश्वास असेल तर सर्व गोष्टी आपोआपच बदलत जातात. आयुष्यातून अनावश्यक गोष्टी नाहीशा होतात. रमण महर्षींना मार्गदर्शन देण्यासाठी त्यांच्याबरोबर गुरू नव्हते नाहीतर त्यांच्या जीवनात काही वेगळीच घटना घडली असती. कित्येकदा ज्या लोकांना ज्ञान मिळतं, त्यांना पाहून आजूबाजूच्या लोकांना भय वाटतं. त्यांचं वागणं पाहून लोकांना वाटतं, की जर ज्ञान मिळाल्यावर अशी अवस्था होत असेल तर आम्हाला असं ज्ञान नको. कारण लोकांच्या मनात वेगवेगळ्या प्रकारचं भय असतं... ज्ञान प्राप्त करण्यासाठी संसार सोडण्याची आवश्यकता आहे का... संन्याशी बनण्याची गरज आहे का... अशा प्रकारच्या प्रश्नांमध्ये अडकून कित्येकदा लोक सत्याच्या मार्गावर चालण्यासाठी घाबरतात. आज सामान्य माणूस सत्यमार्गावर चालत नाही याचंही हेच तर मुख्य कारण आहे.

''रमण महर्षींसारखंच गुरूनानकांचंही असंच एक उदाहरण आहे. जेव्हा त्यांचं मृत्यूवर मनन झालं त्यावेळी ते नदीवर आंघोळीसाठी गेले होते. त्यानंतर कित्येक दिवस घरी परतलेच नाहीत. लोकांना वाटलं, बहुतेक नदीच्या पाण्यात ते वाहून गेले असावेत. वास्तविक जवळच्याच खडकावर ते समाधीत बसले होते. लोकांनी सगळीकडे शोधलं तेव्हा नदीवर त्यांना गुरूनानकांचे काही कपडे, लोटा यांसारख्या त्यांच्या वस्तू मिळाल्या परंतु नानकजी मात्र तेथे नव्हते. लोकांनी त्यांना सर्वत्र शोधलं, बरेच आवाज दिले परंतु कोणताही प्रतिसाद मिळाला नाही. एकंदर परिस्थितीचा अंदाज घेत लोकांनी ते मरण पावले असं गृहीत धरलं. काही दिवसांनंतर जेव्हा ते समाधीतून बाहेर आले तेव्हा लोकांनी ते पाण्यात गेले आणि तेथे त्यांना साक्षात ईश्वरानं दर्शन दिलं, नानकांना साधना करण्याची आज्ञा दिली अशाप्रकारच्या कहाण्या रचल्या.

''समाधी, आत्मसाक्षात्कारासारख्या परमोच्च गोष्टी लोकांना समजत नसल्यामुळे कथांकहाण्यांद्वारे, प्रतीकात्मक रूपात त्या समजावून सांगितल्या जातात. समाधीतून बाहेर आल्यानंतर त्यांच्या मुखातून निघालेलं पहिलं वाक्य 'कोणी हिंदू नाही आणि कोणी मुसलमान नाही' असं होतं.''

राहूलच्या या सर्व गहन गोष्टी तिघंही गंभीरपणे ऐकत होते. त्याचबरोबर सत्याविषयीची त्याची जाण किती गहिरी आहे याचंही आश्चर्य होत होतं. आता सिद्धार्थाला समजलं, की कृपेमुळे जीवनाची दशा कशी बदलते आणि दशा बदलल्यानंतर योग्य दिशा कशी लाभते...कसा यू टर्न मिळतो. तो राहूलला म्हणाला, ''खरोखरच जेव्हा माणसावर कृपा होते तेव्हा त्याच्या जीवनाला अनोखी दिशा मिळते आणि आज या सर्व गोष्टीही मी केवळ कृपेमुळेच समजू शकत आहे. राहूल, हे सर्व अवर्णनीय आहे. मृत्युमननामुळे आत्मसाक्षात्कार झाला याबाबत तू आणखी एखादं उदाहरण देऊ शकशील का?''

''नक्कीच. नचिकेताचं उदाहरणही मृत्युमननाच्या शृंखलेत महत्त्वपूर्ण मानलं जातं. तो सत्याच्या मार्गावर चालणारा, कधीही खोटं न बोलणारा, प्रामाणिक मुलगा होता. या गुणांमुळे त्याला मृत्यूचा साक्षात्कार झाला. कठोपनिषदात ही कहाणी सांगितली गेली आहे.''

''नचिकेत... काहीसं आठवत... हो, ही कहाणी मी ऐकली आहे खरी. त्याने यमाकडून तीन वर मागितले होते. त्यातील तिसरा वर मृत्यूविषयीचं ज्ञान प्राप्त करण्याविषयीचाच होता ना?'' राजा सुयोधनांनी विचारलं.

''होय अगदी बरोबर. साक्षात मृत्यूशी बोलणारा नचिकेत हा एक साहसी बालक होता. यमराज आणि नचिकेत या दोघांमध्ये जो वार्तालाप झाला त्याचं वर्णन कठोपनिषदात आलं आहे. त्यांच्यातील संभाषण शब्दांच्या मर्यादेमुळे कहाणीत जसंच्या तसं वर्णन करता येत नाही. पण रमण महर्षींसारखे संत अगदी नजीकच्या काळातले असल्यामुळे त्यांच्याविषयीचं वर्णन विस्ताराने सांगता येऊ शकतं. नचिकेत अतिशय जुन्या काळातला असल्यामुळे आणि त्यावेळी लोकांना समज नसल्यामुळे मृत्यूविषयीच्या गोष्टी समजण्यासाठी तेव्हा अशाप्रकारचे शब्द वापरले गेले. आपण संत सॉक्रेटिस यांच्याविषयी ऐकलंच असेल. काही लोकांनी त्यांना मृत्युदंड ठोठावला होता परंतु त्या वेळी त्यांनी मृत्युमनन केलं आणि स्वतःच्या समजेनुसार उच्च व्यवहार केला.''

''हो, मी त्यांच्याविषयी असं ऐकलं आहे की त्यांनी त्यावेळी समाजात असणाऱ्या मान्यतांविरुद्ध लोकांना सत्याचा मार्ग स्वीकारण्यासाठी प्रेरणा दिली. त्यांच्या मृत्यूविषयी मी काही ऐकलं नाही पण तेव्हा नेमकं काय घडलं हे तू कृपया मला सांग.''

''संत सॉक्रेटिसांना विष देऊन मारण्याची शिक्षा फर्मावली होती. जेव्हा त्यांना विष दिलं गेलं तेव्हा मृत्यूविषयीचं ज्ञान त्यांनी प्राप्त केलेलं होतं. त्यानुसारच त्यांनी

मृत्यूकडे पाहिलं. त्यांना वाटलं, 'आयुष्यभर ज्या गोष्टी सांगितल्या, मृत्यूविषयीची जी समज ठेवली तिला प्रत्यक्षात जाणण्याची, त्यावर प्रयोग करण्याची संधी आयतीच चालून आली आहे.' ज्यादिवशी त्यांना विष दिलं जाणार होतं त्यादिवशी सकाळी त्यांचे शुभचिंतक, शिष्य आणि काही नातेवाईक त्यांना भेटण्यासाठी आले होते. नातेवाइकांशी बोलण्यात त्यांचा काही वेळ गेला. परंतु विष देण्याची वेळ टळत आहे, हे अचानकपणे सॉक्रेटिसांच्या लक्षात आलं. त्यांनी विष देणाऱ्या माणसाला विचारलं, 'अद्याप विष तयार झालं नाही का? त्यात काही अडचण असेल तर सांगा.' त्यांचं असं बोलणं ऐकून विष देणारासुद्धा आश्चर्यचकित झाला. कारण आजवर त्याने केवळ मृत्यू शब्द उच्चारला तरी लोकांना घाबरताना पाहिलं होतं. परंतु इथे तर सॉक्रेटिस साक्षात मृत्यूचा साक्षात्कार करणार होते! खरंतर तो जाणूनबुजून विष तयार करण्यास उशीर करत होता. जेणेकरून सॉक्रेटिसला आणखी काही काळ जगता यावं, पृथ्वीचं जीवन उपभोगता यावं. परंतु या ठिकाणी मात्र स्वतः सॉक्रेटिसच, 'विष बनवण्यासाठी इतका वेळ का लागत आहे' असं सारखं विचारीत होते. जणू ते मृत्यूचं स्वागत करण्यासाठी उताविळ झाले होते.''

''मृत्यूसारख्या घटनेतदेखील सॉक्रेटिसांनी इतका शांत प्रतिसाद द्यावा ही किती आश्चर्याची गोष्ट आहे नाही का? त्यांच्याजवळ मृत्यूविषयीची समज असल्यामुळे मृत्यूसारख्या घटनेतदेखील ते अकंप राहिले. राहूल, हे ऐकून मी तर थक्कच झाले आहे.'' यशोदा म्हणाली.

''जे लोक सॉक्रेटिसना अखेरचं भेटण्यासाठी आले होते त्यांनी विचारलं, 'आपला अंतिम संस्कार कसा केला जावा?' त्यावर सॉक्रेटिस उत्तरले, 'आपण जर मला पकडू शकलात तर, अंतिम संस्कार कराल ना? मी आपल्या हातात येणारच नाही. कारण मला कोणीही मारू शकत नाही, कुणीही माझा अंतिम संस्कार करू शकत नाही.' लोकांनी त्यांना शरीर समजून हा प्रश्न विचारला होता. परंतु ते मात्र स्वतःला शरीर समजत नव्हते. ते शरीराच्या पलीकडे आहेत याचं त्यांना ज्ञान होतं. भान होतं. तेथे केवळ मृत्यूला बघितलं जात होतं. विष प्राशन केल्यानंतर त्यांच्या शरीरात कोणकोणते परिवर्तन होत आहेत हे ते सविस्तरपणे सांगत होते आणि त्यांचे शिष्य त्या सर्व गोष्टी लिहीत होते. 'आता माझ्या पायातील संवेदना नाहीशी होत आहे... हात थंड पडत आहेत... जीभ जड होत आहे...' जोपर्यंत ते बोलू शकत होते तोपर्यंत सगळी लक्षणं सांगत राहिले. पुढे त्यांनी हेही सांगितलं, की माझं बोलणं जरी बंद झालं तरी कृपया मी मेलो असं समजू नका आणि हेदेखील त्यांनी हावभाव करूनच सांगितलं. जरी बोलणं

बंद झालं तरीही अजूनही आत काही गोष्टी होत आहेत परंतु त्या शब्दात मला सांगता येत नाहीत एवढंच! अशा प्रकारे सॉक्रेटिसने जीवनातच मृत्यूविषयीची संपूर्ण समज प्राप्त केली होती.''

''राहूल, मी मृत्यूसाठी अद्याप तयार नाही असं तू जे म्हणालास, ते आता माझ्या लक्षात येत आहे. जर मी पृथ्वीवरच सर्व धडे शिकलो असतो तर शरीरहत्या करण्यासाठी गेलोच नसतो. मृत्यूच्या घटनेत कसा प्रतिसाद द्यायचा असतो हे सॉक्रेटिसच्या या उदाहरणावरून मी समजू शकलो. जेव्हा जिजसला सुळावर चढवलं गेलं तेव्हा ते आपल्या आसपासच्या लोकांसाठी प्रार्थना कसे करू शकले ही गोष्ट आजवर माझ्यासाठी गूढ होती. परंतु आता त्यांची ती अवस्था मी समजू शकतो.'' राजा सुयोधन म्हणाले.

''बरं झालं तुम्ही येशूंचं नाव घेतलं. मी आपल्याला त्यांच्याविषयीच सांगणार होतो. लोकांचा प्रश्न असतो येशू आत्मसाक्षात्कारी होते परंतु तरीही त्यांना सुळावर का चढवलं गेलं? कारण माणूस नेहमी आपल्या मान्यतेनुसार प्रत्येक घटनेकडे बघत असतो. सुळावर चढवलं जाणं, ही एक नकारात्मक घटना आहे असं लोकांना वाटतं. अशी क्रुर, जीवघेणी घटना एका आत्मसाक्षात्कारी पुरुषाबरोबर होऊ तरी कशी शकते? असं घडलं याचाच अर्थ त्यांच्याबरोबर खूप वाईट झालं. आत्मसाक्षात्कारी येशू सुळावर जाण्यापासून स्वतःला का वाचवू शकले नाहीत? अशाप्रकारचे कित्येक प्रश्न लोकांच्या मनात थैमान घालत असतात आणि त्यामुळे ते संभ्रमित होतात, गोंधळून जातात.

''मृत्यूविषयी समज प्राप्त झाल्यानंतर जेव्हा आपण येशूच्या दृष्टिकोनातून बघाल तेव्हा हे ध्यानात येईल, की सुळावर चढवलं जाणं म्हणजे वाईट होत आहे असा कोणताही विचार त्या शरीरात नव्हता. कोणत्या अभिव्यक्तीसाठी शरीराला सुळावर चढवलं जात आहे हे तेथे अतिशय स्पष्ट होतं. त्याकाळी मायेचा जो प्रसार होता तो दूर करण्यासाठी अशा प्रकारच्या लीलेची आवश्यकता होती हे त्यावेळी येशूनी जाणलं होतं. त्याचबरोबर कोणत्या प्रकारच्या खेळामुळे लोकांचे डोळे उघडू शकतात ही जाणीव पण त्यांना होती. त्यांच्या जीवनाचं जे लक्ष्य होतं ते पूर्ण करण्यासाठी सुळावर चढवण्याच्या या घटनेला जिजसने संधीच मानली. कमीत कमी या घटनेद्वारे तरी लोकांनी जागृत व्हावं ही इच्छा त्यामागे होती कारण ही जागृतीच माणसाचं अंतर्बाह्य विश्व व्यापून टाकते, आपल्यातील अमर्याद रूपाचं दर्शन घडवते.''

''हे अगदी खरं आहे. जेव्हा मृत्यूची घटना होते तेव्हाच माणसाला सत्य जाणण्याची इच्छा होते. ज्यावेळी काकांचा मृत्यू झाला होता त्यावेळी मला जाणवलं, अद्यापही

अशा काही गोष्टी आहेत ज्या मी जाणत नाही. त्यानंतरच मी मनन करू शकले. तोपर्यंत माझं जीवन बेहोशीतच व्यतीत होत होतं.'' यशोदा म्हणाली.

''आईश्री, ज्याप्रमाणे जीवनात घडलेल्या विशिष्ट घटनेमुळे आपण मनन करू शकलात त्याचप्रमाणे प्रत्येक युगात आत्मसाक्षात्कारी लोकांबरोबर ज्या घटना घडल्या त्यामुळे लोक किमान मनन तरी करू शकले. त्याकाळाच्या गरजेनुसार प्रत्येक युगात आत्मसाक्षात्कारी लोकांद्वारे काही लीला घडल्या म्हणून अशा घटना चुकीच्या आहेत असं समजायचं कारण नाही. त्यानंतर अनेक लोकांना या घटनेचा लाभ झाला आणि कित्येक लोक सत्याच्या मार्गावर लीलया वाटचाल करू लागले. काही लोकांना वाटलं, जर कुणी आमच्यासाठी सुळावर चढत आहे तर आम्हालाही त्यांना योग्य प्रतिसाद द्यायला हवा. संतांच्या आज्ञेचं पालन करायला हवं.

''लोकांची चेतना जितकी उच्च होत जाईल तितक्या जास्त लोकांना सूक्ष्म गोष्टीचं अवलोकन होईल आणि ते सत्याच्या मार्गावर जाण्यासाठी तयार होतील. अधिक मोठी घटना, मोठे दृश्य समजण्यासाठी ते तयार होतील. अशा घटना घडणं या केवळ ईश्वरीय लीला आहेत, ईश्वराचं अप्रतिम सौंदर्य आहे, याची जाणीव होऊन त्यांचा आनंद घेऊन आपल्याला मृत्यूवर मनन करायला हवं.''

''माझ्या जीवनातही अशाच काही घटना घडल्या आणि मी मनन करू शकलो, सजग झालो. राहूल जे सांगत आहे ते अगदी बरोबर आहे.'' सिद्धार्थ म्हणाला.

''प्रत्येक माणूस आपल्या जीवनात वेगवेगळ्या घटनांद्वारे जागृत होतो. कित्येकदा त्याला उच्च ज्ञान मिळालं तर ते त्याच्या लक्षात येत नाही. परंतु एखाद्या छोट्या घटनेद्वारे मात्र तो त्वरित सजग होतो, भानावर येतो. आत्मसाक्षात्कारी संतांद्वारे अशा वेगवेगळ्या लोकांसाठी विविध प्रकारे व्यवस्था केल्या जातात. जे लोक काहीच समजू शकत नाहीत त्यांच्यासाठीही वेगळी व्यवस्था असते. जोवर काही घटना वेगळ्या दृष्टिकोनातून बघू शकत नाहीत तोवर ते विश्वास ठेवू शकत नाहीत. प्रत्येक आत्मसाक्षात्कारी संतांनी त्यावेळच्या लोकांच्या धारणेनुसार त्यांना मार्गदर्शन दिलं जावं हाच प्रयत्न सतत केला.''

''राहूल, या काळातदेखील लोकांच्या अनेक मान्यता आहेत ना?'' यशोदेनं विचारलं.

'' हो, आज सामान्य लोक शारीरिक तप करणाऱ्या लोकांना जास्त मानसन्मान देतात कारण ते स्वतः तसं तप करू शकत नाहीत. जेव्हा एखादी व्यक्ती तप करत असते तेव्हा ते तिच्याकडे जास्त आकर्षित होतात. तिचा समाजात होणारा आदर-सत्कार

पाहून ते अतिशय प्रभावित होतात. जोपर्यंत लोकांच्या बुद्धीचा विकास होत नाही तोपर्यंत बाहेरच्या अशा काही घटना बघून अशाप्रकारे ते विश्वास ठेवू शकतात. कारण त्यांच्यात समज नसते. समज म्हणजे काय हेच लोकांना माहीत नसतं. 'समज' हा शब्द त्यांच्यासाठी अनभिज्ञ असतो. समज नसेल तर माणसाच्या आयुष्यात अनंत अडचणी येतात व त्यांचा सामना करण्यास तो असमर्थ ठरतो. पण आपल्यात जर समज असेल तर तेच अडथळे आपल्या विकासासाठी साहाय्यभूत ठरतात आणि जे काटे आनंदरूपी फुलापासून आपल्याला दूर ठेवत होते त्या काट्यांनाच आपण शिडी बनवून परमोच्च शिखर गाठू शकतो.''

राहूलचे उदात्त विचार तिघांनाही प्रेरित करणारे होते. त्याच्या बोलण्यातील उत्कटता, अथांग खळखळणाऱ्या त्याच्या हास्याने प्रभावित होऊन सिद्धार्थ आणि यशोदा दोघेही मनन करण्यात मग्न झाले. हे पाहून राहूलनं अचानक आपलं बोलणं थांबवलं आणि काही न बोलताच तो झोपी गेला.

आज राहूलबरोबरचं संभाषण अपेक्षेपेक्षा जास्त वेळ चाललं होतं. त्याने अशा काही गोष्टी सांगितल्या, ज्यावर मनन करण्याची आवश्यकता सर्वांनाच जाणवू लागली होती. रोजच्याप्रमाणे तिघांनी राहूलकडे डोळे भरून बघितलं. यशोदेचं हृदय अतीव प्रेमाने उचंबळून येत होतं. तिला या विचारांनी गहिवरून येत होतं की, राहूलसारखा ज्ञानी पुत्र आपल्या पोटी जन्माला यावा!

दिवस २०

मृत्यूसंबंधीच्या धारणा

सजगतेचं महत्त्व

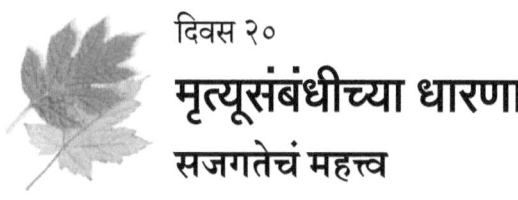

सिद्धार्थाला आज सकाळी एका प्रार्थनासभेत जायचं असल्यामुळे तो लवकर उठला. तेथे गेल्यानंतर इतर प्रार्थनांबरोबरच रवींद्रनाथ टागोरांची प्रार्थनाही त्याने ऐकली. ती त्यांच्या मृत्यूपूर्वी झालेली अंतिम प्रार्थना. खरंतर ती प्रार्थना त्याला पूर्णपणे समजलीही नव्हती. परंतु तरीही त्या प्रार्थनेनं त्याला विचार करण्यास प्रवृत्त केलं. आज रात्री राहूलशी बोलताना सुरुवातीला या प्रार्थनेचाच उल्लेख करावा असं त्याने ठरवलं. राजा सुयोधन आणि यशोदा आज दिवसभर वेगवेगळे पूर्वग्रह, धारणा आणि मान्यता यावरच मनन करत होते. त्याचबरोबर राहूलशी बोलण्यासाठी रात्र होण्याची उत्सुकतेने प्रतीक्षा करत होते. रात्र होताच तिघांनी एकदमच राहूलच्या महालात प्रवेश केला.

त्या तिघांकडे पाहून राहूल प्रसन्नतेने म्हणाला, ''आज आपल्या तिघांना एकत्र पाहून मला अतिशय आनंद होत आहे. शिवाय मननामुळे आपल्या चेहऱ्यावर खुशी झळकत आहे, ती वेगळीच. तेव्हा त्रिमूर्तींनी काय काय मनन केलं ते सांगा ?''

''आज मी एका प्रार्थनासभेत गेलो होतो. तेथे रवींद्रनाथांनी त्यांच्या मृत्यूपूर्वी केलेली शेवटची प्रार्थना मी ऐकली. त्या प्रार्थनेत ते ईश्वराला सांगत होते, 'हे ईश्वरा! माझी यात्रा सुरू झाली आहे त्यामुळे तू आता माझा कर्णधार बन.' राहूल, ही प्रार्थना मला पूर्णपणे समजली नाही. रवींद्रनाथांना या प्रार्थनेद्वारे नेमकं काय सांगायचं होतं?'' आतुरतेनं सिद्धार्थाने विचारलं.

''बाबा, या प्रार्थनेत रवींद्रनाथ मृत्यूला यात्रेची सुरुवात म्हणत आहेत. जो माणूस मृत्यूला योग्य प्रकारे समजू शकतो त्याच्यासाठी स्थूल शरीराचा मृत्यू म्हणजे सूक्ष्म शरीराच्या यात्रेची सुरुवात आहे. त्यांना पार्ट टूचं जीवन ठाऊक होतं म्हणून ते पार्ट वनच्या जीवनाच्या अंताला पार्ट टूची सुरुवात म्हणत होते. त्यांच्याजवळ मृत्यूची खरी समज होती.'' राहूल म्हणाला.

''आता माझ्या लक्षात आलं, की रवींद्रनाथांनी मृत्यूला यात्रेची सुरुवात का म्हटलं...''

यशोदेच्याही मनात आज सकाळपासून एक प्रश्न सारखा घोळत असल्यामुळे सिद्धार्थाला मध्येच थांबवत ती म्हणाली, ''राहूल, मी राजपुतांच्या जोहार प्रथेविषयी ऐकलं आहे. जेव्हा शत्रू त्यांच्यावर हल्ला करत असत व त्यात आता आपला पराभव अटळ आहे असं दिसू लागताच राजपूत स्त्रिया एकत्र येत आणि लाकडाची चिता पेटवून तिच्यात स्वतःला झोकून देऊन मरण पत्करत. या प्रक्रियेला 'जोहार' असं नाव होतं. त्याकाळातील गरजेनुसार या प्रथेचा अंगीकार होत होता. त्याकाळी समाजात असणाऱ्या धारणेनुसार ही प्रथा पडली. पण आता माझ्या मनात असा प्रश्न आहे की, मृत्यूप्रती एवढं साहस कुणी दाखवू शकतं का?'' यशोदेनं विचारलं.

''आपल्या प्राणांची आहुती देण्याचं साहस त्या स्त्रियांमध्ये होतं कारण त्यांच्याजवळ अशी काही समज होती जी त्या काळाची गरज होती. माणसाच्या जीवनातून मृत्यूचं भय संपुष्टात येताच त्याच्याद्वारे एक ताजं आणि तेज कर्म घडतं. तो किमान एक नवं पाऊल तरी उचलू शकतो नाहीतर माणूस नेहमी आयुष्यात घाबरूनच जगत राहतो. वेगवेगळ्या लोकांनी त्यावेळच्या आवश्यकतेनुसार काही अनोख्या गोष्टी सांगितल्या. काहींनी सती प्रथा तर काहींनी जोहार प्रथेचा स्वीकार केला. खरंतर त्याची काही गरज नव्हती आणि आज तर अजिबातच नाही. ज्या लोकांना मृत्यूचा साक्षात्कार झाला, ज्यांनी मृत्यूवर योग्य प्रकारे मनन केलं ते पूर्णपणे बदलले, बाकी तसेच राहिले.''

राहूल सर्व प्रश्नांची उत्तरं कशी देतो? त्याच्याजवळ सागराएवढं अमर्याद ज्ञान कुठून येतं? हे बघून तिघंही थक्क झाले होते.

''मृत्यूविषयीची समज प्राप्त झाल्यानंतर आपला मृत्यू कसा व्हावा याची निवड निश्चितच केली जाऊ शकते. यासाठी मी आपल्याला आणखी एक उदाहरण सांगतो. आपण समाधीविषयी काही ऐकलं आहे का?'' राहूलनं विचारलं.

आत्तापर्यंत राजा सुयोधन सर्वांचं बोलणं शांतपणे ऐकत होते. समाधी शब्द कानावर पडताच ते काहीसे दचकले व म्हणाले, ''राहूल, मी समाधीविषयी ऐकलं आहे. संत ज्ञानेश्वरांनी एकविसाव्या वर्षी जिवंत समाधी घेतली. इतक्या लहान वयात समाधीद्वारे त्यांनी मृत्यूची निवड केली, याचं मला आजही अप्रूप वाटत आहे.''

''कारण समाधीलाच 'आयोजित मृत्यू' असंही म्हटलं जातं. जेव्हा माणूस समाधीद्वारे मृत्यूचं दर्शन करतो तेव्हा त्याच्यात सत्याविषयीची दृढता येते. समाधीत

त्याला सत्याचा अनुभव येत असतो म्हणून तो तसा निर्णय घेऊ शकतो. अशा लोकांना केवळ बुद्धीने सत्य समजलेलं असतं असं नव्हे तर त्या लोकांच्या जीवनात सत्याचा सुगंध पसरलेला सर्वांना जाणवतो. आनंदाचा गारवा त्यांच्या सान्निध्यात गेल्यावर मिळतो. सत्याविषयीची दृढता प्राप्त झाल्यामुळेच ते समाधी घेण्याचा निर्णय घेतात. मृत्यूचा अनुभव घेऊन असे लोक जेव्हा सर्व प्रकारच्या भयांपासून मुक्त होतात तेव्हा त्या शरीरातून, 'आता पुन्हा अहंकार निर्माण होणार नाही' अशी महत्त्वपूर्ण घोषणा निघते. कारण अहंकार कायमस्वरूपी मृत झालेला असतो. अहंकाराच्या जन्म-मरणातून मुक्ती याच अवस्थेला मोक्ष म्हटलं गेलं आहे. समाधीचा अनुभव जेव्हा समजेबरोबर घेतला जातो तेव्हा त्या समाधीद्वारेच मोक्ष अथवा निर्वाणाची यात्रा होऊ शकते. त्यानंतर जीवनात अहंकार पुन्हा म्हणून जागरूक होत नाही.

''संत ज्ञानेश्वरांच्या बाबतीतही असंच घडलं. अशी समज प्राप्त झाल्यामुळेच त्यांनी मृत्यूसाठी समाधीचा मार्ग निवडला. नाहीतर सामान्य माणूस समाधी घेण्याचा विचारसुद्धा करू शकत नाही. अशा प्रकारे जैन धर्मातही संथारा, संलेखना ही प्रथा प्रचलित आहे. याला स्वेच्छामरण असाही एक शब्द आहे. संथारा म्हणजे स्वेच्छेनं मृत्यूचा स्वीकार करणं. मृत्यूची चाहूल लागताच खाणंपिणं कमी करीत स्वतःच मृत्यूला स्वीकारणं. सर्वांनाच हे जमत नाही. जे लोक ध्यानामध्ये परिपक्व झालेले असतात त्यातूनच एखादा संथाराद्वारे मृत्यूला कवटाळू शकतो. योग्य मार्गदर्शनाखाली गुरूंच्या आज्ञेने स्वेच्छा मरणाचा अनुभव घ्यावा लागतो.

''संथारा प्रथेत, ज्या माणसाचा देह सत्याच्या अभिव्यक्तीसाठी योग्य राहात नाही... ज्याचं शरीर गलितगात्र झालं आहे... इंद्रियं आता नीट काम करू शकत नाहीत... शरीरात त्राण उरलेलं नाही म्हणून हळूहळू आहार कमी करत जायचं... प्रथम खाद्यपदार्थ... नंतर दूध... अशा एक एक वस्तू कमी करायच्या. या सर्व खाण्याच्या वस्तू बंद झाल्यानंतर माणसाचं शरीर जोपर्यंत चालत राहील तोपर्यंत त्याला चालवलं जातं. जैन धर्मात संथारा घेणाऱ्या माणसाला गुरूंच्या आज्ञेचं पालन करावं लागतं. स्वेच्छा मरण स्वीकारण्याच्या या पद्धतीत मृत्यूची यात्रा कित्येक दिवस चालत राहते आणि संथारा घेतलेली व्यक्ती स्वतःला क्षणोक्षणी मृत्यूजवळ जाताना पाहते. अशा प्रकारचा मृत्यू स्वीकारायला कोण बरं तयार होईल? ज्याचं आपल्या मनावर नियंत्रण आहे, मन अकंप आहे, शरीराचा मोह पूर्णपणे सुटला आहे अशाच अनासक्त व्यक्तीला हे शक्य आहे. ज्यांनी ही प्रथा सुरू केली त्यांची दृष्टी किती गहन असणार!

"आपण महाभारत वाचलंच असेल. भीष्मपितामहांनाही इच्छामरणाचं वरदान मिळालेलं होतं. म्हणजे जेव्हा त्यांना इच्छा होईल तेव्हा मृत्यू यावा, त्यापूर्वी नाही. संथारा प्रथा पालन करणारे लोक स्वेच्छेने मृत्यूला कवटाळू शकतात पण स्वेच्छेने मृत्यू मात्र थांबवू शकत नाहीत."

राहूलचं हे बोलणं ऐकत असताना सिद्धार्थाच्या मनात अचानक प्रश्न निर्माण झाला, की संथारा घेणं हेदेखील आपली शरीरहत्या करण्यासारखंच नाही का? राहूल तर म्हणतो, 'आपली शरीरहत्या करणाऱ्या माणसाला सूक्ष्म जगात त्रास होतो.' या स्थितीत संथारा घेऊन मृत्यू स्वीकारणाऱ्या लोकांची यात्रा तेथे कशी होत असेल? असा विचार करून सिद्धार्थाने विचारलं, "राहूल, वास्तविक संथारा प्रथेद्वारेही माणूस आपली शरीरहत्याच तर करत असतो ना! आणि तू तर सांगतोस, की असे लोक सूक्ष्म जगात निम्न स्तरावर राहतात. मग या लोकांचं तेथे काय होत असेल?"

"मी आपल्याला आत्ता जे सांगितलं यावरून हे समजू नका, की संथारा प्रथा म्हणजे शरीरहत्या करण्याचं सर्टिफिकेट! संथारा घेणं म्हणजे शरीरहत्या नव्हे. जो माणूस पृथ्वीवरच्या दुःखांमुळे त्रासून शरीरहत्या करतो, तो आपल्या नकारात्मक विचारांमुळे बळजबरीने मृत्यूला कवटाळतो. स्वशरीरहत्येत नकारात्मक विचार असतात तर संथारा प्रथेत सकारात्मक विचार असतात. संथाराप्रथेत समजेसह, विचारपूर्वक शरीराचा त्याग केला जातो. 'मी शरीर नाही' हे विचार प्रामुख्यानं त्यावेळी त्या व्यक्तीच्या मनात ७असतात. त्यामुळे संथारा व्रतात गुरूंची परवानगी घेणं आवश्यक असतं. ती व्यक्ती असं का करू पाहते हे गुरू प्रथम जाणून घेतात आणि योग्य कारण असेल तरच तशी परवानगी देतात.

"कित्येकदा हॉस्पिटलमध्ये असणाऱ्या लोकांना आत्यंतिक वेदनांमुळे लवकर मृत्यू यावा असं सारखं वाटत असतं. जो माणूस दुःखात आहे, त्रासात आहे, हॉस्पिटलमधून बरा होऊन जाऊ शकणार नाही कमीत कमी अशा माणसासाठी तरी इच्छामरणाची परवानगी दिली जावी. अशा मृत्यूला इच्छामरण म्हटलं जातं. जगात काही देशातच अशा प्रकारच्या मृत्यूला परवानगी दिली आहे. काही देशात आजही त्याच्यासाठी कोर्टात अर्ज दिला जातो.

"अशाप्रकारे या प्रथांची सुरुवात आत्मसाक्षात्कारी संतांद्वारे होते. मग ते बौद्ध असोत, जैन असोत, ख्रिश्चन असोत वा हिंदू. मृत्यूला समजण्यासाठीच वेगवेगळ्या प्रथांची सुरुवात झाली. परंतु याचा अर्थ असाही नाही, की प्रत्येक माणसानं हा प्रयोग करावा..."

राजा सुयोधनही मन लावून या सर्व गोष्टी ऐकत होते. हे ऐकत असताना आता त्यांच्याही मनात प्रश्न निर्माण झाला, की प्रत्येक माणसाचा संथारा प्रथेप्रमाणेच मृत्यूविषयी वेगवेगळा दृष्टिकोन असू शकतो का? ही गोष्ट राहूलसमोर ठेवत ते म्हणाले, "राहूल, मला असं वाटतंय की प्रत्येक माणूस मृत्यूला वेगळ्या दृष्टिकोनातून पाहतो. कोणी संथारा घेतो तर कोणी समाधी. परंतु या सर्व आत्मसाक्षात्कारी संतांविषयीच्या गोष्टी आहेत ना? सामान्य माणसाला जेव्हा सत्याविषयीची समज नसते तेव्हा तो मृत्यूला कसा पाहील? मी युद्धाच्या मैदानात अनेक सैनिकांचा मृत्यू झालेला पाहिला आहे आणि प्रत्येक सैनिकाचा मृत्यू होतो तेव्हा त्याची प्रतिक्रियादेखील वेगळी असते." राजा सुयोधन म्हणाले.

"आपण म्हणता ते अगदी योग्य आहे. प्रत्येक माणसाचा मृत्यूकडे बघण्याचा दृष्टिकोन वेगवेगळा असू शकतो. मृत्यूला सामोरं कसं जावं... उत्साहाने, शूरपणाने, धीरोदात्तपणे की गर्भगळित मुद्रेने? एखाद्याच्या मनात विचार येतो मरायचंच आहे तर थोडं साहसीपणाने मरूया, वीरमरण पत्करूया तर काही लोक मृत्यूची चाहूल लागताच भयभीत होतात आणि मृत्यूपासून दूर पळू पाहतात. त्याला कसं रोखावं असा विचार करून हवालदिल होतात. मला आणखी एक दोन दिवस तरी जगू द्या अशी विनवणी करतात, भ्याडपणा दाखवतात. एखाद्या माणसाला साधं इंजेक्शन घ्यायचं असलं तरी त्याला चार लोकांनी घट्ट धरून ठेवावं लागतं... त्यावेळी तो थरथर कापत असतो तर दुसरा, 'इंजेक्शन घ्यावंच लागत आहे तर थोडा शूरपणा दाखवूया. इंजेक्शन कसं देतात ते बघूया. त्यासाठी लोकांनी मला धरून ठेवण्याची काय गरज!'

"शत्रूंच्या हाती सापडल्यावर स्वतःचं पोट कापून मृत्यूचा अंगीकार करणाऱ्या वीर जवानांच्या कहाण्याही प्रचलित आहेत. खरंतर मृत्यू सोपा असू शकतो पण हे वीर जवान मात्र जाणून बुजून खोलवर वार करून मोठ्या वीरतेने शरीराला मृत्यूकडे लोटतात आणि मृत्यू सहज वाटू नये म्हणून तलवारीने पोटाचा कोथळाही बाहेर काढतात. या सर्वांवर कडी म्हणजे ते या प्रक्रियेचे वर्णनही करतात. प्रथम तलवारीचं टोक कुठे टेकवायचं... मग ती तलवार कशी फिरवायची... कोथळा कसा बाहेर काढायचा... जखम जितकी खोल तितका त्यांचा पराक्रम महान. छोट्याशा जखमेमुळे मरणाऱ्या जवानांकडे ते तुच्छतेने बघतात आणि म्हणतात, 'अरे हा कसला आलाय वीर, ही तर भित्री भागुबाई.'

"जेथे मृत्यूची समज असते त्या लोकांना जीवन कसं जगायचं आणि देहान्त

कशाप्रकारे होऊ शकतो हे कळत असतं. याशिवायही आणखी एक पद्धत आहे ती म्हणजे पायाला इंजेक्शन घेत असताना तो पाय नकली आहे असं समजायचं. शरीराचा मृत्यू होत असतानाही ज्या माणसात विवेक जागृत होतो तो स्पष्टपणे हे बघू शकेल, की ज्याचा मृत्यू होत आहे तो नकली आहे, 'तो मी नव्हेच.' मृत्युमननानंतरच शरीराच्या मृत्यूचं रहस्य आपल्यासमोर प्रकटतं. त्यामुळे मृत्यूच्यावेळी शूरपणा दाखवण्याची गरज नाही. लोकांना त्यावेळी वाटतं, ते शूर वीर आहेत परंतु वास्तविक ते जे नाहीत त्याचं श्रेय लाटत असतात. या सर्व गोष्टींबरोबरच 'मी कोण आहे?' हे माणसाला स्पष्ट होताच त्याचा मृत्यू समजेसह होऊ शकतो.''

''मी सूक्ष्म जगाच्या आकर्षणामुळे शरीर त्यागलं नाही हे किती बरं झालं. माझ्यात ती समज जागण्याची खरोखरच आवश्यकता आहे. पुढचं जीवन कसं जगायचं आणि माझ्या शरीराचा मृत्यू कसा व्हावा हे मला आता स्पष्ट झालं आहे. मी आजवर कोणतंही कार्य निवडताना समज ठेवली नाही. परंतु माझ्या स्थूल शरीराचा मृत्यू विवेक, समज प्राप्त करूनच व्हावा असा माझा प्रयत्न राहील.'' राजा सुयोधन म्हणाले.

''आजोबा, मला आपल्याकडून अगदी हीच अपेक्षा होती. कारण मृत्युमनन झाल्यानंतर खऱ्या अर्थानं जीवन आपल्यासमोर प्रकटतं आणि त्यानंतरच आपले सारे निर्णय बदलून जातात. आपल्याला नवे पर्याय सुचतात. त्यामुळे आपण नव्या ढंगाने विचार करू लागतो. नवविचार, नवीन कल्पना, नवे शब्द आपल्यासमोर साकारतात आणि ते निर्णयच आपल्या दररोजच्या जीवनात परिवर्तन आणतात. कारण मृत्युमनन योग्य रीतीनं झाल्यानंतर आपण पूर्वीप्रमाणे जगत नाही. आपले सर्वच निर्णय बदलून जीवन जणू आनंदाची यात्राच बनतं. जीवन म्हणजे स्वानुभव. आपलं जिवंतपण जाणवत असल्यामुळे कोकिळा, बुलबुल यांसारखे पक्षीही आनंदाने गात असतात. कारण प्रत्येक जीवामध्ये आनंद देणारं असं काहीतरी असतंच. सृष्टीमध्ये सारेजीव आनंदाचा अनुभव घेत असलेले आपण पाहात असतो. ही अनुभूती सतत आपल्या प्रत्ययाला येत असते. परंतु माणूस मात्र दुःखी असतो. उगाचच एखाद्याशी तुलना केली जाते त्यामुळे तो आपल्या मूळ स्वभावापासून दूर जातो.

''दररोज नवा दिवस उगवतो आणि मावळतो पण माणसाची कामं काही केल्या संपतच नाहीत. ती अखंडपणे चालूच असतात. आपल्या जाणिवेतून काहीतरी निसटतंय, साखळीतला एखादा दुवा निखळलाय हे जेव्हा त्याच्या लक्षात येतं तेव्हा 'पृथ्वीलक्ष्य' म्हणजे काय याची त्याला जाणीव होते. त्याविषयीची उत्सुकता मनात जागून जीवनातलं

सौंदर्य, आनंद क्षणाक्षणाला जाणवत राहतो. पृथ्वीवरील या प्रवासात आपल्यासमोर रोजच अशा संधी प्राप्त होत असतात. त्यांचा लाभ घेऊन आपण चुकीच्या सवयींपासून मुक्त होऊ शकतो. अशा अनेक घटना असू शकतात ज्या घडल्यानंतर लक्षात येतं, की आपल्या चुकीच्या वृत्ती-प्रवृत्तींमधून आता मुक्त व्हायलाच हवं. यातून मुक्त झाल्यानंतरच चेतनेच्या सर्वोच्च स्तरावर आपण विराजमान होऊ शकतो, अन्यथा नाही. पृथ्वीवर अशी पात्रता खूपच कमी लोकांमध्ये तयार होते. या सर्व गोष्टींची दृढता जर त्यांच्यात आली तर सर्व चुकीच्या वृत्तींपासून त्वरित मुक्त व्हावं अशी इच्छा जागेल.

''ज्या लोकांचं 'पृथ्वीलक्ष्य' पूर्ण होतं, तेच समजेसह मृत्यूला अंगीकारतात. पृथ्वीवर येण्याचा मूळ उद्देश म्हणजे 'पृथ्वीलक्ष्य' जेव्हा पूर्ण होतं तेव्हाच माणसात संतुष्टीची अनुभूती येते आणि त्यानंतरच तो सूक्ष्म जगात, पार्ट टूमध्ये जाण्यासाठी तयार होतो.''

'पृथ्वीलक्ष्य' हा शब्द ऐकताच सर्वांच्या अंगावर रोमांच उभे राहिले. प्रत्येकाच्या मनात वेगवेगळे विचार आले आणि त्याचबरोबर आश्चर्यही वाटलं. 'पृथ्वीलक्ष्या'विषयी सिद्धार्थ काही विचारणार त्यापूर्वीच राहूल त्याला म्हणाला, ''बाबा, आज इतकंच बस्स...

''आता आपण सर्वजण 'पृथ्वीलक्ष्य' आणि मनाचं प्रशिक्षण यांवरच मनन करा. उद्या रात्री आपण याविषयी चर्चा करणार आहोतच.''

असं म्हणून त्याने डोळे मिटले आणि क्षणार्धात तो गाढ झोपी गेला, जणू तिघांनीही मनन करत असंच झोपावं असाच त्याचा संकेत असावा.

त्याचा तो संकेत शिरोधार्य मानून सर्वांनी आजच्या ज्ञानार्जनावर मनन केलं. विश्रांतीसाठी पहुडले असताना प्रत्येकाच्या मनमंदिरात एकच ध्वनी निनादत होता 'पृथ्वीलक्ष्य'...

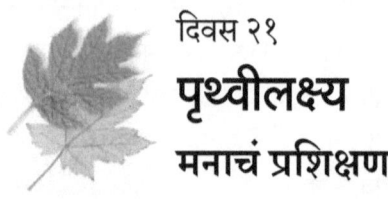

दिवस २१

पृथ्वीलक्ष्य
मनाचं प्रशिक्षण

'**पृ**थ्वीलक्ष्य' या शब्दाने सगळ्यांनाच हलवून टाकलं होतं. सिद्धार्थ, यशोदा आणि राजा सुयोधन तिघंही रात्रभर 'पृथ्वीलक्ष्या'वरच मनन करत होते. निश्चितच या शब्दामागे पृथ्वीवर येण्याचा आपला काही उद्देश आहे, हे त्यांना जाणवत होतं. राहूलने आजवर सांगितलेल्या ज्ञानाच्या आधारावरच सर्वांच्या मनात विचार येत होते. या पृथ्वीवर आपण का आलो आहोत, कोणत्या गोष्टी शिकून आपल्याला पुन्हा जायचं आहे, यावर त्यांनी मनन केलं. मनन करताना त्यांच्या मनात काहीसं आश्चर्य, आनंद आणि कित्येक वेळा द्विधावस्थाही होती. राजा सुयोधन रोज सकाळी राज्यसभेत जात होते. तेथील कामकाज उरकल्यानंतर दुपारी त्यांना रिकामा वेळ मिळत असे. गेल्या काही दिवसांपासून सिद्धार्थही त्यांच्याबरोबर न्यायदानाचं कार्य करण्यासाठी जात होता. दुपारनंतर त्यालाही काही काम नसायचे. त्यामुळे आज दुपारीच राजा सुयोधन, सिद्धार्थ आणि यशोदा एकत्रच मननाला बसले. प्रत्येकजण 'पृथ्वीलक्ष्या'वर बोलण्यास उत्सुक होता...

पृथ्वीलक्ष्याचं ध्येय असणारा माणूस कधीही वादविवाद, वायफळ चर्चा यात सामील होत नाही. त्याच्या मनात निरंतर एकच विचार डोकावत असतो. 'अशा गोष्टी' करणं माझ्या ध्येयाहून महत्त्वाचं आहे का? अशा प्रकारे तो स्वतःच्या चेतनेची पातळी तर वाढवतोच शिवाय इतरांनाही प्रोत्साहन देतो. पृथ्वीलक्ष्याविषयीचं ज्ञान नसणारा माणूस प्रत्येक काम दिशाहीन होऊन, सजगता न ठेवता करत असतो. त्यानं आपल्या जीवनाचा लगाम बेहोशीकडे सुपूर्त केलेला असतो. यासाठी माणसानं सूर्यफुलाप्रमाणे आपला चेहरा सतत ध्येयाकडे ठेवायला हवा.

माणसाचं ध्येय जितकं मोठं तितकंच शरीर, मन आणि बुद्धीचं प्रशिक्षणही त्याला आवश्यक असतं. कारण शरीर हा रथ आहे तर सारी इंद्रियं त्या रथाचे घोडे आणि जर त्या घोड्यांनाच लगाम नसेल तर मग रथाचा नाश आणि चालवणाऱ्याचा विनाश

ठरलेलाच! मनाला लगामाचं नियंत्रण नसेल तर विचार आपली ताकद नष्ट करतात. ज्याप्रमाणे विमानाच्या इंजिनाचा उपयोग वेळ आणि संधी यानुसार होतो त्याचप्रमाणे आपल्या मनरूपी इंजिनाचा वापरही आपण योग्य करायला हवा. उड्डाण करण्यासाठी विमान जेव्हा जमिनीपासून वर जायला लागतं तेव्हा जास्त ऊर्जा लागते. पण अगदी वर पोहोचल्यावर मात्र कमी शक्तीत त्याची गती जलद होते. आहे ना आश्चर्य! यासाठी इंजिनमध्ये कचरा अडकण्यापूर्वीच ते स्वच्छ करा. म्हणजे ज्यांच्यावर तुम्ही नाराज आहात त्यांना माफ करा. मनात कोणतंही किल्मिष न बाळगता ते नेहमी निर्मळ ठेवा. मनाविषयीची ही सारी रहस्यं जाणणारा, 'पृथ्वीलक्ष्य' साकारणारा, यशोशिखरावर आरूढ झालेला माणूस मिळून-मिसळून काम करण्याचं सर्वांगीण ज्ञान प्राप्त करतो. बारीक-सारीक माहितीचं आकलन करून सर्वांना बरोबर घेऊन काम करणं ही मुख्य बाब त्यानं आत्मसात केलेली असते.

सिद्धार्थाला वाटलं, आत्ताच जावं आणि राहूलशी बोलावं. परंतु पुन्हा त्याच्या मनात विचार आला, राहूल तर दिवसा बोलत नाही. म्हणून तो यशोदा आणि आपल्या वडिलांबरोबर चर्चा करण्यासाठी गेला.

''पिताजी, पृथ्वीवरच माझा सातवा जन्म व्हावा, आत्मसाक्षात्कार प्राप्त व्हावा असं मला प्रकर्षानं वाटत आहे. कारण राहूलने मला तसं स्पष्टच बजावलं आहे. परंतु आता माझ्या हे लक्षात येत नाही, की माझा सातवा जन्म कसा होईल? आणि सातवा जन्म झाला आहे हे मला कसं कळेल? हेच प्रश्न आज मी राहूलला विचारणार आहे.'' सिद्धार्थ म्हणाला.

सिद्धार्थाच्या अशा बोलण्यामुळे यशोदा आणि राजा सुयोधनासमोर एक नवीन पैलू प्रकट झाला. त्यादोघांपेक्षा सिद्धार्थाचं मनन काही वेगळंच चाललं होतं.

''मला वाटतं, आपण सर्वांनी प्रथम पृथ्वीवर मृत्यूचं ज्ञान प्राप्त करायला हवं. त्यानंतरच मृत्यूवर मनन केलं पाहिजे. जेणेकरून आपल्याला हे जीवन का मिळालं ही गोष्ट मनात पक्की ठसावी. आपण पृथ्वीवर का आलो आहोत, हे जोपर्यंत निश्चितपणे समजणार नाही तोपर्यंत आपलं 'पृथ्वीलक्ष्य' पूर्ण होणार नाही.''

राजा सुयोधनांनी ज्यावर मनन केलं होतं काहीशा तशाच गोष्टींवर यशोदेनेही विचार केला होता, त्यामुळे ते आनंदित होऊन म्हणाले, ''मला वाटतं यशोदा योग्यच बोलत आहे. जीवनाविषयीची सर्व सत्य अद्याप राहूलने आपल्याला सांगितली नाहीत. जेव्हा आपण ते सारे धडे गिरवू , काही गुणांविषयी जाणून घेऊ तेव्हाच खऱ्या अर्थाने आपलं 'पृथ्वीलक्ष्य' पूर्ण होईल.''

* मृत्यूचं ज्ञान प्राप्त करणं.

* मृत्युमनन करणं.

* पृथ्वीवर काही गुण प्राप्त करणं आणि,

* पृथ्वीवरील जीवनातच स्वबोध, बुद्धत्व प्राप्त करणं.

या चार महत्त्वपूर्ण गोष्टींची पृथ्वीलक्ष्य प्राप्त करण्यासाठी आवश्यकता असते...

सिद्धार्थाच्या मननातून 'पृथ्वीलक्ष्या'साठी आवश्यक असणारे सगळे पैलू समोर येताच सर्वजण आनंदित झाले. 'पृथ्वीलक्ष्य' प्राप्त करण्यासाठी राहूलने सिद्धार्थाकडून पहिल्या दिवसापासूनच तयारी करून घेतली होती. हा विचार करून सिद्धार्थ आज भलताच खुश होता. राहूल आज आपल्याला आणखी कोणत्या गुणांविषयी सांगणार आहे यावरच सर्वांचं लक्ष केंद्रित झालेलं होतं. त्यांचा वेळ जाता जात नव्हता. घड्याळ हळूहळू चालत आहे असं भासत होतं. रात्र होण्याची सर्वजण प्रतीक्षा करत होते आणि ती वेळ येऊन ठेपली. सगळे यशोदेच्या महालात जमले. मृत्यूविषयीची बरीच माहिती आपण राहूलकडून जाणली आहे आणि गेल्या काही दिवसांपासून मृत्युमननही करत आहोत. तेव्हा पृथ्वीवर कोणते गुण आपल्याला आत्मसात करायचे आहेत हे आज आपण राहूलला विचारूया असं त्यांनी ठरवलं.

प्रत्येकजण आपापलं मनोगत व्यक्त करण्यासाठी उत्सुक असेल म्हणून राहूलही मनातल्या मनात हसत होता...

''आज आपण सर्वांनी मनन केलं आहे हे मला माहीत आहे. आपल्या चेहऱ्यावरची प्रसन्नताच सांगत आहे, की आपण सर्वजण माझ्याशी बोलायला अतिशय उत्सुक आहात. तेव्हा प्रथम सर्वांनी कोणतं मनन केलं आहे हे जाणण्यासाठी मीही तितकाच उत्सुक आहे.''

त्यावर त्यांनी जे मनन केलं होतं ते राहूलला सांगितलं. ते शांतपणे ऐकून घेत खुश होऊन राहूल म्हणाला, ''आपण केलेल्या मननाने मला अतिशय आनंद होत आहे. 'पृथ्वीलक्ष्या'विषयी ज्या चार गोष्टी सांगितल्या, त्यातील दोहोंवर तर आपण आधीच चर्चा केली आहे. जेव्हा या चार गोष्टी पृथ्वीवरच आपण प्राप्त कराल तेव्हाच आपल्या सर्वांचं 'पृथ्वीलक्ष्य' पूर्ण होईल.''

''राहूल, या प्रश्नावरच आमचं मनन थांबलं. तू सांगितलं होतंस, की पृथ्वीवर

आम्हाला काही गुण विकसित करायचे आहेत. तेव्हा ते गुण कोणते हे तू सविस्तर सांग.''

''हा आपला प्रश्न रास्त आहे, परंतु आधी हे समजणं आवश्यक आहे की 'पृथ्वीलक्ष्य' म्हणजे काय? गुण विकसित करण्याबाबतही आपण जाणूयात पण 'पृथ्वीलक्ष्य' समजल्यानंतरच... यासाठी मी आपल्याला एक प्रतीकात्मक कहाणी सांगणार आहे आणि कहाणीद्वारे शब्दात न सांगता येणाऱ्या अशा काही गोष्टी मी सांगत असतो हे आपल्याला तर माहीतच आहे.

''एका गावात एक मोठं घर होतं. त्या घरात सर्व तऱ्हेच्या सुख-सुविधा उपलब्ध होत्या. त्यात लोक आनंदाने राहात होते. त्या घरातले लोक इतके खुश होते, की त्यांनी त्याच घरावर एकावर एक असे सात मजले बांधले. घराचा पाया मजबूत असल्यानेच ते इतके मजले बांधू शकले. प्रत्येक मजल्यावर रमणीय अशा आश्चर्यकारक गोष्टी, तशीच नवनवीन आनंदाची साधनं त्यांनी निर्माण केली. सातव्या मजल्यावर चढून ते जेव्हा सगळ्या गावाचं विहंगमावलोकन करायचे, तेव्हा त्यांना एक अलौकिक दृश्य दिसायचं. तिथून त्यांना महानिर्वाणाची शक्यता दिसू लागायची. मग ते इतर लोकांना सांगत, चला आपण पहिल्या आणि दुसऱ्या मजल्यावर जाऊया. परंतु सर्वात खाली असलेले लोक वर येण्यासाठी तयार नव्हते. 'आम्ही येथेच चांगले आहोत आणि आनंदीही आहोत' असं ते म्हणायचे. आता ज्या आनंदी लोकांनी सात मजले बनविले होते त्यांच्यासाठी ही एक मोठी समस्या निर्माण झाली. त्यांना वाटलं इतकी उच्चस्तरीय गोष्ट निर्माण झाली परंतु लोकंतर त्याचा आनंद घ्यायला धजावत नाहीत, वर यायला तयार नाहीत.''

''सात मजले म्हणजे सूक्ष्म जगातल्या सात स्तरांविषयी तर तुला सांगायचं नाही ना?'' राजा सुयोधनांनी मध्येच विचारलं.

''अगदी बरोबर आजोबा. आता पुढील गोष्ट ऐका तर खरं. एकदा त्या गावातील काही लोक आपल्या नातेवाइकांना भेटण्यासाठी दुसऱ्या नगरात गेले. परंतु आश्चर्य या गोष्टीचं होतं, की तेथून परतताच ते वरच्या मजल्यावर जाण्यासाठी तयार झाले. आता आनंदित लोकांच्या मनात हा प्रश्न उपस्थित झाला, त्या नगरात असं काय होत असेल ज्यामुळे तेथून आल्यानंतर लोक वरच्या मजल्यावर जाण्यास लगेच तयार होतात? शोध घेतल्यानंतर समजलं, नगरात जाऊन लोकांना अनेक प्रकारच्या पायऱ्या चढाव्या लागतात... रेल्वे प्लॅटफॉर्मच्या... बसस्टॉपच्या... नातेवाईक वरच्या मजल्यावर राहात असल्यामुळे त्या पायऱ्या... अशाप्रकारे तेथे त्यांना पायऱ्या चढण्याची सवय झाली आणि घरी आल्यानंतर ते त्वरित वरच्या मजल्यावर जाण्यास तयार झाले. इतकंच नाहीतर

सहजतेनं इमारतीच्या वरच्या मजल्यावरही येऊ शकले. हे सर्व बघून आनंदित लोकांनी विचार केला, नगरातून परतल्यानंतर लोकांमध्ये मोठं परिवर्तन होत आहे, तेव्हा घरच्या सर्व सदस्यांना एक एक गट बनवून नगरात पाठवायला काय हरकत आहे? जेणेकरून नगरातून परतताच त्यांनी वरच्या मजल्यावर जाण्यासाठी लगेच तयार व्हावं. त्यामुळे काही लोकांना नगरात पाठवायला सुरुवात केली. त्यानंतर त्यांनी पाहिलं की, काही लोकांची नगरातून परतताच उन्नती झाली आणि ते त्वरित वर चढू शकले. मात्र काही लोक चढूच शकले नाहीत. त्यामागचं मुख्य कारण म्हणजे, नगरात जाऊन लोकांनी जे करायचं होतं ते केलंच नाही. वास्तविक तेथे जाऊन त्यांनी स्वतःला पायऱ्या चढण्याची सवय लावून घ्यायला हवी होती, ती तर लागलीच गेली नाही!

''आता या समस्येवर तोडगा कसा काढायचा? या समस्येचं निराकरण करण्यासाठी आनंदित लोकांनी विचार केला, काही लोकांनी नगरात जावं आणि इतर लोकांना हे स्मरण करून द्यावं की कोणत्या उद्देशानं तुम्हाला नगरात पाठवलं गेलं? अशा प्रकारे गावातील काही खुश लोक त्या विशिष्ट नगरात इतर लोकांना आठवण करून देण्यासाठी पाठवले गेले.''

''ते आनंदित लोक कोण आहेत? राहूल, तुझं हे रूपकात्मक बोलणं जरा जास्तच जड होतंय. गाव... सात मजले... खूप आनंदी लोक... नगर... या सगळ्या गोष्टी कोणत्या बाबींकडे संकेत करत आहेत हे जरा स्पष्ट कर.'' सिद्धार्थ म्हणाला.

''संत कबीर, रामकृष्ण परमहंस, संत ज्ञानेश्वर, संत तुकाराम, गुरूनानक, येशु ख्रिस्त, महंमद पैगंबर, भगवान बुद्ध, भगवान महावीर हे ते सर्व खुश लोक. जे 'पृथ्वीलक्ष्या'ची आठवण करून देण्यासाठी येथे आले होते. त्या गावातून शहरात आलेल्या लोकांचं हेच काम होतं, की इतर लोकांना या गोष्टींचं स्मरण द्यावं. 'आपल्याला पुन्हा गावात येऊन वरचा मजला चढता यावा.' यासाठी नगरात पाठवलं आहे. परंतु गावात मोठ्या घरात राहून आपण इतके खुश आहात, की वर चढण्याची आपली इच्छाच होत नाही. वास्तविक यासाठीच आपल्याला नगरात पाठवलं गेलं. कारण नगरात थोडं दुःख होताच माणूस आत्मविकास करण्यास प्रवृत्त होतो. विकासरूपी पायऱ्या चढायला शिकतो आणि जो माणूस विकास करायला शिकतो तोच गावात आल्यानंतर चेतनेच्या उच्च स्तरावर राहू शकतो.''

''राहूल, आता मला कळलं, की ही कहाणी तू आम्हाला का सांगत आहेस. त्यातील काही गोष्टी माझ्या लक्षात आल्या आहेत. कहाणीतलं गाव म्हणजे सूक्ष्म जग

असंच ना, परंतु नगर म्हणजे काय? तेथे कोणते लोक जातात हे मात्र लक्षात आलं नाही.'' सिद्धार्थ म्हणाला.

''ठीक आहे तर मग, एक एक गोष्ट क्रमाक्रमाने आपण समजून घेऊया. या उदाहरणात गावाचा अर्थ आपण योग्य घेतलात. सूक्ष्म जगाचं जीवन म्हणजे गावाचं प्रतीक, तेथील लोक नगरात म्हणजे पृथ्वीवर आले. त्या लोकांना एका विशिष्ट उद्देशाने नगरात पाठवलं गेलं आणि ते लोक दुसरेतिसरे कुणी नसून आपणच सर्वजण. गावातील लोक नगरात येणं म्हणजे माणसाचं सूक्ष्म जगातून पृथ्वीवर येणं. पृथ्वीवर माणसाला आपल्या मनाला प्रशिक्षण देण्यासाठी पाठवलं गेलं. जे लोक पृथ्वीवर शिकविलेले सर्व धडे योग्य प्रकारे शिकून जातात, ते सूक्ष्म जगात गेल्यानंतर चेतनेच्या उच्च स्तरावर पोहोचतात.''

''राहूल, तूच तर आता सांगितलंस काही लोक नगरात आल्यानंतर आपला उद्देश विसरतात आणि काही आनंदी लोक त्यांना आठवण देण्यासाठी पृथ्वीवर येतात याचा अर्थ काय?'' यशोदेनं विचारलं.

''पृथ्वीवर माणूस हे समजून बसला आहे, की जीवन फक्त स्थूल शरीराच्या मृत्यूपर्यंतच सीमित आहे, परंतु वास्तव असं नाही. जीवनयात्रा पुढेही चालू असते. पृथ्वीपलीकडे पार्ट टूचं म्हणजेच सूक्ष्म जगाचं जीवन उपलब्ध आहे. हे चांगल्याप्रकारे आज आपण जाणत आहात आणि त्याचीच तयारी येथे चालली आहे. आनंदित लोक कोण होते हेही आता आपल्याला माहीत झालं आहे. पृथ्वीवर या लोकांचं जे ऐकतात त्यांना 'पृथ्वीलक्ष्य' प्राप्त होऊन पार्ट टू मध्ये प्रवेश मिळतो आणि त्यांचं अज्ञान दूर होताच सृजनशीलतेची सर्वोत्तम शक्यता म्हणजेच चेतनेचा सातवा स्तर प्रकट होतो. तेथे पोहोचल्यानंतरच माणसाकडून 'महानिर्वाण निर्माण' होऊ शकतं.

''त्या अवस्थेतच मन अकंप, निर्मल असतं जे कोणत्याही घटनेनं दोलायमान होत नाही. इतर अज्ञानी लोक मात्र चुका करत राहतात आणि मनाला प्रशिक्षण न देताच पृथ्वीवरून सूक्ष्म जगात जातात. तेथे गेल्यानंतर पश्चात्तापाखेरीज त्यांच्या हातात काहीच राहात नाही. तेव्हा त्यांना वाटतं 'अरे, ज्या उद्देशानं आपल्याला पृथ्वीवर पाठवलं होतं ते काम तर झालंच नाही.' कारण माणसाच्या मनाला दिशा नसते. मानवी मन हे शेतीप्रमाणे असतं. त्यामध्ये विवेकाचं भरघोस पीक तसंच विकारांचे तणही वाढू शकतात. पण जर त्याला सकारात्मक विचारांचं खतपाणी घातलं तर मोह-मायेचं मळभ दूर होऊन विवेकरूपी दीप प्रज्वलित होण्याची दाट शक्यता असते आणि त्यानंतर राहतो उत्साह, कार्यमग्नता, एकाग्रता. मग आयुष्य त्याला कधी ओझं वाटत नाही. कारण मनाची योग्य

गुंतवणूक जीवनाला सुंदरता बहाल करते. निश्चित उद्दिष्टामुळे माणसाच्या जीवनाची वाटचाल आनंददायी होते. आणि मग 'पृथ्वीलक्ष्य' गाठणं त्याला सहज शक्य होतं.''

'' 'पृथ्वीलक्ष्य' म्हणजे काय हे आत्ता तू सांगितलंस, पृथ्वीवर आपण आपल्या मनाला घेऊन आलो आहोत आणि याच मनाला आपल्याला प्रशिक्षण द्यायचं आहे. तर मग राहूल माझा प्रश्न आता असा आहे, की या मनाला प्रशिक्षण कसं द्यायचं?''

''आपल्या मनाला 'अपना' (APNA) लक्ष्य देऊन.''

A चा अर्थ आहे अकंप. मनाला अकंप बनवणं.

P चा अर्थ आहे प्रेममय. मनाला प्रेममयी बनवणं.

N चा अर्थ आहे निर्मल. मनातून तिरस्कार, द्वेष काढून टाकणं.

A चा अर्थ आहे अखंड. मनाला धैर्यपूर्वक आज्ञाधारक बनवणं.

''अशा तऱ्हेने मनाला 'अपना' बनवणं हेच आपलं खरं लक्ष्य आहे. मन जेव्हा अखंड बनेल, अर्थात त्याचे भाव, विचार, वाणी, आणि कृती जेव्हा एक होतील, तेव्हाच ते अकंप, प्रेममय, निर्मल आणि आज्ञाधारक बनेल. असं मन घेऊन जेव्हा माणूस पृथ्वीवरून परत जाईल, तेव्हा पुढच्या प्रवासात 'महानिर्वाण निर्माण' म्हणजे उच्चतम चेतनेच्या स्तरावर तो कार्य करू शकेल. पृथ्वीवर आपलं मन अकंप बनवणं हा 'पृथ्वीलक्ष्या'चा पहिला हिस्सा आहे.''

''अकंप? ही मनाची कोणती अवस्था आहे?'' यशोदेनं विचारलं.

''आज पृथ्वीवर विकासाचं कार्य करणारी अनेक लोकं आहेत, असे लोक सत्त्वगुणी असतात. सात्त्विक भोजन घेतात, सर्वांसाठी मनात चांगले विचार ठेवतात. परंतु त्यांना जीवनाची योग्य समज नसते, अकंप मनाविषयी माहीत नसतं. कित्येकदा लोक बाहेरून दाखवतात ते अकंप आहेत, कोणालाही घाबरत नाहीत. परंतु मनातून मात्र खूप कंपित असतात. सर्वांना वाटतं त्यांचं मन अकंप आहे पण आयुष्यात काही घटना घडल्यानंतर समजतं, अजूनही त्यांच्यात भय, मोह, लालसा यांसारखे अनेक विकार आहेत. ही आंतरिक अवस्था सर्वांत जास्त महत्त्वपूर्ण आहे. कारण तेथूनच माणूस योग्य प्रकारे, उच्च निर्णय घेऊ शकतो. ज्या मनात लालसा किंवा भय आहे त्यांचे निर्णयदेखील त्याच आधारावर असतात. म्हणून पार्ट वन आणि पार्ट टू या संपूर्ण जीवनात योग्य निर्णय घेता यावा यासाठी पृथ्वीवर मनाला अकंप बनवणं अतिशय आवश्यक आहे.

"आपलं मन अकंप बनतं तेव्हा कोणतीही समस्या आली तरी आपण दुःखी होत नाही. उलट स्थिर राहिल्यामुळे समस्याच डळमळीत होते आणि त्यामागे दडलेला उपहार देऊन जाते. मन अकंप झाल्यानंतरच आपण दोन्ही जगाविषयीचं, संपूर्ण जीवनाबाबत मनन करू शकतो. यासाठी या सर्व गोष्टी लक्षात ठेऊन अकंप मन हा 'पृथ्वीलक्ष्य' प्राप्त करण्यासाठीचा पहिला आणि सर्वांत आवश्यक असलेला गुण आहे."

"अकंप मन म्हणजे असं मन जे कोणत्याही घटनेत डळमळत नाही. राहूल हे बरोबर आहे का?"

"हो, अगदी बरोबर." राहूल उत्तरला. "अपना शब्दात 'पी' चा अर्थ आहे प्रे-मन. आपल्या मनाला प्रे-मन बनवायचं आहे. पृथ्वीवर आपण प्रेम हा गुण शिकण्यासाठी आलो आहोत. प्रेम ईश्वराचा सर्वांत मोठा गुण मानला जातो. ज्या लोकांना आत्मसाक्षात्कार झाला त्या सर्व लोकांद्वारे प्रेमाचीच अभिव्यक्ती झाली. आपल्यालाही 'पृथ्वीलक्ष्य' प्राप्त करण्यासाठी प्रेमातील अटी काढून विनाअट, निखळ प्रेम करायला शिकायचं आहे. येथे 'एन'चा अर्थ आहे निर्मल. पृथ्वीवर मनाला निर्मल बनवायचं आहे. आपल्या मनात द्वेष, मत्सर, वासना, क्रोध असे अनेक प्रकारचे विकार भरलेले असतात. त्यांना नष्ट करून मन पवित्र बनवायचं आहे. ज्या माणसाच्या आत द्वेष असतो त्याला बाहेरच्या शत्रूची गरज नसते. द्वेषच त्याचा सर्वांत मोठा शत्रू असतो. तो शत्रू माणसाला आतून पोखरत राहतो. माणसाला वाटतं, माझ्या जीवनात सारं काही स्वच्छ आहे, माझं मन अतिशय निर्मळ आहे, मी तर कोणाचंच वाईट करत नाही पण त्याचा असा हा विचार मोठा धोका असतो. जीवनात एखादं दुःख, घटनांचं वादळ आलं की, सारा कचरा नजरेस पडतो. ज्याप्रमाणे एखाद्या टाकीत साठवलेलं पाणी वरून पाहिलं तर माणसाला स्वच्छ दिसतं पण तेच पाणी जर हलवलं तर तळात साठून राहिलेली घाण पाण्यात मिसळून सगळं पाणी गढूळ होऊन जातं."

"प्रेम तर माझा सर्वांत प्रिय गुण आहे." यशोदा मध्येच म्हणाली.

हा तर स्त्रीचा सर्वांत प्रिय गुण असतो. स्त्रीचं प्रेम निःस्वार्थ प्रेमाचं प्रतीक असल्यामुळे हा गुण यशोदेच्या लगेच लक्षात आला आणि तिला वाटलं, अरे! हा गुण प्राप्त करणं तर सहज शक्य आहे.

"आपल्या रोजच्या जीवनात अशा अनेक घटना होत असतात. जणू काही त्या सर्व आपल्या मनाला निर्मळ बनविण्यासाठीच होतात असं समजा. याच घटनांद्वारे माणूस आपल्या मनातील कचऱ्याचा निचरा करून नितळ मनाचा आनंद उपभोगू शकतो.

माणसाला वाटतं, त्याचं जीवन विकारमुक्त झालं आहे परंतु त्याच्या मनात खोलवर भरपूर कचरा साठलेला असतो. जसं, एका काचेच्या ग्लासात पाणी भरल्यानंतर बाहेरून तो स्वच्छ दिसत असतो पण अचानक एखाद्याने तो ग्लास हलवला तर त्यातील सर्व कचरा वर येतो आणि मग आपण त्या माणसावरच ओरडतो, 'तुझ्यामुळे माझ्या पाण्यात कचरा आला...' आता आपणच विचार करा हे योग्य आहे का? खरंतर आपण त्या माणसाला धन्यवाद द्यायला हवेत कारण त्याच्यामुळं पाण्यातील घाण वर आली आणि ती आपल्या दृष्टीस पडली नाहीतर ती आपल्याला कधी दिसलीच नसती.

''कचरा वर आला याचाच अर्थ तो आधीच ग्लासात होता. जेव्हा सारा कचरा दृष्टीस पडतो तेव्हा या घटना म्हणजे कचरा काढून टाकण्याच्या संधी आहेत असं समजायला पाहिजे. हा कचरा काढण्यासाठीच तर आपण पृथ्वीवर आलो आहोत. आपल्या जीवनात काही दुःख नसलं, सगळं मनासारखं चाललेलं असलं तरी वास्तवात कचरा तळाशी बसलेला असतो. हा धोकाच पृथ्वीवर दूर व्हायला हवा.

''मनाच्या प्रशिक्षणात 'अपना' शब्दात शेवटचा शब्द 'ए' येतो. 'ए' म्हणजे आज्ञाधारक आणि अखंड बनणे. पृथ्वीवर मनाला आज्ञाधारक बनवायचं आहे. माणसाच्या जीवनात जेव्हा एकरूपता नसते तेव्हा त्याचं जीवन खंडीत बनतं. अधिकतर लोकांचे भाव वेगळे असतात, विचार वेगळे असतात, वाणी आणखीच काही दर्शवते तर क्रिया एकदम विपरीत. तो बोलतो एक व करतो एक. याचाच अर्थ त्याचं मन आज्ञाधारक नाही. असं मन अनेक दिशांना धावत असल्यामुळं खंडित बनतं. त्याला एकाच दिशेकडे वळवणं अत्यंत महत्वपूर्ण आहे. आज्ञाधारक मन कसं असावं हे समजण्यासाठी मी आपल्याला एक प्रश्न विचारतो. माणसाने एका विचाराची सुरुवात केल्यानंतर, दहा मिनिटाने तो वेगळ्याच विचारावर येऊन थांबलेला आढळतो. आपल्याबाबतीत असं कधी झालं आहे का? माझ्या प्रश्नाचा अर्थ असा आहे, की रोजच्या कामामध्ये आपण एखाद्या गोष्टीचा विचार करत असतो आणि थोड्या वेळानंतर जर बघितलं तर आपल्या लक्षात येतं, आता दुसऱ्याच गोष्टीचा विचार मनात चाललेला आहे.

''याचाच अर्थ माणूस नेहमीच द्विधा मनःस्थितीत जगत असतो. तो सदैव दुहेरी विचारात अडकलेला असतो, एक मन म्हणतं आज अमुक हे काम करू तर दुसरं मन लगेच म्हणतं, छे, हे आज नको उद्या करू. ही झाली द्विधा मनोवस्था, दुहेरी विचारांचं मन. ज्यांचं मन दुहेरी असतं ती दुहेरी व्यक्तिमत्त्वाची माणसं असतात. अशा व्यक्ती आपलं मन कोणत्याही गोष्टीवर एकाग्र करू शकत नाहीत म्हणूनच जीवनाकडून

आपल्याला नेमकं काय हवं आहे हे त्यांना कधीच कळत नाही. अशा व्यक्ती नेहमीच दुःखी राहतात, कारण त्या सतत भांबावलेल्या अवस्थेत आढळतात. आयुष्याकडून आपल्याला नेमकं काय हवं आहे हे जर आपल्याला कळलं तर त्याचक्षणी आपण एकचित्त बनतो, कितीतरी समस्यांचा गुंता तत्क्षणी सोडवू शकतो. मन जेव्हा पूर्णपणे एकाग्र होतं तेव्हा माणसाला सत्याची अनुभूती यायला सुरुवात होते.''

राहूलचा प्रश्न फक्त राजा सुयोधनांपुरताच मर्यादित नव्हता. किंबहुना तेथे उपस्थित असलेल्या सर्वांसाठीच होता. राजा सुयोधनांसाठी या प्रश्नाचं उत्तर खूप सोपं होतं म्हणून ते त्वरित म्हणाले, ''हो, अनेकदा माझ्याबरोबर असं होतं. जेव्हा मी राज्यकारभारात व्यस्त असतो तेव्हा मला तू सांगत असलेल्या ज्ञानाच्या गोष्टी आठवतात आणि मनन करतो तेव्हा कामं आठवतात. कित्येकदा असं होतं, की ज्या गोष्टींवर निर्णय घ्यायचा असतो त्या गोष्टी बाजूलाच राहतात आणि भलत्याच गोष्टींविषयी विचार करत राहतो.''

''आजोबा, आता आपल्या लक्षात आलं असेल, की मी हा प्रश्न का विचारला? मनाची ही सवयच सांगते, आपलं मन अद्याप आज्ञाधारक बनलेलं नाही. आज्ञाधारक मन आपल्या आदेशावर एका दिशेत विचार करू लागतं. आपल्या भावनांना, विचारांना योग्य दिशा देऊन 'पृथ्वीलक्ष्य' मिळवण्यासाठी असं मन साह्यकारक ठरतं. त्यासाठी आपल्या मनाला आज्ञाधारक बनवणं आवश्यक आहे. मनाशी कशा प्रकारचा व्यवहार परिणामकारक ठरेल, त्याला कोणतं प्रशिक्षण द्यावं लागेल हे आपण आता समजूया.

''जंगलात एखाद्या रानटी हत्तीला आपण मोकळं सोडलं तर त्याला तेथून पळून कसं जावं, वाटेतील झाडे कशी उपटून काढावी, शेताची नासधूस कशी करावी याचं प्रशिक्षण देण्याची आवश्यकता नसते. परंतु जर त्याच्याकडून मोठमोठे दगड, ओंडके उचलण्याचं काम करून घ्यायचं असेल तर मात्र त्याला निश्चितच प्रशिक्षणाची गरज असते. विध्वंसक कामासाठी प्रशिक्षणाची गरज लागत नाही पण मनाकडून सृजनात्मक काम करून घ्यायचं असेल, 'पृथ्वीलक्ष्य' मिळवायचं असेल तर प्रशिक्षण अत्यंत गरजेचं आहे. मनातील विचार जेव्हा एकाग्र होऊन एकाच दिशेने वाटचाल करतात तेव्हा ते आपल्याला 'पृथ्वीलक्ष्या'ची आठवण करून देतात. पण मनात जेव्हा मीपणाचे विचार येतात, ते अहंकारालाच जन्म देतात.''

आजच्या पूर्ण संभाषणादरम्यान सिद्धार्थ एकाग्र चित्तानं सत्यश्रवण करत होता. त्याला हे सर्व ऐकून असं वाटलं, की या गोष्टी आत्मसात करण्यासाठी बराच वेळ लागणार आहे. त्यामुळे आता त्याच्या मनात अनेक शंका निर्माण होऊ लागल्या. म्हणून त्याने

राहूलला विचारलं,"पृथ्वीवरच हे गुण विकसित होऊ शकतील का? कारण मनाच्या या प्रशिक्षणाला खूप अवधी लागेल ना?"

"हो, आपण सांगता ते योग्य आहे परंतु पृथ्वीवरच आपल्याला वेळ आणि संधी दिली आहे. माणसाला जे काही आयुष्य दिलंय खरंतर त्याच्या एक चतुर्थांश काळातच हा कचरा निघू शकतो. याचा अर्थ माणसाला चौपट वेळ जास्त दिला गेला आहे पण माणूस त्यासाठी प्रयत्न करत नाही. याची जाणीव नसल्यामुळे त्याच्या आतील मलीनता जशीच्या तशीच राहते. जीवन-मृत्यूचं सत्य माहीत नसल्यामुळे त्याचा सगळा वेळ प्रपंचासाठी, उपजीविकेसाठी जातो. परंतु कितीही नावलौकिक, प्रसिद्धी, धनदौलत मिळाली तरी मनातून रितेपण जाणवतच असतं. आता आपल्यालाही,'या ऐहिक जगातील कोणतीही वस्तू माझं समाधान करू शकत नसल्यामुळे या संसारात आजवर मी खूप भरकटलो, विषय वासनांच्या मागे धावलो पण या साऱ्या गोष्टी मला संतुष्टी देण्यास असमर्थ आहेत. आता 'पृथ्वीलक्ष्य' प्राप्त झालं तरच माझी तृषा शमेल. असा निश्चय करायचा आहे.' कमीतकमी वेळेत 'पृथ्वीलक्ष्य' प्राप्त करून त्या लक्ष्यासह पुढचं राहिलेलं जीवन अभिव्यक्त करायचं आहे."

राहूलच्या मुखातून अविरत झरणारी, मंत्रमुग्ध करणारी वाणी ऐकून तिघांमध्ये अभूतपूर्व उत्साह संचारला. 'पृथ्वीलक्ष्य' लक्षात येऊ लागताच त्यांच्यात जगण्याची ऊर्मी जागली. परंतु सिद्धार्थाची भावदशा काही वेगळीच होती. 'पृथ्वीलक्ष्या'विषयी ऐकून त्याच्या मनात विचारांचं काहूर माजलं होतं पण तरीही तो खुश होता. 'पृथ्वीलक्ष्या'सारख्या सर्वोच्च गोष्टी राहूलने त्यांना सांगितल्या म्हणून तो अतिशय आनंदी होता.

तिघांच्या चमकणाऱ्या डोळ्यात राहूलला सत्याचं तेज झळकत असलेलं दिसलं. राहूल अत्यंत खुश झाला. त्याला वाटलं आज या सर्व गोष्टींवर आणखी सखोल मनन झालं तर त्यांना अधिक आकलन होईल. म्हणून तो म्हणाला, "आज आपण ही चर्चा येथेच थांबवूया. या सर्व गुणांवर आपण मनन चालू ठेवा. उद्या याबाबत पुन्हा बोलू..."

असं म्हणून काही कळण्यापूर्वीच राहूल निद्राधीन झाला. राहूलने आज त्यांना अशा काही गोष्टी सांगितल्या ज्या त्यांनी पूर्वी अनुभवल्या तर होत्या परंतु कधी शब्दात आणू शकले नव्हते. त्यामुळे सर्वजण आश्चर्यात दंग होते. राहूल झोपल्यानंतर त्यांनी मनन सुरू केलं. आजचं मनन सर्वांच्या मनात खोलवर शिरणारं होतं. मनाला प्रशिक्षण कसं द्यायचं हा विचार करत ते आनंदात झोपी गेले.

दिवस २२

मनाला तयार कसं करावं

समजेसह प्रतिसाद

दुसऱ्या दिवशी नेहमीप्रमाणे दरबाराचं कामकाज सुरू होताच राजा सुयोधन राजसिंहासनावर स्थानापन्न झाले. त्यानंतर शेजारच्या राज्यातून आलेल्या दूताला त्यांच्यासमोर आणण्यात आलं. कित्येक वर्षांपासून राज्याच्या सीमेवरून त्यांच्याशी काही ना काही वाद चालला होता. तो मिटवण्यासाठी राजा सुयोधनांनी एक योजना आखली आणि तसा खलिता शेजारच्या राजाकडे पाठवला. राजा सुयोधनांच्या योजनेला शेजारील राजाने पाठिंबा दर्शविला होता. ही आनंदाची वार्ता घेऊनच तो दूत पुढील चर्चा करण्यासाठी आला होता. त्या योजनेवर काम कधी सुरू करायचं? तेथील लोकांची व्यवस्था कशी करायची? या सर्व मुद्द्यांवर सिद्धार्थच आपल्यापेक्षा जास्त चांगल्याप्रकारे काम करू शकेल असा विचार करून राजाने पुढील चर्चा करण्यासाठी त्या दूताला सिद्धार्थाकडे पाठविले.

परंतु सिद्धार्थासाठी या सर्व गोष्टी नवीन होत्या. बहुधा कुठल्यातरी गहन विषयावर मनन करत असल्यामुळे रात्रीपासून तो वेगळ्याच मनःस्थितीत होता. त्यातच राजाने सिद्धार्थावर आणखीन एक नवीन जबाबदारी टाकली. या योजनेबाबत त्याला काहीही ठाऊक नसल्यामुळे तो राजा सुयोधनांवर नाराज झाला. त्याला वाटलं या योजनेविषयी जर त्याला आधीच माहीत असतं तर त्याने योजनाबद्ध आखणी करून ठेवली असती, योग्य प्रकारे समेट घडवून आणला असता. कारण या गोष्टींमध्ये तो निष्णात होता. त्याच्या मनात विचार आले, राज्यासंबंधी इतक्या महत्त्वपूर्ण गोष्टी पिताजींनी मला कधी सांगितल्याच नाहीत. त्यांनी असं का केलं असावं?... मला अंधारात का ठेवलं गेलं... मला त्यांच्याशी बोलावंच लागेल. सिद्धार्थाला या गोष्टीचा फार त्रास झाला. त्याने विचार केला, आधी त्या दूताशी तर बोलून घेऊ. मग पिताजींच्या वागण्याचा विचार करू असा विचार करून सिद्धार्थ उठला आणि त्या दूताकडे गेला. त्याच्याशी बोलून त्या योजनेवर अंमलबजावणी करण्यासाठी पुढची तारीख त्याने निश्चित केली. तो दूतही

सिद्धार्थाशी बोलून पूर्ण संतुष्ट झाला आणि आपल्या राज्यात परतला.

काही काळ नाराज झालेल्या सिद्धार्थाला, राहूलने सांगितलेल्या गोष्टीचं स्मरण झालं. काल त्याने सांगितलेले सर्व गुण त्याला आठवताच तो खजिल झाला. अशा प्रकारे पिताजींवर तो नाराज कसा होऊ शकतो? असा विचार त्याच्या मनात आला. आजच्या घटनेमुळे त्याचं मन कंपित झालं हे त्याच्या लक्षात आलं. शांत झाल्यावर संध्याकाळी सिद्धार्थ, राजा सुयोधनांना भेटण्यासाठी त्यांच्या महालात गेल्यावर हे स्पष्ट झालं. काकांच्या मृत्यूनंतर तो चुलत भावाला मदत करण्यासाठी गेला असताना राजाने हा प्रस्ताव, शेजारच्या राज्यात पाठवला. तेथून इतक्या लवकर प्रत्युत्तर येईल याचा त्यांना अंदाज नसल्यामुळे आत्तापर्यंत त्या योजनेविषयी सिद्धार्थाला त्यांनी काही कल्पना दिली नव्हती. हे सर्व ऐकल्यानंतर स्वतःच्या चुकीवर सिद्धार्थाला पश्चात्ताप झाला. पूर्ण गोष्ट जाणल्याशिवायच त्याने वडिलांविषयी अनुमान लावले. तो थोड्या वेळेसाठी का असेना कंपित झाला होता. 'पृथ्वीलक्ष्या'साठी आवश्यक असलेला पहिला गुण अकंप मन आचरणात आणणं इतकं सोपं नाही हे प्रथमच त्याच्या लक्षात आलं. वास्तविक तो गुण आत्मसात करणं किती महत्त्वपूर्ण आहे हेही त्याला कळलं.

आज दिवसभर सिद्धार्थ, राजा सुयोधन आणि यशोदा तिघांना एकत्र बसून मनन करण्याची संधीच मिळाली नव्हती. रात्र झाल्यानंतर दोघंही यशोदेच्या महालात पोहोचले. आज राजा सुयोधनांनी आधीच ठरवलं होतं, की चर्चेची सुरुवात प्रथम तेच करतील. ते म्हणाले, ''राहूल, आज दिवसभर मनन केल्यानंतर माझ्या हे लक्षात आलं, की काल तू पृथ्वीवरच्या जीवनाचं सार सांगितलंस. इतर कार्य करत असताना मनालादेखील प्रशिक्षण द्यायचं आहे ही गोष्ट आजवर मला ठाऊक नव्हती. परंतु मन कसं कार्य करत असतं हे आज मात्र मला प्रकर्षानं जाणवलं. एकाच दिवसात मन कितीतरी नाटकं करत असतं. यासाठी मनाला आज्ञाधारक बनवणं अतिशय कठीण आहे असं आता मला वाटू लागलं आहे. समोर स्वादिष्ट भोजन पाहताच आपण स्वतःला रोखू शकत नाही, आपल्या तोंडाला पाणी सुटतं. अगदी लहान-सहान गोष्टींमुळे मन इतकं कंपायमान होतं तर मोठ्या घटनेमध्ये ते अकंप कसं राहू शकेल? अशाप्रकारे विचार केल्यावर मला असं जाणवलं, की मनाच्या प्रशिक्षणात नक्कीच काही तरी अडथळा आहे. तरी राहूल, कृपा करून तू याविषयी मला सांगशील का?''

मनाचे गुण समजावून घेतल्यानंतर आज सर्वांनाच त्याची नाटकं दिसतील. त्यामुळे ते गुण आत्मसात करणं किती महत्त्वपूर्ण आहे हे आता सर्वांच्याच लक्षात येईल हे राहूल पूर्णपणे जाणून होता.

''आजोबा, मनाच्या प्रशिक्षणात माणसाच्या वृत्ती आणि आकर्षणच मुख्यत्वे अडथळे बनतात. याव्यतिरिक्तही मनाला प्रशिक्षण द्यायचं आहे. जे करायचं नाही अशा सर्व गोष्टी ते चुकीच्या वृत्ती-प्रवृत्तींमुळे करत राहतं. मग त्याने त्या का केल्या, यासाठी ते छान छान बहाणेही देतं. आकर्षणं आणि बहाणे यांच्यातून मुक्त होण्यासाठी मनाला प्रशिक्षण देण्याची गरज आहे. जे लोक वृत्तिशून्य बनतात ते शेवटी हेच सांगतात की, 'त्यातून मुक्त होणं हा त्यांच्या जीवनाचा सर्वोच्च निर्णय होता.'

''याच जीवनात जर आपण वृत्ती-प्रवृत्तींपासून मुक्त होऊ शकलो तरच आपलं जीवन सफल आहे. कारण कर्म, बंधन नसून वृत्ती बंधन आहेत. आपल्याला जीवनात अशी साधना मिळावी ज्यामुळे आपल्या वृत्तींवर नियंत्रण यावं. अशी भक्तिसाधना मिळावी, जेणेकरून कित्येक चुकीच्या सवयींपासून सहजगत्या मुक्त होता यावं. अशी श्रद्धा जागृत व्हावी, ज्यायोगे डोळ्यांना कितीही नयनरम्य दृश्य बघायला मिळाली... जिभेला स्वादिष्ट भोजन मिळालं... कानांना मधुर संगीत ऐकायला मिळालं... सुखसुविधा मिळाल्या... आपले जिवलग मित्र भेटले... कर्मकांडं केली तरच मला सुख मिळेल अन्यथा नाही... माणसाच्या अशा समजुतीमुळेच तो 'पृथ्वीलक्ष्या'पासून वंचित राहतो. भक्तीमुळे माणसाचं प्रत्येक कर्म पूजा बनतं. प्रेम त्याचा स्वभाव बनतो. माणसाच्या जीवनातून जर भक्ती काढून टाकली तर आनंदही नष्ट होतो कारण भक्ती माणसाच्या भावनेशी जोडलेली असते आणि भावना हृदयाजवळ. हृदयासोबत स्वानुभवाचा आनंद प्राप्त होत असतो. या पृथ्वीरूपी संसारालाच जर माणसानं आपलं घर मानलं तर कसं होईल? त्याची आसक्ती दिवसेंदिवस वाढतच जाईल. यासाठी कुठेही न अडकता आपल्या यात्रेत पुढे पुढे जायचं आहे. मग भलेही पुढची गती कितीही तीव्र असो वा कठीण.''

आपल्या मनातील काही गोष्टी राहूलसमोर ठेवण्याची सिद्धार्थाची उत्सुकता आता कमालीची वाढली होती. राहूलचं बोलणं थांबताच त्याने प्रश्न विचारला, ''आज माझं मन जेव्हा कंपित झालं तेव्हा तू सांगितलेल्या गोष्टी मला लगेच आठवल्या नाहीत. परंतु काही वेळेसाठी मात्र माझं मन अशांत झालेलं मला जाणवलं. त्यानंतर मी मनन केलं की, जर तू दिलेलं ज्ञान त्यावेळी मला आठवलं असतं तर मी इतका दुःखी, हतबल झालो नसतो. त्यामुळे त्वरित मला तू देत असलेलं ज्ञान आठवावं आणि अकंप राहून मनाला संपूर्ण प्रशिक्षण देता यावं यासाठी मी काय करू?''

''बाबा, वृत्तींवर काम करत असताना, चुकीचा प्रतिसाद देत असताना आपल्या सोबत असा कुणी तरी असावा जो हे त्वरित ध्यानात आणून देईल. आपल्या मनात चुकीचा विचार येताच 'मी असा विचार का केला?' असाही विचार यायला हवा यासाठी

आपण जी चर्चा करत आहोत त्यावर रोज आपल्याला मननसाधना करावी लागेल. जेव्हा आपण प्रत्येक घटनेत स्वतःला 'पृथ्वीलक्ष्या'ची आठवण द्याल, तेव्हाच आपली सर्व वृत्तींमधून आणि आकर्षणातून मुक्तता होईल. जे लोक निरंतर साधना करतात त्यांच्याच मनात हा विचार येईल.

"या सर्व गोष्टींचा उद्देश हाच आहे की, लवकरात लवकर आपण चुकीच्या संस्कारातून मुक्त होण्याचं महत्त्व जाणावं. जेव्हा आपलं शरीर वृत्तीशून्य बनेल तेव्हा ते 'पृथ्वीलक्ष्या'साठी तयार होईल. त्यानंतरच खऱ्या जीवनाची यात्रा आपण करू शकाल. या पृथ्वीवर आज करोडो लोक ज्या गोष्टी निर्माण करत आहेत त्याच आपल्याला करायच्या नाहीत, तर चेतनेच्या सर्वोच्च स्तरावर राहून पृथ्वीवरील परमोच्च शक्यता सर्वांसमोर आणायची आहे. मनाच्या प्रशिक्षणानंतरच आपण या सर्व गोष्टी करू शकाल."

यशोदा हे ऐकून अत्यंत खुश झाली होती. परंतु पृथ्वीवरच्या जीवनात तिच्यावर अनेक मर्यादा असल्यामुळे ती 'पृथ्वीलक्ष्य' कसं साध्य करू शकेल हा विचार तिच्या मनात राहून-राहून येत होता.

"राहूल, मी स्त्री असल्यामुळे या जीवनात माझ्यावर अनेक बंधनं आहेत. त्यामुळे मनाला प्रशिक्षण देताना मला खूप वेळ लागेल. जर इतक्या नियमांचं पालन मला करावं लागलं नसतं तर कदाचित मी उत्कृष्ट कार्य करू शकले असते."

"आईश्री, पृथ्वीवर आपल्याला असं जगायचं आहे की, प्रत्येकक्षणी मनात 'पृथ्वीलक्ष्या'चीच आठवण जागृत राहायला हवी. प्रत्येक क्रियेतच 'मी विशेष प्रशिक्षणासाठी येथे आलो आहे' हे आठवायला हवं, त्यामुळेच मला हे शरीर मिळालं आहे. इतकं सखोल मनन आपल्याकडून व्हायला हवं. आपण मिलिटरी ट्रेनिंग पाहिलीच असेल. कमांडोंना जेव्हा प्रशिक्षण दिलं जातं तेव्हा त्यांना जाणूनबुजून वेळ आणि कार्य ठरवून दिलं जातं. त्यांच्या पायात दोरी बांधली जाते तर पाठीवर ओझं. त्यामुळे ते जवान प्रशिक्षण घेताना या सर्व गोष्टी आमच्याकडून का करून घेतल्या जातात, म्हणून दुःखी होत नाहीत. कारण त्यांना माहीत असतं प्रशिक्षणासाठी याची नितांत गरज आहे. अगदी त्याचप्रकारे येथे ट्रेनिंग घ्यायचं आणि पार्ट टूमध्ये जाऊन उच्चतम अभिव्यक्ती करायची अशी पृथ्वीवर शिक्षणाची व्यवस्था केली गेली आहे. 'आपल्याला खूप मोठे आविष्कार करायचे आहेत ही गोष्ट माणसाने सतत लक्षात ठेवायला हवी. परंतु आश्चर्याची गोष्ट म्हणजे माणूस नेमक्या त्याच महत्त्वपूर्ण गोष्टी विसरतो.'

"पृथ्वीवर यापूर्वी ज्या गोष्टी उपलब्ध नव्हत्या, त्यांची निर्मिती आज झाली आहे.

फुलदाणीत जितकं महत्त्व फुलांचं असतं तितकंच माणसाच्या जीवनात नवनिर्मितीचं असतं. कारण सृजनात्मक शोध हे बुद्धीचं खाद्य आहे. त्यामुळे मनुष्य सहजपणे नवनिर्माण करू शकतो. रचनात्मक अभ्यास करण्यासाठी माणसानं जीवनात प्रत्येक गोष्टीत दडलेली मान्यता शोधली, सृजनता दाखवली तर सफलता त्याच्यापुढे हात जोडून उभी राहील. आजवर जे झालं नव्हतं ते होणार आहे या समजेनुसार आपण कार्य केलं तर आपल्या जीवनातील सर्वोत्तम शक्यता आपल्यासमोर खुलतील. ईश्वररूपी चित्रकाराचं सर्वोत्कृष्ट चित्र आपल्याद्वारे बनावं यासाठी आपण पृथ्वीवर आला आहात म्हणून प्रशिक्षण घेत असताना आपल्याला आनंद वाटायला हवा. कारण निरंतरता, सातत्य ही सफलतेची कुंजी आहे यामुळे माणसातील सर्व शक्यता खुल्या होऊन त्याचा संपूर्ण विकास संपन्न होतो. अशा लोकांच्याच सान्निध्यात माणसानं राहायला हवं. परंतु अज्ञानामुळे लोक या गोष्टी विसरून, दुःख भोगतात. जर आपल्याला याचं ज्ञान झालं तर आपल्यावर असलेली मर्यादा मनाच्या ट्रेनिंगसाठी मदतच करेल.''

''राहूल, तू अगदी योग्य बोललास. आज माझ्या मनाप्रमाणे घटना घडल्या नाहीत आणि त्यावेळी घडत असलेल्या घटनेतच मी गुरफटून गेलो. तेव्हा तू सांगितलेल्या सर्व गोष्टींचं मला विस्मरण झालं होतं.''

''माणसाला वाटतं त्याचं जीवन सीमित आहे. पृथ्वीवर जितकं जीवन आहे तितकंच तो जगणार. वास्तवात जीवन खूप मोठं आहे, असीम आहे. हे सामान्य लोकांना ठाऊक नसतं. पण आपण तर आता सूक्ष्म जगाविषयीचं जीवनही जाणत आहात. माणसाच्या समजेला मर्यादा असल्यामुळे प्रगल्भ जीवनाची कल्पना तो करू शकत नाही. स्थूल शरीराच्या मृत्यूनंतरही पुढे पार्ट टू चे जीवन आहे आणि तेथे आपल्याला सत्याची अभिव्यक्ती करायची आहे. त्यासाठी आपलं मन अकंप, प्रेममय, निर्मल व आज्ञाकारी असण्याची किती गरज आहे हे आता आपण जाणलंच असेल. म्हणून येथे 'पृथ्वीलक्ष्या'वर आपल्याला जोरदार कार्य करायचं आहे ''

''पृथ्वीवर मनाचं प्रशिक्षण योग्य झालं नाही तर काय होऊ शकतं?'' सिद्धार्थानं विचारलं.

''जर आपल्या मनाला प्रशिक्षण नसेल तर पृथ्वीप्रमाणेच सूक्ष्म जगातही आपण अडकून पडण्याची पूर्ण शक्यता असते. पृथ्वीवर आपल्या कामांची गती कमी असते, परंतु पार्ट टूमध्ये सूक्ष्म शरीराबरोबर ही गती जास्त असते. तेथे इतक्या तीव्र गतीनं निर्मिती होत असते, की त्यामध्ये सत्याची आठवण येणं अवघडच! आणि आपल्याला जर

पृथ्वीवरच सत्य आठवत नसेल तर पुढच्या यात्रेत कसं आठवणार? मनाला प्रशिक्षण नसल्यामुळे पुढच्या यात्रेत सत्यासोबत जीवन जगण्याची शक्यता आणखीनच कमी कमी होत जाते. कारण तिथे घटना तीव्र गतीने होत असतात. येथे आपल्याला ऑफिसमध्ये पोहोचण्यासाठी जर दोन तास लागत असतील तर सूक्ष्म जगात तीच घटना डोळ्याची पापणी लवते न लवते तोच होते, क्षणार्धात घडते.

‘‘आजोबा, बाबा आणि आईश्री, आपण तिघांनी स्वतःला एक प्रश्न विचारायचा आहे, की कामांची गती कितीही तीव्र असली तरी त्यावेळी मला सत्य आठवेल का? जेव्हा या प्रश्नाचं उत्तर प्रामाणिकपणे आपण स्वतःला द्याल तेव्हा मनाला ट्रेनिंग का गरजेचं आहे याचं महत्त्व कळेल.’’

राहूल जाणत होता, की हा प्रश्न त्यांना तीरासारखा टोचणार आहे. तरीही तो न थांबता पुढे बोलतच राहिला...

‘‘हा संसार म्हणजे ईश्वराचं निजधाम आणि आपण त्याचे पाहुणे, काही दिवसांसाठी येथे आलेलो. आपल्याला ‘पृथ्वीलक्ष्य’ प्राप्त करता यावं यासाठी अशी व्यवस्था या घरात पूर्णपणे केली गेली आहे. आपण जाणताच, की एखादा आपली चुगली करतो, आपल्याला चिडवतो, त्रास देतो तेव्हा आपण जाम वैतागतो. पण ही सर्व व्यवस्था त्या महान ईश्वराने आपल्यासाठी निर्माण केलेली विशेष व्यवस्था आहे हेच नेमकं विसरतो. जेव्हा आपण एखाद्याच्या घरी अतिथी म्हणून जातो तेव्हा ही खोली माझी आहे असं म्हणतो का? नाही, कारण आपण येथे पाहुणे म्हणून आलो आहोत हे आपल्या सतत लक्षात असतं. त्याचप्रमाणे या पृथ्वीवर आपण ईश्वराचे पाहुणे आहोत ही गोष्ट जर पूर्णतया समजून घेतली तर आपल्या आचरणात किती फरक पडेल? आपल्या आत असा कॅमेरा लावलेला आहे, ज्यामुळे प्रत्येकक्षणी आपण काय करत आहोत? कोणते निर्णय घेत आहोत? आपल्यात मोह कधी निर्माण होतो? केव्हा भय जागृत होतं? कधी अहंकार उफाळून वर येतो? या सर्व बारीक सारीक गोष्टींचं रेकॉर्डिंग त्या कॅमेऱ्यात होत असतं. यासाठी बेघर होण्यापूर्वीच पृथ्वीवरचे सर्व धडे आत्मसात करा. आपल्या मनाला योग्य प्रशिक्षण देऊन पृथ्वीवरची वेळ संपण्यापूर्वीच प्रशिक्षित व्हा.’’

राहूलच्या या सर्व गोष्टी ऐकून तिघांनाही वाटलं, की ज्याप्रमाणे आपलं आयुष्य चाललं आहे त्यात परिवर्तन होण्याची आता नितांत गरज आहे. तिघंही आज बरंच काही नवीन शिकू शकले. आपल्याला मिळालेलं हे सर्वोच्च ज्ञान विश्वात सर्वांना मिळावं असं सिद्धार्थाला मनापासून वाटलं. त्याने त्वरित राहूलला विचारलं, ‘‘हे जे ज्ञान मला

मिळालं आहे ते इतर लोकांनाही कसं मिळेल?''

हा प्रश्न ऐकून सिद्धार्थाची अवस्था आता बदलत आहे हे राहूलच्या लगेच लक्षात आलं, तो आता केवळ स्वतःचाच नव्हे तर संपूर्ण जगाचा विचार करत आहे. याचाच अर्थ त्याचा दृष्टिकोन पूर्णपणे बदलला होता. 'पृथ्वीलक्ष्य' पूर्ण करण्यात आणि त्यात मुख्य भूमिका साकारण्यासाठी तो पात्र ठरत होता. क्षणार्धात सिद्धार्थाचं उज्ज्वल भविष्य राहूलच्या नजरेसमोर तरळलं. सिद्धार्थानं पृथ्वीवर लोकांसाठी मोठं निमित्त बनावं हाच राहूलचा पृथ्वीवर येण्यामागचा आणि ज्ञान देण्यामागचा एकमेव हेतू होता. सिद्धार्थाच्या मनाची अवस्था पाहून राहूल अत्यंत खुश झाला. त्याच्या मनात सर्वांविषयी प्रेमभावना आहे, हे त्यानं जाणलं...

''पृथ्वीवर आज बोटावर मोजण्याइतके लोक आहेत ज्यांना जीवनाचं अंतिम लक्ष्य म्हणजे 'पृथ्वीलक्ष्य' गवसलं आहे. प्रत्येक माणसाच्या जीवनात जेव्हा काही घटना घडतात तेव्हा 'पृथ्वीलक्ष्या'च्या तयारीसाठी तो या सर्व गोष्टी शिकत आहे हे त्याला लगेच आठवायला हवं, नाहीतर माणसाचं मन नेहमी तर्क लढवत राहतं. मला पैसे कमवायचे आहेत... मला घर बांधायचं आहे... याला सांभाळायचं आहे... ते मिळवायचं आहे... पृथ्वीवर राहण्यासाठी यातील काही गोष्टी आवश्यकही आहेत परंतु त्यातच अडकून राहायचं नाही. हे सर्व कार्य करत असताना 'पृथ्वीलक्ष्या'वरही आपल्याला कार्य करायचं आहे ही आठवण सतत व्हायला हवी.

''माणसाचं व्यक्तिगत लक्ष्य हे त्याच्या 'पृथ्वीलक्ष्या'चाच एक हिस्सा आहे ही समज प्रत्येकात असणं आवश्यक आहे. व्यक्तिगत लक्ष्यात माणूस आपल्या उपजीविकेसाठी काही लक्ष्य निर्धारित करतो. कुणी म्हणतं, 'मला डॉक्टर बनायचं आहे... इंजिनिअर व्हायचं आहे... चित्रकार बनायचं आहे... निर्माता व्हायचं आहे...' अशा प्रकारे वेगवेगळे व्यवसाय करणारे लोक आपण पृथ्वीवर पाहतो. उदरनिर्वाहासाठी हे आवश्यकही आहे परंतु यातच गुरफटून ते लोक आपलं जीवन सीमित करतात आणि 'पृथ्वीलक्ष्या'पर्यंत कधी पोहोचतच नाहीत. कारण पृथ्वीवर आपण केवळ मनाला प्रशिक्षण देण्यासाठीच आलो आहोत ही त्यांना कल्पना नसते.

माणसाचे विचार मर्यादित असल्यामुळे आपल्या जीवनात ज्या घटना होत आहेत त्या काही मिळवण्यासाठी होत नसून काही शिकवण्यासाठी होत आहेत, हे त्याला ज्ञात नसतं. त्यासाठीच आपल्याकडून कार्य करवून घेतलं जात आहे. त्यात काही गोष्टी प्राप्त होणं हा बोनस आहे. वास्तविक आपल्याला पृथ्वीवर 'पृथ्वीलक्ष्य' प्राप्त करण्याचं

प्रशिक्षण दिलं जात आहे आणि आपण जर प्रशिक्षण घेणं विसरला असाल तर त्या गोष्टीचं स्मरणही करून दिलं जातंय. ज्या गोष्टी आपण विसरला आहात त्यांची आठवण आपल्याला करून दिली जात आहे ही मानवावर झालेली ईश्वरीय कृपा नव्हे का! माणूस सर्वंकष विचारधारा ठेवून काम करत नाही म्हणून तो पृथ्वीवर इतकं दुःख भोगत आहे, अनेक समस्यांशी संघर्ष करत आहे. वास्तवात माणसाने दूरदृष्टी ठेवण्याची गरज आहे.'' राहूल म्हणाला.

''तुझ्याकडून मी जे काही ऐकत आहे तीदेखील माझ्यावर झालेली महान कृपाच आहे, अन्यथा या गोष्टींबाबत मी सदैव अंधारातच राहिलो असतो. याची जाणीव आज मला सतत होत आहे. तुझ्या या कृपेबद्दल शतशः धन्यवाद.'' सिद्धार्थ भावातिरेकाने म्हणाला.

सिद्धार्थाचं असं बोलणं ऐकून राजा सुयोधन आणि यशोदा सद्‌गदित झाले आणि त्यांच्यामध्ये कृतज्ञतेचे, धन्यवादाचे भाव जागृत झाले. सिद्धार्थाशी सहमत होऊन राजा सुयोधनांनीही राहूलला धन्यवाद दिले. ते म्हणाले, ''तू जे ज्ञान दिलंस त्यामुळे माझं जीवन सफल झालं. त्याचबरोबर मृत्यूनंतरच्या जीवनाची तयारीदेखील मी आतापासूनच करत आहे हेही आश्चर्यच नव्हे का? तू केवळ एक लहान बालक नसून आमच्यासाठी ज्ञानी महापुरुषासमान आहेस. त्यामुळे याक्षणापासूनच आम्ही आपल्याला गुरू मानतो, आपलं शिष्यत्व पत्करतो. कारण असं परमकोटीचं ज्ञान गुरूंकडूनच मिळू शकतं. आता आम्ही आपले शिष्य आणि आपण आमचे गुरुवर्य.''

''पिताजी, आपण यथार्थ बोललात. राहूलला आपण गुरूंचंच स्थान द्यायला हवं. कारण गुरूंकडून मिळालेलं ज्ञानरूपी दान असं ज्ञान आहे जे जीवनयात्रेत आपल्याला पृथ्वीलक्ष्य प्रदान करतं, ते आपण सहजपणे ग्रहण करू शकतो आणि तसंही शिष्य बनूनच तर आपण ज्ञान घेत आहोत!''

यशोदादेखील त्याच्याशी सहमत झाली आणि सर्वजण आता त्याला आदरार्थी संबोधू लागले.

राहूल मात्र लहान खोडकर बालकाप्रमाणे हसत हसत त्यांचं बोलणं अगदी लक्षपूर्वक ऐकत होता. कारण तो मान-सन्मानापलीकडील आनंदाच्या अवस्थेत होता आणि त्याचबरोबर हेही जाणत होता, की शिष्याचा गुरुप्रती आदर व विश्वासच त्याला ग्रहणशील बनवत असतो. शिष्याच्या आत्मोन्नतीसाठी ग्रहणशीलता खूपच उपयोगी सिद्ध होते.

“आपण सांगत असलेल्या गोष्टी पूर्णपणे माझ्या जीवनात उतराव्यात यासाठी मी काय करायला हवं?'' राजा सुयोधनांनी विचारलं.

“प्रथम तुम्हाला तुमचं शरीर आणि मनाचा स्वभाव जाणून घ्यावा लागेल. दररोज आपल्या जीवनात काही ना काही घटना घडतच असतात आणि लोकही त्याद्वारे आपल्याला स्वदर्शनाची संधी देत असतात. लोक आपल्याशी कसे वागतात हे पाहून आपण त्यांच्याशी वागायचं, की आपल्या समजेनुसार लोकांशी व्यवहार करायचा हे निश्चित करायचं आहे. हा निर्णय आपल्यामध्ये आमूलाग्र परिवर्तन घडवेल. मी सांगितलेल्या गोष्टी जीवनात खोलवर उतरण्यासाठी स्वदर्शन करायला हवं.

“आपला एखादा शेजारी पिकनिकसाठी जातो आणि येताना नेहमी आपल्याला काही ना काही घेऊन येतो. परंतु काही दिवसांनंतर जेव्हा तो असं करणं बंद करतो तेव्हा आपल्याला कसं वाटतं? आधी तो आपल्याला काही देत होता बदल्यात तुम्हीही त्याला काहीतरी देत होता. त्यानं तुमच्यासाठी भेटवस्तू आणणं बंद करताच, आता मीही त्याला कोणतीही भेटवस्तू देणार नाही... तो दोनवेळा बाहेर जाऊन आला पण माझ्यासाठी काही आणलं नाही... आता मीही त्याच्याशी जशास तसं वागणार आहे... असा विचार करता. अशाप्रकारचा व्यवहार समजपूर्ण नसतो. यामध्ये देवाण-घेवाणाची भावना असते.

“त्याचप्रमाणे माणसाच्या जीवनात अनेक प्रकारची आकर्षणं येत असतात. क्षणोक्षणी त्याला प्रशंसा करणारे लोक भेटतात, मोठं पद, कीर्ती, बंगला, अशा मनाला भावणाऱ्या अनेक गोष्टी जेव्हा त्याच्या जीवनात पदार्पण करतात तेव्हा त्याने स्वतःलाच प्रश्न विचारायला हवा, मी सत्याच्या यात्रेवर का निघालो आहे? यावेळी समज माझं मार्गदर्शन करत आहे का? मी योग्य प्रकारे मृत्यूमनन केलं आहे का? मला खरोखरच सर्वोच्च जीवन प्राप्त करायचं आहे का? माझ्यात 'पृथ्वीलक्ष्य' प्राप्त करण्याची इच्छा किती प्रबळ आहे? जर 'पृथ्वीलक्ष्य' मिळवण्याची अपेक्षा समोरील आकर्षणापेक्षा जास्त असेल तर आपण सहजतया मनाचे गुण वाढवू शकता.

“ही क्रिया मी, मला मिळालेल्या समजेनुसार करत आहे, की समोरची व्यक्ती आपल्याशी कशी वागते त्यानुसार माझी कृती होत आहे?' हा प्रश्न प्रत्येकाने स्वतःला विचारायला हवा. जोपर्यंत आपलं कर्म समजेनुसार घडणार नाही तोपर्यंत पृथ्वीलक्ष्य प्राप्त होणार नाही. 'पृथ्वीलक्ष्या'ची ही समज आपल्या प्रत्येक कृतीत उतरण्यासाठी आपले संकल्प बदलणं गरजेचं आहे. समजरूपी मशालीच्या प्रकाशातच जीवनाची यात्रा करायला हवी.

"'पृथ्वीलक्ष्य' जीवनात कसं उतरवावं, याबद्दल तुमच्याशी चर्चा करणं हाच आजचा मुख्य उद्देश होता, तो पूर्ण झाला. आपण यावरच आपलं मनन चालू ठेवा."

असं बोलत असतानाच राहूलला झोप लागल्याचं सर्वांनी पाहिलं. उद्या, आजपेक्षाही चांगला प्रतिसाद दिला जावा यासाठी आज जे काही राहूलकडून ऐकलं त्याची उजळणी करण्याचं सर्वांनी एकमतानं ठरवलं आणि लगेच ते मननासाठी बसले.

मननाच्या शेवटी सर्वांनी, कामाची गती वाढल्यानंतर सत्याची किती आठवण येईल या राहूलने विचारलेल्या प्रश्नावर, मनन करण्याचं निश्चित केलं. अशाप्रकारे आजच्या दिवसाचा शेवट झाला उद्याच्या सुखद प्रतीक्षेत...

दिवस २३

चेतनेच्या सर्वोच्च स्तरावर अभिव्यक्ती

सूक्ष्म जगात आत्मसाक्षात्काराची शक्यता

काल रात्री सगळेच उशिरापर्यंत जागल्यामुळे आज यशोदेच्या दिवसाची सुरुवातही थोडी उशिराच झाली. ती सिद्धार्थाला उठवण्यासाठी त्याच्या महालात गेली. उठण्यास उशीर झाला आहे हे पाहून सिद्धार्थ यशोदेला रागावला. आज त्याला अनेक महत्त्वाची कामं करायची असल्यामुळे वेळेवर उठणं त्याच्यासाठी आवश्यक होतं. त्यामुळे सिद्धार्थ खिन्न झाला आणि यशोदा नाराज होऊन त्याच्या महालातून निघून गेली.

दुःखी कष्टी यशोदा स्वतःच्या महालातच बसून राहिली. कोणत्याही गोष्टीत तिचं मन लागत नव्हतं, दोनवेळा सिद्धार्थाने तिला भेटण्यासाठी बोलावलं परंतु तिने कोणताही प्रतिसाद दिला नाही. दिवसभर हाच विचार करत राहिली, की सिद्धार्थाचं तिच्यावरचं प्रेम आता कमी झालं आहे आणि जर प्रेमच उरलं नाही तर त्याची सेवा तरी का करावी? असाही विचार क्षणार्धात तिच्या मनात डोकावून गेला. यशोदेच्या नजरेसमोर अशा कित्येक घटना आल्या जेव्हा कारण नसताना क्षुल्लक गोष्टींवरून सिद्धार्थ तिला रागावला होता. त्या सर्व घटनांची आठवण येऊन यशोदा अतिशय निराश झाली होती.

सकाळची सर्व कामं झाल्यानंतर यशोदा राहूलच्या महालात गेली. राहूलला पाहताच रात्री त्याने सांगितलेल्या सर्व गोष्टींची तिला आठवण झाली. त्वरित तिच्या लक्षात आलं, की सिद्धार्थाचं वागणं बघून नव्हे तर ती पृथ्वीवर निःस्सीम प्रेम देण्यासाठी आली आहे, तेव्हा आता तिला आपल्या समजेनुसारच प्रतिसाद द्यायला हवा. ही गोष्ट आठवताच तिचे विचार तत्काळ बदलले. तिला वाटलं खरंतर सकाळपासूनच ती 'पृथ्वीलक्ष्या'वर मनन करू शकली असती. परंतु उगाचच नकारात्मक विचारांना मनात थारा देऊन इतका वेळ वाया घालवला. यापुढे असं कधी करायचं नाही असा पक्का निश्चय करून ती लगेच सिद्धार्थाजवळ गेली. तेथे गेल्यानंतर यशोदेला आश्चर्याचा धक्काच बसला. कारण सकाळच्या वागण्याबद्दल तिने माफी मागण्याऐवजी त्यानेच

दिलगिरी व्यक्त केली. असं प्रथमच घडलं होतं. राहूल देत असलेलं ज्ञान सिद्धार्थावर सखोल परिणाम करत आहे हे तिला जाणवलं. सिद्धार्थाविषयी सकाळपासून ती जे विचार करत होती त्याबद्दल तिला अतिशय वाईट वाटलं.

दोघांनी एकमेकांची चूक स्वीकारून पूर्णता केली. त्यानंतर त्यांनी काल राहूलने सांगितलेल्या सर्व गोष्टींवर मनन केलं. ती सिद्धार्थाला म्हणाली, ''मला आजवर वाटत होतं, की विनाअट प्रेम करणं अतिशय सोपं आहे. हा गुण तर मी सहजतया आत्मसात करू शकेन, असा विश्वासही वाटत होता. परंतु प्रत्येक लहान सहान घटनेत सर्वकाही विसरून आज सकाळपासूनच निस्सीम प्रेमाचा प्रतिसाद दिला गेला असता तरच खऱ्या अर्थाने ते विनाअट प्रेम झालं असतं. अन्यथा हा गुण सहजतया प्राप्त होईल याच भ्रमात मी वावरत होते.''

आपली चूक लक्षात आल्यानंतर दोघांनाही राहूलने विचारलेला प्रश्न आठवला. आता त्यांना समजलं, की कामांची गती कमी असल्यानंतरही जर आपल्याला छोट्या छोट्या घटनेत सत्य उशिरा आठवतं तर सूक्ष्म जगात कामांच्या तीव्र गतीत ते आठवण्याची शक्यता किती कमी असेल. असं मनन केल्यानंतर योग्य प्रतिसाद देणं किती आवश्यक आहे याचं महत्त्व त्यांना समजलं.

पृथ्वीवरच सातवा जन्म प्राप्त करणं 'पृथ्वीलक्ष्य' आहे का? हा प्रश्न सिद्धार्थाला दोन दिवसांपासून सतत भेडसावत होता. यासाठी दोघांनीही या प्रश्नावर मनन केलं आणि आज रात्री राहूलला हा प्रश्न विचारायचाच असं ठरवलं. दिवसभराची सर्व कामं आटोपून रात्री तिघंही राहूलजवळ गेले. सिद्धार्थाच्या मनातला प्रश्न त्याला काही केल्या शांत बसू देत नव्हता म्हणून महालात येताक्षणी त्याने राहूलला विचारलं, ''मनाच्या प्रशिक्षणाविषयी आत्तापर्यंत तू आम्हाला सांगितलंस आणि त्याचं महत्त्वही आमच्या लक्षात आलं. परंतु मनाचं प्रशिक्षण आणि वृत्तिशून्य होणं म्हणजेच 'पृथ्वीलक्ष्य' आहे का? दोन दिवसांपूर्वी मी जेव्हा 'पृथ्वीलक्ष्या'वर मनन केलं तेव्हा मला असं वाटलं, की पृथ्वीवर सातवा जन्म प्राप्त करणं म्हणजे 'पृथ्वीलक्ष्य' असावं. हे खरं आहे का?''

राहूलला वाटलं,बहुधा तो सांगत असलेलं सत्य लक्षात आल्यामुळेच सिद्धार्थाने हा प्रश्न विचारला असावा. खुश होत राहूलने उत्तर दिलं...

''मनाचं प्रशिक्षण आणि वृत्तिशून्य होणं हा वास्तविक 'पृथ्वीलक्ष्या'चाच एक हिस्सा आहे. त्याचबरोबर पृथ्वीवरच्या जीवनातच आत्मसाक्षात्कार प्राप्त करणं हा देखील 'पृथ्वीलक्ष्या'चा सर्वांत महत्त्वाचा भाग आहे. मनाचं प्रशिक्षण ते लक्ष्य मिळवण्यासाठी

मदत करतं. सूक्ष्म जगातही आत्मसाक्षात्कार मिळवण्याची पूर्ण शक्यता असते. ती शक्यता लक्षात ठेवूनच माणूस पृथ्वीवर येतो. एखादी नवी वस्तू तयार केल्यानंतर ती वापरण्यायोग्य आहे की नाही हे प्रथम तपासून पाहावं लागतं. पाणी खेचण्याची मोटर बनवली गेली तेव्हा ती आधी चालवून बघावी लागली. ती पाणी योग्यप्रकारे ओढत आहे की नाही? पहिल्या मजल्यावर (स्तरावर) पाणी येत आहे तर सातव्या मजल्यापर्यंत पोहोचतं की नाही. त्याचप्रमाणे पार्ट वनमधून पार्ट टूपर्यंत चेतनेचं पाणी पोहोचतंय का? पार्ट टूमधून पार्ट वनमध्ये येतंय की नाही? त्याचप्रमाणे दोन्ही मार्ग खुले आहेत का? अशी सर्व माहिती माणसाला असायला हवी.

''एखादा साधू हिमालयावर ध्यान करतो आणि काही दिवसांनी पुन्हा समाजात परततो तो यासाठी, की तो खरंच काही शिकला आहे किंवा नाही हे त्याला समजावं. तेथे तो जे शिकला त्याचा उपयोग करण्यासाठी तो परत संसारात येतो. त्याचप्रमाणे सूक्ष्म जगातही मोक्ष, आत्मसाक्षात्कार प्राप्त होऊ शकतो. परंतु तेथे अधिकाधिक सुखसुविधा असल्यामुळे माणसात सत्याची तृष्णा जागणं अतिशय अवघड असतं. यासाठी तर पृथ्वीच्या शाळेचं इतकं महत्त्व आहे. आत्मसाक्षात्कार प्राप्त करायचा अशी इच्छा ठेवणाऱ्यांसाठी पृथ्वी म्हणजे जणू एक शाळाच. सूक्ष्म जगात आत्मसाक्षात्काराची शक्यता असली तरी पृथ्वीवरच आत्मसाक्षात्कार प्राप्त व्हावा असं आपल्याला वाटेल.''

राहूल देत असलेलं अमूल्य ज्ञान ग्रहण करताना सिद्धार्थाचा आनंद द्विगुणित होत होता आणि त्याचे विचार योग्य दिशेनं जात आहे याचं त्याला समाधानही वाटलं. पृथ्वी आणि सूक्ष्म जग एकमेकांशी कशाप्रकारे निगडित आहेत हे ऐकून तर तो अतिशय खुश झाला. या दोन्ही गोष्टी राहूलसमोर ठेवत सिद्धार्थ म्हणाला, ''आपण मला आधीच सांगितलं होतं, की पृथ्वी आणि सूक्ष्म जग दोन्हीही एकमेकांबरोबर जोडलेलं आहे. तेव्हा या गोष्टीवर आता शिक्कामोर्तब झालं असून याविषयी मला पूर्ण खात्री पटली आहे.''

''आपण पृथ्वीवर जे सेवेचं कार्य करतो त्याचा परिणाम सूक्ष्म जगावर होतो. त्याचबरोबर तेथे ज्या गोष्टी होत असतात त्याचा परिणाम पृथ्वीवर होत असतो. माणसाचा पृथ्वीरूपी शाळेत येण्याचा उद्देश हाच आहे. येथे ज्या सकारात्मक, सर्वोत्तम अशा गोष्टी घडत असतात त्या सर्व सूक्ष्म जगातही होत असतात. येथे काही लोक उत्कृष्ट पेंटिंग बनवतात तर काही ताजमहालासारखं आश्चर्य निर्माण करतात. ती प्रेरणा माणसाला कोठून मिळते? आपण एखादी गोष्ट बघतो तेव्हाच त्याची दुसरी प्रतिकृती बनवू शकतो

ना? पृथ्वीवर जे काही उत्कृष्ट असं बनत आहे ते सूक्ष्म जगात आधीच निर्माण झालेलं असतं म्हणून पृथ्वीवर इतकं झपाट्याने निर्मितीचं कार्य चाललं आहे. काही लोक एकत्र येऊन याचं नियोजन करत असल्यामुळे अशी कार्ये होतात. नाहीतर माणसाची बुद्धी एवढी प्रगल्भ कुठे असते? तो जास्तीत जास्त एखाद्या देशाची सीमा वाढवण्याबाबत विचार करू शकेल आणि म्हणेल, 'ही माझ्या देशाची सीमा आणि ती शेजाऱ्याच्या देशाची सीमा.' एवढंच काय ते त्याला माहिती असतं. वास्तविक सूक्ष्म जगातूनच आपल्याला सगळी मदत मिळत असते. तेथे काही गोष्टी आधीच निर्माण झाल्यामुळे आज येथे नवनिर्मिती होत आहे.

"पृथ्वीवर जेव्हा आपण एखादा ध्यानकक्ष बनवतो तेव्हा आपल्याला वाटतं ध्यानकक्षाची रचना, वातावरण इतकं प्रसन्न असावं, की लोकांना लवकरात लवकर मौनात जाता यावं. असं सुंदर स्थान पाहिल्यानंतर मग आपल्यालाही वाटतं, असं अप्रतिम स्थान प्रत्येक शहरात का निर्माण होऊ नये? जेणेकरून अनेक लोकांना त्याचा फायदा घेता यावा. कुठलंही नवनिर्माण, प्रथम सूक्ष्म जगात होतं आणि नंतर ते पृथ्वीवर येतं. अशाप्रकारे विश्वात कार्ये चालली आहेत. जर या गोष्टी आपण समजू शकत नसाल तर त्या समजण्यासाठी पृथ्वीवर कोणकोणत्या सर्वोत्तम गोष्टी घडत आहेत ते आधी बघा आणि हे समजून घ्या, की नेमकी तीच कामं सूक्ष्म जगातही चालली आहेत.

"माणसाची चेतना जेव्हा निद्रावस्थेत असते तेव्हा त्याचं मन मालक बनतं आणि चेतना जेव्हा आपल्या ध्यान शक्तीने स्वतः मालक असल्याची घोषणा करते तेव्हा मात्र मन दास बनलेलं असतं. ध्यानात 'मी शरीर नाही' ही दृढता येते आणि आपणच ध्यान आहोत असा बोध होतो. ध्यान ही अशी समज आहे, जी करायची नसून केवळ जाणण्याची गरज आहे. आपल्या अंतरंगात अव्याहतपणे मधुर संगीत (आनंद) चालूच आहे. परंतु ते ऐकण्यासाठी बाहेरील कोलाहल बंद होणं आवश्यक असतं. या गोष्टी ध्यानातच शक्य असतात. जे आपण नाही त्याला विलीन करणं म्हणजे ध्यान आणि जे आपण आहोत त्याला जागृत करणं म्हणजेही ध्यान. अशा या ध्यानाच्या कृपेचा वर्षाव होण्यासाठी असं स्थान निर्माण व्हावं असा विचार पृथ्वीवर किती लोक करतात?''

सिद्धार्थने विचार केला, सूक्ष्म जगात जर इतक्या उत्तम प्रकारे कार्य चाललं आहे तर मग पृथ्वीवरच आपल्याला आत्मसाक्षात्कार प्राप्त करण्याची काय गरज? तो तर सूक्ष्म जगातही मिळू शकेल ना? माणसाचा सातवा जन्म तर पार्ट टूमध्येही होऊ शकतो. शिवाय तेथे पृथ्वीसारख्या मर्यादाही नसतील!

माणसाच्या मनाविषयी राहूल पूर्णपणे जाणत असल्यामुळे त्याला माहीत होतं ते कसं विचार करू शकतं. म्हणून सिद्धार्थ असाच विचार करेल हे तो जाणत होता.

''सूक्ष्म जगातही आत्मसाक्षात्कार होऊ शकतो हे ऐकून माणूस लगेच विचार करेल, आता पृथ्वीवर मोक्षप्राप्तीसाठी प्रयत्न केले नाहीत तरीही चालू शकतं. कारण सूक्ष्म जगात त्याला स्वबोध मिळणारच आहे. हा विचार करून तो निश्चिंत होतो. अंतिम लक्ष्य प्राप्त करण्यासाठी मग पृथ्वीवर प्रयास करण्याची काय आवश्यकता आहे? यासाठी मन बहाणे देऊ लागतं आणि पृथ्वीवर जे पाठ शिकण्यासाठी तो आला आहे ते शिकत नाही. यासाठी मनाला येथेच प्रशिक्षण देणं किती आवश्यक आहे हे आपल्याला समजून घ्यायचं आहे. पृथ्वीवरच आत्मसाक्षात्कार प्राप्त करून जे पाठ येथे शिकलो त्याचा प्रयोग करून योग्य उपयोग करायचा आहे हे मनाला बजावून सांगा.

''मोक्षप्राप्तीच्या शक्यता पृथ्वीवरच अधिक असल्यामुळे आपण येथे आलो आहोत. आपण आपल्या मुलाला जेव्हा शाळेत प्रवेश घेण्यासाठी जातो तेव्हा मुलासाठी कोणती शाळा सर्वांत चांगली असेल? त्याला शिस्त कुठे लागेल? कोणत्या शाळेत शिकल्यामुळे तो हुशार होईल? ही सर्व चौकशी करूनच आपण त्याला शाळेत घालतो. त्याचप्रमाणे माणसासाठीही पृथ्वी एक शाळाच आहे. या शाळेत तो आपल्या जीवनाचे धडे गिरवतो आणि शिकतो. जीवनात ज्या घटना घडतात त्या आपल्याला काही शिकवायला मदत करत असतात. या घटना घडत असताना मनुष्य कधी दुःखी होतो, कधी निराश होतो. कित्येकदा अनेक अडचणींचा, संकटांचा सामना त्याला करावा लागतो. माणूस जीवनात सुख-दुःखाच्या प्रत्येक क्षणातून तावून सुलाखून निघतो तेव्हाच तो नवीन काही तरी शिकतो. प्रत्येक काम मन लावून, मेहनतीनं करणारा मनुष्य जीवनात यशाच्या शिखरावर पोहोचणारा शोधक बनतो आणि तो लवचिकही असतो.

''परंतु पृथ्वीव्यतिरिक्त आणखीही एक शाळा आहे. जेव्हा आपण पृथ्वीच्या शाळेत योग्यप्रकारे समज प्राप्त करतो तेव्हाच इतर शाळेत आपल्याला प्रवेश घेता येतो तेही अगदी थोड्या वेळेसाठी शिकवायला येणाऱ्या शिक्षकाप्रमाणे! असे शिक्षक त्या शाळेतील नसतात. जर आपल्याला पृथ्वीशिवाय दुसऱ्या एखाद्या शाळेत अशी भूमिका करायची असेल तर आधी तेथील सर्व गोष्टी शिकाव्या लागतील. मगच शिकवण्याबाबत आपण विचार करू शकाल कारण त्यावेळी शिकवणं हीदेखील आपल्यासाठी अभिव्यक्ती असेल आणि ती आपल्याला आवडेलही.''

राहूलच्या या साऱ्या गोष्टी ऐकल्यानंतर या शाळेचं महत्त्व काय आहे? ती कशी

आहे? याविषयीचं ज्ञान व त्याचं महत्त्वही विस्तारानं सांगावं असं सिद्धार्थाला वाटलं.

"माणसाला वाटतं पृथ्वीवर त्याला कमी वेळ मिळाला आहे. परंतु वेळ कितीही कमी असला तरी पृथ्वीवर तो आपली ग्रहणशीलता वाढवून सर्वोच्च अभिव्यक्ती करू शकतो. येथे अनेक घटनांमुळे आणि दबावांमुळे माणसातील सुप्त गुण जागृत होतात. ज्याप्रमाणे कोळशावर दिला गेलेला दाब त्याला हिरा बनवतो त्याचप्रमाणे माणूसही आपल्या जीवनात आलेल्या अनेक वादळांमुळे आपलं लक्ष्य गाठून महान बनतो. हेच पृथ्वीच्या शाळेचं सौंदर्य आहे. आपल्यातील सर्व शक्यता विकसित होण्यासाठीच आपण पृथ्वीवर आलो आहोत.

"माणसाचा स्वभावच असा आहे, की जर त्याच्यावर एखादी नवीन गोष्ट शिकण्यासाठी दबाव टाकला नाही तर ती शिकण्याचा त्याला कधी विचारही येत नाही. आपलं आयुष्य जसं चाललंय, अगदी उत्तम आहे. मी जसा आहे, खूप मजेत आहे. मग मला नवीन गोष्टी शिकण्याची काय गरज? असं त्याला वाटत असतं. परंतु पृथ्वीवरचं दुःख, काही घटना माणसाला शिकण्यासाठी भाग पाडतात. पृथ्वीच्या शाळेत मनाला ट्रेनिंग दिल्यानंतर आणि सर्व पाठ योग्य प्रकारे आत्मसात केल्यानंतर लक्षात येतं, वास्तविक ज्याला आपण दुःख समजत होतो ते दुःख नव्हतंच मुळी! उलट बळ होतं, प्रेरणा होती."

"याचा अर्थ आपल्याला असं म्हणायचं आहे, की पृथ्वीवर आपल्यावर दबाव असल्यामुळे आपण काही शिकून विकास करू शकतो. पण सूक्ष्म शरीरात असा कोणताही दबाव नसल्यामुळे तेथे आपण शिकू शकत नाही. असंच ना? कृपया ही गोष्ट अधिक सविस्तर सांगा." सिद्धार्थ म्हणाला.

"अवश्य. पृथ्वीवर ईश्वराने स्वतःला एका सीमेत, बंधनात अडकवून घेतलं आहे. या सीमाबंधनामुळे तो स्वतःमधील कित्येक शक्यता विकसित करू शकतो. खूप काही नावीन्यपूर्ण गोष्टी शिकू शकतो. बंधनाशिवाय या गोष्टी तो शिकूच शकत नाही. ईश्वर स्वतःसाठी शरीर निवडतो. त्याचा स्थूल शरीरात प्रवेश म्हणजे बॅक ब्रीज तोडण्याप्रमाणे आहे. स्थूल शरीर त्याच्यासाठी बॅक ब्रीज (परतीचा मार्ग) आहे. बॅक ब्रीज तुटून एकदा पृथ्वीवर आल्यावर मग दोनच पर्याय त्याच्यापुढे उरतात. प्राचीन काळी एखाद्या राज्याची सेना युद्धासाठी कूच करायची, त्यावेळी पूल पार केल्यानंतर तो तोडून टाकला जायचा. त्यापाठीमागे हेतू हा होता, की युद्धभूमीवरून घाबरून कोणी परत फिरू नये. त्यावेळी सैनिकांकडे दोनच पर्याय असायचे लढा किंवा मरा. त्याचप्रमाणे मानवी शरीर प्राप्त होणं

म्हणजे बॅक ब्रीज तुटणं होय. यामुळे आपण वेळेपूर्वीच पार्ट टूमध्ये जाऊ शकत नाही. स्थूल शरीर मिळताच हा तोडला जातो. असं समजा, की आपल्याजवळ जगातील साऱ्या सुखसुविधा, ऐषआराम उपलब्ध आहेत. आपल्याला काही करण्याची आवश्यकता नसल्यामुळे आपण काम करत नाही. आपलं जीवन अगदी मजेत चाललं आहे. जीवनात कोणतीही बाधा नाही. अशावेळी लक्षात येईल, की जीवनाच्या अंतापर्यंत आपण काही शिकलोच नाही, आपला सर्वांगीण विकास झालाच नाही कारण त्याची आपल्याला कधी गरजच भासली नाही.

‘‘मात्र सूक्ष्म जगात आपल्याला ‘महानिर्वाण निर्माण’ करण्यासाठी गुणांची आवश्यकता असते. तेथे वेळेचं कोणतंही बंधन नसल्यामुळे महानिर्वाणासाठी जे गुण अत्यावश्यक आहेत ते शिकण्यासाठी पृथ्वीवर येऊन, शरीराच्या सीमेत राहून कार्य करण्याची गरज असते. येथे आपल्याला वेळ, स्थूल शरीर, पैसा, कमजोरी, झोप, आजार यांसारखी अनेक बंधनं असतात. कोणतंही कार्य करायचं असेल तर ते वेळ आणि सीमेपलीकडे जाऊन करावं लागतं. अशा प्रकारे सगळी आव्हानं आणि बंधनं असली तरी कार्य, वेळेवर आणि कुशलतेने पूर्ण करण्याचा गुण आपण स्वतःमध्ये निर्माण करतो. खरंतर बंधन हे अभिव्यक्ती प्रकट करण्यासाठी असतं. बंधन नसतं तर माणूस खुलून अभिव्यक्ती करू शकला नसता. रेल्वेचे रूळ जरी बंधन असले तरी रेल्वेचा प्रवास मात्र निश्चितच अभिव्यक्ती ठरू शकतो.

‘‘आणखी एका उदाहरणाने आपण हे समजू. पृथ्वीवर जर आपल्याला एका शहरातून दुसऱ्या शहरात जायचं असेल तर एक वेळ ठरवावी लागते. कारण स्थूल शरीराला एका जागेवरून दुसऱ्या जागेवर जाण्यासाठी वेळ लागतो. तरीही आपण हे बंधन स्वीकारून कार्य करीत राहतो. या बंधनामुळे वेळेचं नियोजन, धैर्य आणि कामाची आखणी हे गुण स्वतःमध्ये आणतो. पृथ्वीवर असलेल्या बंधनामुळेच आज आपण अशाप्रकारे कित्येक गुण अंगीकारतो. यासाठी शरीर प्राप्त करण्याला बॅक ब्रीज तोडणं म्हटलं आहे. जो तुटल्यानंतर माणूस पृथ्वी सोडून वेळेपूर्वीच सूक्ष्म जगात परत जाऊ शकत नाही. लढणे किंवा मरणे या दोन गोष्टींची आठवण माणसाला राहते पण जगण्याची महत्त्वपूर्ण गोष्ट मात्र तो विसरून जातो. ज्या लोकांच्या मनात आत्महत्येचे विचार येतात त्यांनी हे नीट समजून घेतलं पाहिजे, की ते मागचा पूल (बॅक ब्रीज) तोडून पृथ्वीवर आले आहेत म्हणून त्यांना लढायचं आहे. येथे लढाई याचा अर्थ विवेक आणि कमकुवत मन यांच्याशी निगडित आहे. ही लढाई समजेची, जाणिवेची आहे, तलवारीची नाही. यात विवेकाची तलवार आणि समजेची ढाल यांचा उपयोग केला तर माणूस खऱ्या

अर्थाने जीवन बनून जगेल. ईश्वर आपले गुण वाढवण्यासाठी स्थूल शरीराची निवड करतो. याचाच अर्थ स्थूल शरीर धारण करून तो पलायनासाठी असणारा पूल तोडतो. ईश्वर स्थूल शरीराशी एकदा जोडला गेला, की तो सूक्ष्म जगात तोपर्यंत जाऊ शकत नाही जोपर्यंत पृथ्वीवर असलेले सारे धडे शिकत नाही, सर्व गुण आत्मसात करत नाही.''

''तर काय चेतनेच्या सर्वोच्च स्तरावर कार्य करण्यासाठी आपण पृथ्वीला निवडलं...'' मध्येच सिद्धार्थाने विचारलं.

''हो, अगदी बरोबर, वास्तविक याच उद्देशामुळे पृथ्वीवरच्या जीवनाची निवड करण्यात आली. जेणेकरून आपल्याला चेतनेच्या सर्वोच्च स्तरावर अभिव्यक्ती करता यावी. पृथ्वीवर येण्याचा निर्णय अतिशय विचारपूर्वक घेतला गेला. परंतु माणूस हे सर्व विसरल्यामुळे येथे विनाकारण दुःख भोगतो. तेव्हा त्याला आठवण करून दिली जाते, बाबा रे, तू पृथ्वीवर का आला आहेस? तुझा येथे येण्याचा उद्देश काय आहे? त्यावर तो काही वेळ थांबून विचार करतो आणि सांगतो, की आता माझ्याजवळ जितका वेळ शिल्लक आहे त्याचा मी सदुपयोग करेन. जास्तीत जास्त गोष्टी शिकून लवकरात लवकर पृथ्वीलक्ष्याची तयारी करेन. पृथ्वीवरच मनाला अकंप आणि निर्मळ बनवून येथे असलेल्या व्यवस्थेचा फायदा घेईन.

''पृथ्वीवर आपल्यासाठी अनेक लोक काम करत आहेत. आपल्या आसपास कार्य करणारे सेवक, आपले नातेवाईक, दररोज आपल्याला भेटणारे लोक. वास्तविक ते सर्व आपल्याला 'पृथ्वीलक्ष्य' प्राप्त व्हावं यासाठी मदतच करत असतात. परंतु त्यांना आणि आपल्यालाही हे माहीत नसतं इतकंच!

''चेतनेच्या उच्च स्तरावर म्हणजेच सातव्या स्तरावर नेहमीच कमी लोक आढळतात. खूप कमी लोक या सातव्या स्तरापर्यंत पोहोचलेले दिसतात. जर आपण पृथ्वीवर सर्वेक्षण करून बघितलं तर आपल्याला समजेल कित्येक लोकांना पृथ्वीवर येण्याचं आपलं लक्ष्यच ठाऊक नाही. त्यांना हेही माहीत नाही, की येथेच आपल्या मनाला अकंप, प्रेमन, निर्मल आणि आज्ञाधारक बनवायचं आहे. फारच कमी लोकांना ही गोष्ट ज्ञात असते. त्याहून कमी लोक यावर विश्वास ठेवतात आणि त्यातील अगदी थोडे लोक तशाप्रकारचं जीवन जगण्याचा प्रयत्न करतात. जे लोक या लक्ष्यानुसार जीवन जगतात तेच चेतनेच्या सातव्या स्तरावर पोहोचतात. परंतु या थोड्या लोकांना कमी समजू नका, या थोड्या लोकांमुळेच विश्व चाललेलं असतं.''

''मलाही चेतनेच्या सर्वोच्च स्तरावर कार्य करायचं आहे. त्यासाठी आणखी काय

करावं लागेल?''

जणू काही राहूलला सिद्धार्थाकडून हाच प्रश्न अपेक्षित होता. परंतु राजा सुयोधन आणि यशोदेला मात्र, सिद्धार्थ यावर विचार कसा करू शकला हे कोडं उलगडलं नाही. त्यांच्यासाठी ते गूढ होतं. त्याचं उज्ज्वल भविष्य राहूलला स्पष्ट दिसत होतं. त्याने उत्तर दिलं, ''बाबा, सर्वप्रथम हे समजून घ्या की, चेतनेच्या उच्च स्तरावर मोठ्या आणि महान गोष्टींची निर्मिती होते तर निम्न स्तरावर क्षुल्लक आणि अनावश्यक गोष्टींची. मग आता आपल्याला सर्वोच्च हवं आहे, की निम्न चेतनेत राहून आपण संतुष्ट आहात? हा प्रश्न उद्‌भवतो आणि या उत्तरातच आपल्या जीवनाचा सर्वांत मोठा निर्णय दडलेला असतो.

''सर्वोच्च स्तर जर उपलब्ध आहे तर मग तोच का प्राप्त करू नये? असा निर्णय जर आपण घेतला तर या निर्णयाने आपलं संपूर्ण जीवन बदलून जातं. पण माणसाला सर्वोत्तम स्तर म्हणजे काय हेच माहीत नसल्यामुळे अज्ञानवश तो निम्न स्तराचीच निवड करत राहतो. सर्वोच्च स्तर निवडल्यानंतर आपल्याला समजतं, की आपली किती तयारी झाली आहे. अजूनही आपण लहानसहान गोष्टीत तर अडकत नाही ना? असं जर असेल तर सूक्ष्म जगाची यात्रा आपल्यासाठी कठीण बनू शकेल. कारण आपल्याला तेथे जो आविष्कार करायचा आहे तो आपण करू शकणार नाही. हे सर्व ऐकल्यानंतरही चेतनेच्या निम्न स्तराची आपण निवड केलीत तर अतिशय नुकसान होईल. येथे पृथ्वीवर आपण दुःख भोगालच शिवाय सूक्ष्म जगातही आत्मसाक्षात्कार होण्याची शक्यता दुर्मिळच. तेव्हा आता आपल्याला प्रथम हे निश्चित करायचं आहे, की चेतनेच्या कोणत्या स्तरावर अभिव्यक्ती करायची आहे?''

''आपल्याकडून हे अनोखं ज्ञान श्रवण केल्यानंतर मी माझ्या संपूर्ण जीवनाचा निर्णय घेतला आहे, की मला चेतनेच्या सर्वोच्च स्तरावरच अभिव्यक्ती करायची आहे.'' सिद्धार्थ म्हणाला.

सिद्धार्थाचं बोलणं ऐकून राजा सुयोधन आणि यशोदा अचंबित झाले. तो हा निर्णय इतक्या झटपट सहजपणे कसा घेऊ शकला? तिघंही एकत्रच या ज्ञानपूर्ण गोष्टी ऐकत होते परंतु तरीदेखील सिद्धार्थाला अशी कोणती जाणीव अधिक तीव्रतेने झाली असावी, ज्यामुळे तो हा सर्वोच्च निर्णय त्वरित घेऊ शकला? या गोष्टीचं त्यांना अप्रूप वाटत होतं. परंतु तितकंच ही गोष्ट समजणं त्यांच्या आवाक्याबाहेरचं होतं. मात्र या गोष्टींचा संदर्भ भविष्यात होणाऱ्या घटनांशी जुळलेला होता. भविष्यामध्ये काय दडलंय हे केवळ एका ईश्वरालाच ठाऊक होतं!

"बाबा, आपल्याला ही बाब अधिक स्पष्ट व्हायला हवी, की पृथ्वीवर आणि सूक्ष्म जगात दोन्ही ठिकाणी चेतनेचा स्तर वाढविण्यासाठी आणि आत्मसाक्षात्कार प्राप्तीसाठीचं मार्गदर्शन उपलब्ध आहे. फक्त मनाने त्यासाठी कोणताही बहाणा देऊ नये इतकंच. माणूस जेव्हा चेतनेच्या सातव्या स्तरावर पोहोचतो तेव्हा त्याला तेजप्रेमाची उंची प्राप्त होते, त्याच्या जीवनाचं उद्दिष्ट साध्य होतं. माणूस हिरे मिळवल्यानंतरही भीक मागतो याचाच अर्थ त्याचा चेतनारूपी अनमोल ठेवा हरवला आहे. कमावलेली दौलत शिल्लक राहण्यासाठी ती टिकवणंही तितकंच महत्त्वाचं असतं. त्यासाठी उच्च चेतना असणाऱ्यांच्या सान्निध्यात आपल्याला राहावं लागेल, चेतनेची खरी दौलत ओळखायला शिकावं लागेल. आज आपण ज्या घटना बघत आहोत त्या पुढे घडणाऱ्या घटनांची तयारी आहे, चाहूल आहे. जर आपण ही तयारी योग्य प्रकारे करू शकलात तर पुढेही योग्य प्रतिसाद देऊ शकाल. आज मृत्यूनंतरचं जीवन, पृथ्वीवरचं आणि सूक्ष्म जगाविषयीच्या जीवनाचं ज्ञान आपल्याला शब्दात मिळतंय हीदेखील आपल्यासाठी पुढची तयारी आहे, कृपा आहे.

"आपण 'पृथ्वीलक्ष्य' पूर्ण कराल तेव्हा आपलं जीवन महाजीवनात परिवर्तित होईल. सामान्य माणसाचं जीवन आणि महाजीवन यात खूप अंतर आहे. जे लोक पृथ्वीवर संपूर्ण अभिव्यक्ती करतात, चेतनेच्या सर्वोच्च स्तरावर कार्य करतात त्यांचं जीवन महाजीवन बनतं. या महाजीवनावर उद्या सविस्तर बोलू. बाबांप्रमाणे, पृथ्वीवरच चेतनेच्या सर्वोच्च स्तरावर कार्य करायचंच असा दृढ निश्चय आज आपल्या दोघांनाही करायचा आहे."

हा संदेश देऊन राहूल गाढ झोपी गेला. त्याला झोप लागलेली पाहून तिघंही आपापसात चर्चा करू लागले. चेतनेच्या सातव्या स्तराविषयी बोलत असताना राहूलचा चेहरा तेजानं उजळून निघाला होता. त्याच्या चेहऱ्यावर एक वेगळीच आभा प्रकटली होती आणि ते भाव पाहून सर्वांनाच चेतनेच्या सर्वोच्च स्तरावर कार्य करण्याविषयी प्रेरणा मिळत होती. राहूलचा संकेत समजून घेऊन त्याच प्रश्नाने सर्वांनी मननाची सुरुवात केली.

मनन पूर्ण झाल्यानंतर राजा सुयोधनांनी आणि यशोदेनं सिद्धार्थाला विचारलं, "आज इतका मोठा निर्णय इतक्या सहजासहजी कसा घेऊ शकलात? आमच्यासाठी हे अगदी अनपेक्षित होतं."

"त्यात काय विशेष, पिताजी हा निर्णय तर अतिशय सोपा आहे, त्यात नवल

वाटावी अशी कोणतीही बाब नाही. राहूल देत असलेलं बहुमूल्य ज्ञान जे कोणी हे ज्ञान ऐकतील त्यांच्यासाठी हा निर्णय घेणं चुटकीसारखं आहे. आपणही हा निर्णय सहजपणे घेऊ शकता'' असं उत्तर देऊन सिद्धार्थानं झोपण्यासाठी आपल्या प्रासादात प्रस्थान केलं.

खरोखरच हा निर्णय घेणं इतकं सोपं आहे का असा विचार राजा सुयोधन आणि यशोदेच्या मनात वारंवार येत होता. राहूलकडून इतकं ज्ञान प्राप्त केल्यानंतर आता आपल्यालाही हा संकल्प करायलाच हवा यावर एकमत होऊन ते दोघंही सिद्धार्थाच्या सर्वोच्च निर्णयात सहभागी झाले. अशाप्रकारे आजच्या दिवसाच्या भाळी या सर्वोत्कृष्ट निर्णयाचा कुंकुमतिलक लावला गेला.

दिवस २४

महाजीवन
केंद्रावर स्थापित होण्याचं रहस्य

चेतनेच्या सर्वोच्च स्तरावर अभिव्यक्ती करण्याचा निर्णय घेणं अतिशय सोपं होतं परंतु त्या निर्णयावर अटळ राहण्यासाठी प्रत्येक क्षणी सजग राहण्याची आता किती आवश्यकता होती हे सर्वांना कळून चुकलं होतं. आमचं जीवन महाजीवन बनावं, असं शब्दात व्यक्त करणं फार सोपं, परंतु तशा क्रिया आपल्याकडून घडणं अत्यंत महत्त्वपूर्ण असतं. जीवन आणि महाजीवन यामधील फरक समजण्यासाठी दिवसभर सर्वांनी या गोष्टीवर सखोल मनन केलं. साधारण जीवन व महाजीवन म्हणजे काय हे समजण्याचा प्रयत्न केला. मननामुळे आज तिघंही अत्यंत खुश होते. ब्रह्मांडातील अनेक रहस्यांचं आकलन होत असल्यामुळे एक वेगळंच तेज त्यांच्या चेहऱ्यावर प्रकटलं होतं. पुढचं रहस्य जाणण्याच्या उत्सुकतेने रात्री ते राहूलच्या महालात पोहोचले.

''गुरुवर्य, 'पृथ्वीलक्ष्य' प्राप्त केल्यानंतर आमचं जीवन महाजीवन बनेल असं आपण म्हणत आहात. परंतु ते कसं शक्य आहे? त्यासाठी आम्हाला विचार आणि क्रियांमध्ये कोणतं परिवर्तन आणावं लागेल? चेतनेच्या सर्वोच्च स्तरावर अभिव्यक्ती कशी करता येईल?'' राजा सुयोधनांनी विचारलं.

''कित्येक वर्षांपासून माणूस हाच विचार करतो आहे, की तो जे करतो तेच योग्य आहे. त्यामुळे आपल्या अशा मर्यादित विचारधारांमुळे तो कधी प्रगती करू शकला नाही. खूप कमी लोक या मर्यादेपलीकडे जाऊन विचार करू शकले. जे लोक बुरसटलेल्या विचारातून आणि मान्यतेतून बासरीप्रमाणे रिक्त झाले त्यांच्याद्वारे जीवनानं काही नवनिर्माण केलं, उन्नती केली. अशा लोकांनी मग केवळ बाह्य जगातच नव्हे तर अंतर्जगातही निर्माणाचं कार्य केलं. त्या शरीराद्वारे ईश्वराने मोकळेपणाने आपली अभिव्यक्ती केली, मोठमोठे आविष्कार केले. स्वतःचा भरपूर आनंद घेतला आणि अशाच लोकांनी महाजीवन प्राप्त केलं असं आजवर मानलं गेलं आहे.''

''याचा अर्थ महाजीवन केवळ काही लोकांनाच मिळू शकतं? प्रत्येक माणूस महाजीवन प्राप्त करू शकत नाही का?'' सिद्धार्थने मध्येच प्रश्न विचारला.

आता त्याचा प्रत्येक प्रश्न, त्याचं जीवन अव्यक्तिगत होऊ लागलं आहे या गोष्टीकडेच इशारा करत होता. ''लोकांपर्यंत ज्ञान पोहोचवण्यासाठी अशाच लोकांची गरज असते. जे सर्वांच्या हिताचा विचार करतात, मनात सदैव इतरांच्याच कल्याणाचा विचार असतो. त्यांचं जीवन अव्यक्तिगत बनतं. सामान्य माणसाच्या मनात जेव्हा असे प्रश्न निर्माण होतात तेव्हा तो खऱ्या अर्थानं सत्यशोधक बनतो आणि जीवनाच्या सत्याविषयीचा शोध घेऊ लागतो. महाजीवनाच्या यात्रेत जेव्हा तो प्रथमच जीवन आणि मृत्यूविषयीचं सत्य ऐकतो तेव्हा त्याला, असं कसं शक्य आहे? हे तर अतार्किक आहे याचं आश्चर्य वाटतं. हे तर असंच झालं ना, एखाद्या कवीने जीवनानंतर 'जीवन' याविषयी कल्पना केल्या असाव्यात. परंतु आपण मात्र आता मृत्यूनंतरचं जीवन म्हणजे एखादी कविकल्पना नाही हे जाणता.

''मृत्यूनंतर जीवन आहे हे मानून पृथ्वीवर जगणं हा सर्वोत्तम उपाय आहे. या जीवनातच सर्वांना महाजीवन मिळणं शक्य आहे, हे ज्यावेळी आपण अनुभवाने जाणाल त्यावेळी आपल्याला खूप आश्चर्य वाटेल आणि जेव्हा 'महाजीवन'च आपला अनुभव बनेल तेव्हा तर सगळ्या मान्यतांपलीकडे निघून जाल.''

''याचा अर्थ महाजीवन म्हणजे काय हे मला स्वतःच्या अनुभवाने जाणावं लागेल तर!'' सिद्धार्थ म्हणाला.

''आपण एकदम योग्य बोललात. महाजीवनाविषयी केवळ शब्दांनी जाणणं पर्याप्त होणार नाही. जेव्हा आपलं जीवन महाजीवन बनेल, आपण स्वतःच्या अनुभवातून महाजीवनाविषयी जाणाल तेव्हाच आपल्या मनातल्या साऱ्या मान्यता गळून पडतील.

''शब्दात सांगायचं झालं तर जेथे जीवनाचा जन्म होतो आणि मृत्यूचा मृत्यू होतो तेच महाजीवन! अहंकाराची खरखर, बडबड बंद होताच जीवनाचा जन्म आणि मृत्यूचा मृत्यू होऊ शकतो. यासाठी माणसात भक्ती निर्माण व्हायला हवी. त्यामुळे प्रेम त्याचा स्वभाव बनतो, माणसाच्या जीवनातून भक्ती काढून टाकली तर आनंदही निघून जातो. जेव्हा भक्तीमध्ये माणूस आपल्या व्यक्तिगत अहंकाराच्या मृत्यूसाठी तयार होतो, तेव्हा जीवनानंतरचं जीवन म्हणजेच महाजीवनाचा जन्म होतो आणि मृत्यूचं भय कायमचं दूर होतं.

"भक्ती म्हणजे माणसाला मिळालेलं सर्वश्रेष्ठ वरदान आहे. जोवर माणसाला आत्मसाक्षात्कार प्राप्त होत नाही तोवर भक्तीचा हा उपहार त्याला सतत स्मरण देत राहतो. भक्तीमध्ये मन पुन्हा एकदा तेजअज्ञानी बनून पूर्वावस्थेत येतं. भक्ती स्वतःमध्ये बीजही आहे आणि फळही आहे. ज्यांना जीवनात भक्तीरूपी अनमोल ठेवा मिळतो ते अत्यंत भाग्यवान होत. कारण त्यानंतर माणसाला जगातील प्रत्येक गोष्ट क्षुल्लक वाटू लागते. भेटवस्तू, पद, प्रतिष्ठा, मायेची कुठलीही गोष्ट त्याच्या मनाला आकृष्ट करू शकत नाही. ज्याप्रमाणे कमलपत्रावर पाणी टाकलं तरी ते टिकत नाही त्याप्रमाणे थोड्याशा भक्तीनेही मनाचे सारे विकार नष्ट होतात, अहंकार विलीन होतो.

"आपल्या जीवनात ज्या काही घटना घडतात, त्या वास्तविक आपल्या अंतःप्रेरणेचा परिणाम असतो. आपल्या आंतरिक भावनेप्रमाणेच घटना घडतात. मात्र ती भावना किती प्रभावशाली असते याचा नेमका अंदाज आपल्याला येत नाही. आनंदमय भावनांचा, आनंदमय भक्तीचा प्रभाव इतका व्यापक असतो, की एक आनंदी माणूस संपूर्ण विश्वाला बदलू शकतो. आनंदात, प्रेमात इतकी प्रचंड शक्ती असते, अगाध ऊर्जा असते. तिच्या प्रभावाने आपण चुंबक बनून आपल्याला हवं ते सहजपणे प्राप्त करू शकतो. अशी अवस्था येण्यासाठीच खरं तर आपल्याला माणसाचा जन्म मिळाला आहे. महाजीवन जगणं हाच खरा जीवनाचा उद्देश आहे. कारण याच अवस्थेत माणूस मोकळेपणाने अभिव्यक्त होऊ शकतो. अहंकारापलीकडे जाऊन आपल्या अस्सल जीवनाची सुरुवात करू शकतो. आज आपल्या सर्वांना जे प्रश्न मी विचारणार आहे त्या प्रश्नांच्या उत्तरातच आजची आपली अवस्था दडलेली आहे. तेव्हा प्रत्येकानं त्यांची उत्तरं द्यायची आहेत.

'आजवर आपण महाजीवन जगत होता की नाही?'

'आजही आपल्यात अहंकाराच्या महत्त्वाकांक्षा आहेत का?'

'जीवनाचं संपूर्ण लक्ष्य आपल्याला प्राप्त झालं आहे का?' "

राहूलचे हे सर्व प्रश्न निरुत्तरित, त्याचबरोबर सजग करणारे होते. या प्रश्नांवर सगळ्यांनी काही वेळ मनन केलं.

नेहमीप्रमाणे सर्वप्रथम सिद्धार्थ म्हणाला, "मला वाटतं आत्तापर्यंत तरी माझं जीवन, महाजीवन झालेलं नाही. दिवसभराच्या कामाचा आढावा घेतल्यानंतर मला वाटतं, की कित्येकदा माझ्यात अहंकार जागृत होतो आणि मी मान्यतांमध्ये अडकून त्या घटनांमध्ये

तसाच प्रतिसाद देतो. त्यावेळी मला काही आठवत नाही. याचाच अर्थ जीवनाचं संपूर्ण लक्ष्य अद्याप मला प्राप्त झालं नाही. परंतु 'ते लवकर प्राप्त व्हावं'अशी तीव्र इच्छा आता माझ्यात जागृत झाली आहे.''

यशोदा आणि राजा सुयोधनांची अवस्थाही याहून वेगळी नव्हती. दोघांनी सिद्धार्थ सांगत असलेल्या गोष्टीला दुजोरा दिला. तिघांचीही अवस्था जाणून घेत राहूल म्हणाला, ''आयुष्यात माणूस आपल्या महत्त्वाकांक्षेला खूप महत्त्व देत असल्यामुळे नक्की काय करायचं हेच त्याला समजत नाही. आजवर आपण मृत्यूविषयी जे ज्ञान प्राप्त केलं त्याआधारे आपल्याला चेतनेचा स्तर वाढवावा लागेल. मृत्युरहस्य पूर्णपणे जाणून त्या आधारावरच पृथ्वीवरचं आणि सूक्ष्म जगातलं जीवन जगायला सुरुवात करताच आपल्या जीवनाचं महाजीवनात रूपांतर होईल. असं जर झालं नाही तर जीवनात आपल्याला नेहमी काही तरी उणीव भासत राहील, अपूर्णता जाणवत राहील. कारण जे प्राप्त करण्यासाठी आपण पृथ्वीवर आलो होतो ते तर मिळालंच नाही! अशी अपूर्णतेची, असंतुष्टीची भावना मनात बाळगून आपल्याला सूक्ष्म जगात जायचं नाही. तेथे जाताना आपल्यात पूर्णत्वाची भावना असायला हवी आणि ती पूर्णता अनुभवण्यासाठी आपलं जीवन 'महाजीवन' बनायला हवं.''

सिद्धार्थाच्या मनातली चलबिचलच सांगत होती की, त्याच्या मनात महाजीवन प्राप्त करण्याविषयीची तीव्रता जागृत झाली होती आणि त्यात असणाऱ्या बाधांमधून तो लवकर मुक्त व्हावा असंच राहूलला वाटत होतं.

''यासाठी आधी मृत्यूविषयीचं सारं ज्ञान आपल्याला आचरणात आणावं लागेल. खरंतर मृत्यूविषयी जाणणं सर्वांत सोपं आहे. परंतु ही सोपी गोष्टच माणसाचा पृथ्वीवरचा पूर्ण वेळ वाया घालवते आणि माणूस सत्य न जाणता अज्ञानातच पृथ्वीवरून माघारी जातो. हा तर खूपच महागडा सौदा झाला ना! याची जबर किंमत माणसाला चुकवावी लागते. म्हणून आपण लवकरात लवकर महाजीवन प्राप्त करावं यासाठी ही तयारी चालली आहे. आपण जेव्हा मृत्यूला जाणाल, मृत्यूविषयी मनन कराल तेव्हा आपल्याही मनातून अशीच घोषणा निघेल, 'यापुढे कोणताही मृत्यू नाही, आता जीवनाचा जन्म झाला आहे.''

राहूल असं आवेशानं बोलत असताना राजा सुयोधन त्याच्याकडे टक लावून पाहात होते. त्याचे काही शब्द त्यांच्या काळजाचा छेद करत होते.आज चर्चेची सुरुवातच त्याने जीवनाचा जन्म, मृत्यूचा मृत्यू अशा प्रकारचे शब्द वापरून केली होती. या शब्दांवरच

राजा सुयोधनाचं लक्ष केंद्रित झालं होतं त्यांना त्याचबरोबर राहूलचं कौतुकही वाटत होतं. ''आज आपण चर्चेची सुरुवातच अशा तऱ्हेचे शब्द वापरून करत आहात याचं काही विशेष कारण आहे का?'' राजा सुयोधनांनी विचारलं.

''काळाप्रमाणे शब्दही बदलतात. प्रत्येक युगात नवीन शब्द निर्माण होतात आणि शब्दावली बदलत जाते. परंतु ज्यात आपण शब्दांपलीकडचा अनुभव प्राप्त करून स्थित होतो ते 'महाजीवन.' म्हणून जीवन शब्दाऐवजी 'महाजीवन' या शब्दाचा प्रयोग येथे केला. या जीवनात आपल्याला शब्दांपलीकडे असलेलं अनुभवाचं, मौनाचं ज्ञान प्राप्त करायचं आहे. सुरुवातीला जेव्हा आपण असे शब्द ऐकतो तेव्हा लगेच त्याचा अर्थ लक्षात येत नाही. त्यामुळे माणूस शब्दांमध्येच अडकतो.

''आपल्या जीवनातील बेहोशी नाहीशी होऊन सजगता प्राप्त होताच आपल्याला समजतं, जे जीवन आपण जगत आहोत त्यापलीकडेही आणखी एक जीवन उपलब्ध आहे. माणसाच्या स्थूल शरीराच्या मृत्यूनंतर त्याच्या जीवनाचा अंत होत नाही. कारण माणसाचं शरीर निर्माण होण्यापूर्वी आणि शरीराच्या मृत्यूनंतरही जीवन विद्यमान असतं. अशाप्रकारे सचेत राहून जीवनाविषयी योग्य प्रकारे मनन करताच आपली महाजीवनाची यात्रा सुरू होईल. यमराज कोण आहे यावर आपण कधी विचार केला आहे? यमराजाशी कधी मैत्री केली आहे? हे प्रश्न ऐकून आपण बुचकळ्यात पडाल की, यमराज आपला मित्र कसा होऊ शकतो? आहे ना आश्चर्य! परंतु तेच तर महाजीवन आहे, ज्यात जीवन आणि मृत्यूपलीकडचं ज्ञान मिळतं. जो ज्या वस्तूंचा दाता आहे त्याच्याकडून तीच वस्तू मागायला हवी. नाहीतर माणसाची दिशाभूल होते, फसवणूक होते. महाजीवनाचं ज्ञान जर मिळवायचं असेल तर मृत्यूपेक्षा चांगला शिक्षक, सुहृद आणखी कोण असू शकतो?

''यासाठी महाजीवनाची सुरुवातच योग्य प्रकारे होणं आवश्यक आहे. जेव्हा आपण सजग राहाल, सर्व मान्यतांमधून बाहेर पडाल, मृत्यूच्या महासत्यावर मनन कराल तेव्हाच महाजीवनाचं रहस्य आपल्या लक्षात येईल. नाहीतर महाजीवन म्हणजे काय, हेदेखील आपण कधी जाणू शकणार नाही. चुकीच्या पद्धतीने मननाची सुरुवात केली तर आपल्याला मृत्यूचं रहस्य कसं समजेल? मृत्यूविषयीची अशी कोणती रहस्यं आहेत जी आजवर आपण जाणली नाहीत? खरोखरच आपल्याला मृत्यूवर विजय प्राप्त करायचा आहे का? अशाप्रकारच्या प्रश्नांवर जेव्हा आपण प्रामाणिकपणे मनन कराल तेव्हाच खऱ्या अर्थानं आपल्या महाजीवनाची यात्रा सुरू होईल.''

'महाजीवन' या विषयावर भरभरून बोलत असताना राहूल स्वतःमध्येच इतका

हरवून गेला होता, की त्याला न वेळेचं भान होतं न आजुबाजूच्या वातावरणाचं. चर्चेदरम्यान यशोदेला वाटलं, अहंकार तर माणसाच्या जीवनाचा अविभाज्य हिस्सा आहे, त्यातून इतक्या सहजासहजी मुक्ती कशी मिळू शकते? जीवनात सुख-दुःख तर रोजच येत जात असतात आणि त्यातच तर जीवनाचा खरा आनंद सामावलेला आहे. आपले हे विचार मांडायलाच हवेत म्हणून ती म्हणाली, ''गुरुवर्य, आपण म्हणता, अहंकारातून मुक्त होणं म्हणजेच महाजीवन आहे पण मला असं वाटतं, की माणसाच्या जीवनात जर सुख-दुःख समाविष्ट नसतील तर त्याचं जीवन किती अर्थहीन असेल नाही? कारण अशा गोष्टींमध्येच तर जीवनाचा खरा अर्थ सामावलेला आहे, त्यातच आनंद दडलेला आहे. तेव्हा या गोष्टीतून मुक्त व्हावं असं आपण का म्हणत आहात?''

हे ऐकून राहूल खळखळून हसला, त्याला आपलं हसणं आवरता आलं नाही.

राहूल घेत असलेला आनंदाचा आस्वाद पाहून सर्व आश्चर्यचकित झाले. प्रत्येकक्षणी राहूल इतका खुश कसा राहू शकतो? यामागे काय कारण असावं?

''माणूस नेहमी जीवनात गोल गोल फिरत राहतो आणि त्यातच जगतो. जेव्हा आपण या चक्रातून, गोलाईतून मुक्त व्हाल, तेव्हाच चेतनेच्या सर्वोच्च स्तरावर कार्य करण्याचा निश्चय करू शकाल. कारण या चक्रात माणसाला जीवनही मिळतं आणि मृत्यूही... कारण जन्म आणि मृत्यू यातील अवकाश म्हणजे जगणं हे त्यांना माहीत नसतं. निश्चितच ते निरभ्र असावं ही प्रत्येकाची इच्छा असते. पण मनाच्या अज्ञानामुळे माणसाला जगणं नकोसं होतं. ज्यांच्यात ऊर्जा टिकून राहते ते यशोगाथा लिहितात. इतर लोक मात्र आयुष्याला ओझं मानतात. तक्रार करून आपल्या वेदनेचे हुंदके इतरांपर्यंत पोहोचवतात. अशाप्रकारे जीवन-मृत्यूचं चक्र अव्याहत चाललेलं आहे. निरंतर त्याच चक्रात राहात असल्यामुळे दुसरी गोष्टही त्याच्यासमोर प्रकटते. जीवन आहे तर मृत्यूही असतो. सन्मान असेल तर अपमानही असतो. सुख असतं तर दुःखही असतं. यश असेल तर अपयशही असतं. असं हे चक्र अव्याहतपणे फिरत असतं. कित्येक वेळा या घटनांमध्ये असणारं अंतर काही तासांचं असतं तर अनेकदा ते काही वर्षांचंही असू शकतं. अद्यापही आपण या चक्रात फिरत आहात याचाच अर्थ आपलं जीवन महाजीवन बनलं नाही. जेव्हा आपण या चक्रातून मुक्त व्हाल तेव्हाच खऱ्या अर्थानं आपलं जीवन महाजीवन बनतं.''

राहूल इतक्या दृढतेनं सांगत आहे याचाच अर्थ ते महासत्य आहे असं सिद्धार्थाला सारखं जाणवत होतं म्हणून न राहवून त्याने राहूलला प्रश्न विचारला, ''मग या मानापमानाच्या चक्रातून मुक्ती कशी मिळू शकेल?''

''सन्मान आणि अपमानाचं चक्र ज्या केंद्रावर स्थित असतं, ते कधीही फिरत नाही तर एकाच जागी स्थिर असतं आणि तेथे पोहोचणंच महाजीवन आहे. महाजीवन या चक्राच्या केंद्रबिंदूवर आहे. परंतु माणूस ते सोडून चक्रालाच पकडतो. लोकांना तो केंद्रबिंदू, मध्यवर्ती हिस्सा दिसतच नाही. उलट चक्रामध्ये पूर्णपणे अडकूनच ते पूर्णतेचा शोध घेत असतात. वास्तविक या चक्राच्या केंद्रावर पोहोचणं अतिशय सोपं आहे. तेथे पोहोचण्यासाठी आपल्याला फक्त आपले हात उघडण्याची गरज आहे आणि त्यासाठी काही करावं लागत नाही. कारण ही नैसर्गिक बाब आहे. हात मोकळे ठेवल्यामुळे आपल्याला थोडाही त्रास होत नाही पण जेव्हा आपण काही पकडून ठेवण्याचा प्रयत्न करतो तेव्हा मात्र आपल्याला निश्चितच दुःख होतं. आपण हातात जे पकडून ठेवलं आहे ते कायमस्वरूपी राहण्यासाठी आपल्याला प्रयत्न करावे लागतात. परंतु महाजीवन प्राप्त करण्यासाठी तर तेवढेही कष्ट करावे लागत नाहीत. आवश्यकता असते ती केवळ पकड ढिली होण्याची, समज प्राप्त करण्याची! माणूस केंद्रस्थानी असल्यानंतरच खरा सुरक्षित असतो. या गोष्टींवर विश्वास बसणं सर्वाधिक महत्त्वपूर्ण आहे. जसजसा आपला हात मोकळा होत जातो तसतसे आपण स्वतःला केंद्रस्थानी असलेलं पाहतो.''

''केंद्रस्थानी पोहोचल्यानंतर काय होतं?'' अधीर होऊन सिद्धार्थानं विचारलं.

''जेव्हा आपण केंद्रावर पोहोचतो तेव्हा चक्राची दिशा बदलते. केंद्रावर पोहोचल्यानंतर चक्राचं आकर्षण सुरू होतं. अशावेळी जर आपण आपल्या चेतनेचा स्तर टिकवून ठेवला नाही तर पुन्हा चक्रात अडकून महाजीवनापासून दुरावण्याची शक्यताच अधिक असते. चक्राच्या केंद्रस्थानी राहूनच मान-अपमान, सुख-दुःख या दोन्ही गोष्टी कशा घडतात हे जर आपण बघू शकलात तर आपलं जीवन निश्चितच महाजीवन बनू शकतं.''

राहूलच्या या अगाध ज्ञानपूर्ण गोष्टी त्यांना काही समजल्या तर काही समजल्याच नाहीत. खोलवर जाऊन मांडलेले हे गहन विचार ऐकून तिघंही अंतर्मुख झाले होते. परंतु विषय अतिशय गहन असल्यामुळे यावर सखोल मनन करण्याची सर्वांना गरज आहे असं वाटून राहूलने आजची ही चर्चा येथेच संपवली आणि तो गाढ झोपी गेला.

आजवर सिद्धार्थ, यशोदा आणि राजा सुयोधन मान-अपमानाच्या चक्रातच जगत आले होते. आता मात्र त्यांच्या मननाला अनुभवाचा आधार होता. तिघांनी तिथेच बसून मनन केलं. सुख-दुःखाचं चक्र कशाप्रकारे चालतं आणि त्याचा अंत कशाप्रकारे होतो या प्रश्नावरच सिद्धार्थाचं मनन चाललं होतं. त्यातच तो पूर्णपणे हरवून गेला. मननाच्या थंडगार शिडकाव्यात कधी झोप लागली हे त्याला कळलंच नाही.

दिवस २५

गोलाईतून मुक्ती, महाजीवनाची युक्ती

जीवन बनून जगण्याची कला

सुखानंतर दुःख... दुःखानंतर सुख... हे चक्र माणसाच्या जीवनात कसं अहर्निश चालू असतं... माणूस सुखात असला तरी दुःखी असतो आणि दुःखात तर असतोच असतो. हे आठवून सिद्धार्थाला हसायला आलं. माणसाला जर सुखात सत्य आठवलं तर शक्यता असते, की दुःखातही सत्याची आठवण यावी. कारण सुख-दुःखाच्या या चक्रातून मुक्ती मिळाल्यानंतरच माणसाला मोक्ष मिळू शकतो. असे विचार चालले असताना मध्येच त्याला आठवलं, की राहूलने काल केंद्रावर स्थापित होण्याविषयी काही सांगितलं होतं. सतत केंद्रावर राहण्यासाठी काय करायला हवं, या गोष्टीवर मनन करता करता दिवस मावळला. आता त्याचं पूर्ण लक्ष रात्र होण्याकडे एकवटलं...

राजा सुयोधनांनीही जीवनात अनेक घटना जवळून पाहिल्या होत्या. आज त्यांना त्यांचं संपूर्ण जीवन आठवलं. कसे ते सुख-दुःखाच्या चक्रात अडकून नेहमी मनाचंच ऐकत आले... मान-अपमानात फसून जीवनाचे सर्व निर्णय कसे घेतले... या घटना ते नजरेआड करू शकले नाहीत. हे आठवताच त्यांना 'पृथ्वीलक्ष्य' प्राप्त करण्यासाठी खूप प्रयास करावे लागतील ही जाणीव झाली. त्याचबरोबर प्रत्येक क्षणी सजग राहण्याची कला आत्मसात करून याच जीवनात मोक्षप्राप्ती व्हावी आणि पार्ट टूमध्ये जाताना संतुष्टी मिळावी हा विचारही विजेप्रमाणे निमिषार्धात त्यांच्या मनात चमकून गेला.

यशोदेचंही दिवसभर अशाप्रकारेच मनन चाललं होतं. तिचं संगोपन कसं झालं... सिद्धार्थाबरोबर लग्न केल्यानंतर सासरी प्रत्येक नातं कोणती समज ठेवून निभावलं... आजवरचं जीवन कसं व्यतीत झालं... या सर्व गोष्टी प्रकर्षानं लक्षात आल्यानंतर यशोदेला वाटलं आता तर केंद्रावर राहण्याची कला शिकण्याची तिला अत्याधिक गरज आहे. आज याच इच्छेने प्रेरित होऊन राहूलकडून यावर आणखी मार्गदर्शन कसं मिळेल हे जाणण्याची उत्कंठा तिच्या मनात घर करून राहिली.

रात्री जेव्हा तिघंही राहूलकडून ज्ञानसंपादनासाठी एकत्र जमले तेव्हा सिद्धार्थनेच सर्वप्रथम प्रश्न विचारला. कारण महाजीवनाविषयी जाणण्यासाठी आजही तो तितकाच उत्सुक होता. सर्वाधिक उत्सुकता सिद्धार्थाच्याच मनात असल्यामुळे सर्वप्रथम त्यानेच प्रश्न विचारला.

''सुख-दुःख, मान-सन्मान या चक्रात फसून माणूस त्यात कसा अडकत जातो या मुद्द्यावर काल आपल्या चर्चेचा अंत झाला होता. केंद्रावर राहिल्यानंतरही जेव्हा पुन्हा आपण चक्रात जातो आणि त्यावेळी जर आपल्याला सत्य आठवलं नाही तर त्यातच अडकण्याची दाट शक्यता असते. अशावेळी केंद्रावर स्थापित होण्यासाठी काय केलं पाहिजे?''

''केंद्रावर स्थापित होण्यासाठी, प्रथम आपण केंद्रावर आहोत की नाही हे सतत पाहायला हवं. जो माणूस सजग असेल तोच केंद्रावर राहू शकेल. जो बेहोश असेल तो वारंवार चक्रात अडकत जाईल. केवळ चेतनेचा स्तर खालीवर होण्यामुळे इतकी सोपी गोष्ट सुद्धा कठीण बनते. जगात महाजीवन प्राप्त करण्याएवढी सरळ, सोपी गोष्ट कोणतीच नाही. श्वास घेणंही कठीण, डोळ्याची पापणी लवणंही कठीण इतकं सहज, चक्रातून निघून केंद्रावर पोहोचणं आणि त्यात स्थापित होणं आहे.''

राहूलच्या मुखातून निर्झराप्रमाणे निनादणारं परमोच्च ज्ञान गीतरूपात प्रकटत होतं... यशोदा आणि राजा सुयोधन दोघंही मनःपूर्वक ऐकत होते. श्वास घेणं महाजीवन प्राप्त करण्यापेक्षाही कठीण आहे यावर यशोदेचा विश्वासच बसला नाही. काहीशा अविश्वासाने तिने राहूलला विचारलं. ''खरंच का महाजीवन प्राप्त करणं इतकं सहज आहे?...''

''आईश्री, असं समजा जणू आपण आरशासमोर उभ्या राहून काही कल्पना करत आहात. आता मी भोजन बनवणार... मैत्रिणीला भेटायला जाणार... असं होईल... तसं होईल... अशा वेळी आपला चेहरा आरशात तर दिसत असतो परंतु मनात असे विचार चालू असतात तेव्हा स्वतःला आपला चेहरा दिसतो का? नाही, तो दिसत नाही कारण त्यावेळी आपण कल्पनेत रममाण असतो. खरंतर तेव्हा आपण आरशाकडे बघत असतो पण तरीही आपल्याला आपला चेहराच दिसत नाही. आपल्यासमोर जेव्हा एखादा माणूस विचार करत असतो तेव्हा तो आपल्याकडे बघत तर असतो पण त्याचे विचार मात्र वेगळेच चाललेले असतात. अशावेळी आपण त्याच्या चेहऱ्यासमोरून इकडून तिकडे हात फिरवतो आणि म्हणतो, 'अरे, कुठल्या जगात आहेस?' असा प्रश्न ऐकताच तो माणूस भानावर येतो हे आपण जाणता.

"अशा स्थितीत माणूस आरशासमोर उभा आहे आणि कल्पनाविलास करत आहे तेव्हा त्यातून बाहेर आणण्यासाठी त्याला काय करावं लागेल? किती कष्ट घ्यावे लागतील? समोरून एखाद्याने हात फिरवला की झालं. कल्पनेतून बाहेर येणं इतकं सोपं आहे. तेव्हा आपणच आश्चर्याने म्हणाल, 'अरेच्चा, आरशात तर माझाच चेहरा आहे!' वास्तविक कल्पनेतून मुक्त होणं इतकं सहज आहे. परंतु ही सहजताच त्याला आणखी कठीण बनवते. माणूस कल्पनेत हरवून जातो आणि त्यातून लवकर बाहेरच येत नाही. माणसाची ही सवय नाहीशी होताच महाजीवन प्राप्त करणं त्याला सहज सुलभ होईल."

"आपण अगदी योग्य बोलत आहात. कारण मीदेखील केव्हा कल्पनांमध्ये हरवून जातो हे माझं मलाच कळत नाही. त्यानंतर खंत ही वाटते, की प्रत्येक क्षणी आम्हाला मृत्यूची आठवण का येत नाही? संपूर्ण जीवनाला समोर ठेवून आम्ही तसे निर्णय का घेऊ शकत नाही?" उद्विग्न होत राजा सुयोधनांनी विचारलं.

"आजवर महाजीवन आणि मृत्यूसोबत अनेक धारणा जोडल्या गेल्या आहेत. महाजीवनाच्या यात्रेत या सर्व धारणा, पूर्वग्रह, मृत्यूविषयीचा विपर्यास दूर होणं आवश्यक आहे. जन्म-मरणापासून मुक्ती म्हणजे मोक्ष असं आजवर लोक मानत आले आहेत परंतु या मान्यतेत हा गैरसमज आहे, की लोक शरीराच्या जन्म-मृत्यूलाच मोक्ष समजतात. त्यांना वाटतं शरीराचा जन्म आणि मृत्यू झाला नाही तर माणसाला मोक्ष, महाजीवन मिळेल. लोकांचा हा गैरसमज दूर होणं अतिशय गरजेचं आहे.

"वास्तवात शरीराच्या नाही तर अहंकाराच्या मृत्यूनंतरच महाजीवन सुरू होतं, मोक्ष मिळतो. दिवसभरात कित्येकदा अहंकाराचा जन्म-मृत्यू होत असतो. हा जन्म-मरणाचा फेरा संपल्यानंतरच मोक्षाची अवस्था मिळते. ज्या जीवनात आपण हे सर्व जाणत आहात, समजत आहात, त्याच जीवनात मोक्ष मिळणं शक्य आहे. कोणत्याही क्षणी आपल्याला सत्याचा साक्षात्कार व्हावा आणि सत्य आपल्या आकलनात यावं, बस्स... याच जीवनात आपल्याला मुक्ती! अहंकाराचा मृत्यू महाजीवन आणि नियोजित मृत्यू म्हणजेच समाधीची अवस्था आणते. माणसाच्या मनाचा अत्यंत सूक्ष्म विकार म्हणजे अहंकार, मनाचा मूळ रोग. जेव्हा 'मी' आणि 'माझा' हा अहंकार जागृत होतो तेव्हाच माया निर्माण होते. जेवढा 'मी' मोठा तेवढा अहंकारही मोठा. क्रोध आणि दुःख यांचं मूळच अहंकारात लपलेलं असतं. अहंकार 'मी' चा इंधनाप्रमाणे वापर करतो. माझा पैसा... माझे नातेवाईक... माझं पद... माझे मित्र... 'मी-माझं'... ही रांग आयुष्यात कधी संपतच नाही. माणूस जेव्हा स्वतःला शरीर मानून जगू लागतो तेव्हा

अहंकाराचा जन्म होतो. वास्तविक जीवन वाहत्या झऱ्याप्रमाणे आहे. सातत्य, प्रवाहीपणा हे त्याचं खरं सौंदर्य आहे. परंतु अहंकार या प्रवाहातील सर्वांत मोठी बाधा असल्यामुळे माणूस यांत्रिक पद्धतीनं जीवन जगतो. असं जगणं बंद होताच त्याच्याद्वारे नवीन प्रतिसाद निघू लागतात आणि त्यातूनच भविष्य साकारतं. यासाठी अहंकाराची सेवा न करणे हाच सर्वांत मोठा निर्णय सिद्ध होतो व तोच आपल्याला मोक्षाकडे घेऊन जातो. अहंकाराचं समर्पण झाल्याशिवाय सत्य प्रकट होत नाही. त्यासाठी जिवंत गुरूंची गरज असते.

''अहंकार तर कानात घातलेल्या कापसासमान असतो. हाच कापूस सत्य श्रवण आणि सत्यप्राप्तीमध्ये बाधा आणतो. यासाठी हा कापूस काढून फेकणे अत्यावश्यक आहे. खरं महाजीवन तेच, ज्यात अहंकाराच्या जन्म-मृत्यूपासून मुक्ती होते. नाही तर शरीर आधीपासूनच जड आहे, मृत आहे आणि 'स्व' म्हणजेच ईश्वर सदा अमर आहे. तेव्हा मृत्यू कोणाचा होतो? याचाच अर्थ मृत्यू धोका आहे, भ्रम आहे हे आपल्याला समजतं. खरंतर मृत्यू होतच नाही परंतु लोक मात्र समजतात की मृत्यूनं दार ठोठावलं... वृद्धत्व आलं... आता निश्चितपणे आपला मृत्यू होणार... परंतु माणसाचं शरीर आधीपासूनच मृत आहे हे तो समजू शकत नाहीत. शरीराबरोबर असलेल्या चैतन्यामुळे आत्तापर्यंत आपलं शरीर हलत होतं, फिरत होतं. त्या चैतन्याचा कधीही मृत्यू होत नाही. कारण चैतन्य, स्वसाक्षी, ईश्वर हे सदा अमर आहेत. अशाप्रकारे या जीवनातच हा धोका दूर करा. 'मृत्यू हा केवळ शब्द बनून राहिला आहे आणि लोक त्या शब्दाचा अक्षरशः वापर करत आहेत.' त्यामुळे दुःख आणि वेगवेगळी कर्मकांडं जगात सुरू झाली.

''आज जर आपण नव्या दृष्टिकोनातून, मृत्यू आणि त्यासंबंधी कर्मकांडांकडे समज ठेवून, सर्वसमावेशक दृष्टीने बघितलं तर मृत्यू या शब्दाने आपण भयभीत होणार नाही. मृत्यूसंबंधी चुकीच्या धारणा दूर झाल्या तर मृत्यूही महाजीवन प्राप्त करण्यासाठीचं मोठं निमित्त बनेल.''

राहूल सांगत असलेलं ज्ञान श्रवण करताना सर्वजण मंत्रमुग्ध झाले होते. त्यांना इतर कोणत्याही गोष्टीचं भान नव्हतं. अशा अवस्थेत अहंकाराच्या चक्राविषयी राहूलनं आणखी काही सांगावं असं सिद्धार्थाला राहून राहून वाटत होतं. म्हणून त्याने प्रश्न विचारला.

''खरोखरच जन्म-मृत्यूच्या चक्रातून मुक्ती मिळू शकते का? त्यासाठी कोणती समज असणं आवश्यक आहे?''

राहूलला वाटलं या प्रश्नाचं उत्तर सर्वांना स्पष्ट होणं अत्यावश्यक आहे म्हणून त्याने विस्तारपूर्वक उत्तर दिलं. ''कित्येक वेळा मृत्युसंदर्भात असं म्हटलं जातं, की जो

जन्म घेतो तो मरतो आणि जो मरतो तो पुन्हा जन्म घेतो. अशाप्रकारे खाली-वर होण्याचा, सी-सॉचा खेळ जीवनात चालतच राहतो. जो माणूस या चक्रातून मुक्त होतो तो मोक्ष प्राप्त करतो. 'जो जन्म घेतो, तोच मरतो' या वाक्यात 'जो' हा शब्द घर बांधण्यासाठी लागणाऱ्या वस्तूंविषयी, बिल्डिंग मटेरिअलसाठी वापरण्यात आला आहे. आज पृथ्वीवर दिवसेंदिवस इमारतींची संख्या वाढत आहे. या सर्व इमारती कुठून येतात? त्या काही परलोकातून आलेल्या नाहीत तर पृथ्वीवरच निर्माण झाल्या आहेत. येथील माती, दगड धोंडे यामुळे आणखी कितीतरी इमारती निर्माण होऊ शकतात. ही पृथ्वीची क्षमता आहे आणि अद्याप ती संपुष्टात आलेली नाही.

''एखादी इमारत पडते तेव्हा तिच्यातील साधनांपासून दुसरं एखादं मंदिर, घर, हॉटेल, बंगला बनतो अथवा एखादा रस्ता वा खेळाचं मैदानही. अशा विविध गोष्टींसाठी ते कामात येतात. याचाच अर्थ त्या इमारतीने वेगळं रूप धारण केलं इतकंच! एखादी नवीन इमारत बनते तेव्हा आपण म्हणतो नव्या वास्तूचं निर्माण झालं. परंतु प्रत्यक्षात तिनंच नवीन रूप धारण केलं, नवं नाव उदयाला आलं. अशाप्रकारे विश्वात सर्व गोष्टी बदलत आहेत, त्यांचा नवा जन्म होत आहे. आपल्या आजूबाजूला ज्या वस्तू दिसत आहेत त्या शंभर वर्षांनंतरही तशाच राहतील हे अशक्य आहे. शंभर वर्षांनंतर तेथे काही वेगळंच दिसेल. विश्वाच्या बदलत्या आवश्यकतेनुसार नवनवीन आविष्कार होत आहेत. काही शतकांपूर्वी जशी घरं होती तशी आज अस्तित्वात नाहीत. आजच्या गरजेनुसार वेगळ्या प्रकारची घरं बनवली जातात.

''जे बिल्डिंग मटेरिअल जन्म घेतं तेच मरतं. त्याच्यापासूनच पुन्हा नवीन गोष्टी निर्माण केल्या जातात. येथे बिल्डिंगचा मृत्यू म्हणजे ती इमारत नाहीशी होऊन त्याभोवतीच्या भिंती दूर होतात बस्स... त्याच मातीने पुन्हा नव्या भिंती उभारल्या जातात. याचाच अर्थ जी अस्सल गोष्ट होती तीच नवं नाव, नवं रूप घेऊन पुन्हा प्रकट झाली. आपण कागदाचा वापर केल्यानंतर तो फेकून देतो त्याचप्रमाणे आपल्या आसपास असणारा कचराही टाकून देतो. पण कागद आणि कचरा नवं रूप धारण करून परत आपल्यासमोर येतात आणि असं हे चक्र अव्याहतपणे चालू राहतं.''

''आपण स्थूल शरीराविषयीच बोलत आहात ना? आपण इमारतीचं, कागदाचं, कचऱ्याचं उदाहरण का सांगितलं हे आत्ताशी कुठं माझ्या लक्षात येऊ लागलं आहे.'' सिद्धार्थ म्हणाला.

''हो, ही गोष्ट मी अधिक विस्ताराने सांगतो. माणसाच्या शरीराच्या मृत्यूनंतर

त्याचं रूप बदलून जातं आणि पुन्हा नव्या पद्धतीनं ते उपयोगात आणलं जातं. शरीराच्या जन्मानंतर जो अहंकार निर्माण होतो, त्याच्या जन्म-मृत्यूपासून मुक्ती मिळणं म्हणजेच महाजीवन... मोक्ष... निर्वाण... आहे. माणसाच्या शरीरात असलेल्या अहंकाराला स्वतःच्या मृत्यूचं भय वाटत असतं. प्रथम अहंकाराचा मृत्यू व्हावा यासाठीच महाजीवनाचं महत्त्व आहे, शरीराला मृत्यूचं भय नसतं कारण ते आधीपासूनच मृत आहे आणि जे मृत आहे ते कसं घाबरेल? अहंकाराला मृत्यूचं भय असतं कारण तो स्वतःला नेहमी वेगळं समजत असतो. 'मी वेगळा आहे' या मान्यतेमुळेच अहंकार नेहमी भयभीत असतो.''

राजा सुयोधनांना ते शरीरहत्या करण्यासाठी गेले होते तेव्हाचा प्रसंग आठवला. राहूल सांगत असलेल्या गोष्टींवर मान डोलावत ते म्हणाले, ''हो अगदी असंच होतं'' कारण त्यांनी हे अनुभवानं जाणलं होतं.

''शरीराच्या वयाबरोबरच माणसाचं मृत्यूविषयीचं भय वाढत जातं. मृत्यूची भीती वाटायला लागणं ही माणसाच्या वृद्धत्वाची सुरुवात असते. एखादा माणूस चाळीस वर्षांतच म्हातारा होतो, तर एखाद्याला तीस वर्षांतच वृद्धत्व येऊ शकतं. अशा लोकांना कमी वयातच मृत्यूचं भय भेडसावत राहतं. कोणाला साठ वर्षांनंतर मरणाची भीती वाटली तर तो त्या वयात वृद्ध झाला असं समजण्यात येतं. मृत्यूचं भय वाटणं म्हणजेच वृद्धत्व येणं असं मानण्यात येतं. परंतु माणसाच्या शरीराच्या वयानुसार त्याच्या वृद्धत्वाचं अनुमान केलं जाऊ शकत नाही. केवळ शरीराचं वय वाढलं म्हणून माणूस म्हातारा झाला असं म्हणता येणार नाही. एखाद्या माणसाच्या शरीराचं वय कितीही असलं आणि त्यात जर मृत्यूविषयक भय नसेल तर अद्याप त्याने वृद्धापकाळात पदार्पण केलं नाही असंच म्हणावं लागेल.''

''मृत्यूचं भय वाटणार नाही असं कोणतं रहस्य आम्हाला जाणायचं आहे?'' सिद्धार्थाने विचारलं.

''यासाठी मी आपल्याला आणखी एक उदाहरण सांगतो. आपण जाणताच, की जेव्हा मच्छीमार मासेमारी करण्यासाठी जातात तेव्हा ते आपलं जाळं दूरवर फेकतात. कोळी नेहमी स्वतःपासून लांब जाळं फेकतो ही चलाखी काही मासे जाणत असतात. कोळ्यांपासून दूर असणारे मासे नेमके जाळ्यात फसतात आणि जे जवळ असतात ते भयमुक्त फिरतात. ते लांब पळणाऱ्या माशांना म्हणतात, 'तुम्ही येथून जाऊ नका. तुम्ही जितकं लांब जाल तितका कोळी तुम्हाला जाळ्याद्वारे ओढून आणेल.' हे लक्षात येणं फार महत्त्वाचं असतं.

''महाजीवनाचं, मृत्यूचं रहस्यही असंच आहे, जेवढं मृत्यूपासून लांब पळाल तेवढं त्यात फसतच जाल. यासाठी मृत्यूपासून दूर पळू नका. त्याचं दर्शन करा आणि कोळ्याच्या निकट येऊन तेथेच वास्तव्य करा. जीवनात जो माणूस ही कला आत्मसात करतो तो निश्चिंत होतो. 'आता मला मृत्यू नाहीच' असा दृढ विश्वास त्याच्यात निर्माण होतो. मृत्युमनन झाल्यानंतर मायारूपी कोळ्याने कितीही मोठं जाळं फेकलं तरीही आपण त्यात अडकणार नाही आणि एकदा का मृत्यूचं भय आपल्या जीवनातून हद्दपार झालं तर मग आपलं जीवन महाजीवन बनण्यासाठी कितीसा वेळ लागणार! ईश्वराच्या लीला कशा अपरंपार आहेत, हे जग कसं चालतं, यासारखी अनेक रहस्यं आपल्यासमोर प्रकट होतील. तेव्हा आपल्या अहंकाराचा निश्चितपणे मृत्यू झालेला असेल आणि आपण सहजतया महाजीवनात स्थापित व्हाल.''

''जेथे मृत्यूचं भय नाहीसं होतं, अशीही अवस्था असू शकते का?'' सिद्धार्थाच्या या प्रश्नावर राहूलला हसू आलं. महाजीवनाविषयी ज्या ज्या गोष्टी तो सर्वांना सांगू पाहात होता, त्यातील कित्येक गोष्टी तर आधी माहीत असल्याप्रमाणे तिघं मिळूनच राहूलला सांगत होते. तो सिद्धार्थाच्या प्रश्नाचं उत्तर देत म्हणाला...

''जीवनात अशी अवस्था येणे ही महाजीवनाची सुरुवात आहे. जेव्हा माणसाचं 'पृथ्वीलक्ष्य' पूर्ण होतं आणि तो पृथ्वीवरच महानिर्वाण निर्माणाची तयारी करतो तेव्हा त्याला महाजीवन प्राप्त झालं असं म्हणता येईल. परंतु माणसाकडून केव्हा चूक होते? जेव्हा त्याला समजत नाही, की 'अहंकाराचा मृत्यूच महाजीवन आहे' आणि यावर मनन करणं अत्यावश्यक आहे.''

राहूलच्या मुखातून अविरत झरणाऱ्या मधुर वाणीने सर्वजण मोहित झाले होते. त्याने सारखं असंच बोलत राहावं असं सर्वांना वाटत होतं.

'महानिर्वाण निर्माण' हा शब्द सर्वांसाठी अनोखा होता. या शब्दाने पुन्हा सर्वांना एका नव्या वळणावर आणून उभं केलं. महाजीवनापुढेही राहूलला आणखी काही सांगायचं आहे असं तिघांना वाटलं. परंतु राहूल त्यानंतर काहीच बोलला नाही. अचानक राहूलला काय झालं? पाहतात तर काय, सर्वांना आश्चर्यचकित करून राहूल निद्राधीन झाला होता. जणू सर्वांनी आता झोपावं, हा संकेत त्याद्वारे मिळाला होता.

राहूलचा आनंद दिवसेंदिवस वृद्धिंगत होत होता. ते पाहून इतर लोकांचं आश्चर्यही चंद्राच्या कलेप्रमाणे वाढतच जात होतं. याच आश्चर्यात आणि आनंदात ते मननासाठी बसले. या मननामध्ये त्यांना वारंवार सुखावणारा शब्द होता 'महानिर्वाण निर्माण'...

दिवस २६

म.न.न. जिम

जीवनाच्या सर्वोच्च स्तराची ओळख

'अरे, महानिर्वाण निर्माण! हा शब्द नक्कीच कुठंतरी ऐकल्यासारखा वाटतो. आपल्यासाठी अगदीच अपरिचित नाही' असा विचार येताच सिद्धार्थने तत्काळ त्याची डायरी काढली. पहिलं पान उलटताच त्याच्या लक्षात आलं, की राहूलने तर पहिल्याच दिवशी महानिर्वाण निर्माण भूमी आणि चेतनेच्या सर्वोच्च स्तराचा उल्लेख केला होता. याविषयी आपण नंतर बोलू असंही राहूल त्यावेळी म्हणाले होते. सत्यप्राप्तीच्या यात्रेत तो आता अंतिम चरणात आहे हे जाणवताच सिद्धार्थाचा आनंद गगनात मावेनासा झाला. त्याला प्रकर्षानं जाणवलं, की राहूल नुकताच महानिर्वाण निर्माण भूमीतून पृथ्वीवर आल्यामुळे तेथील जगाविषयीचं ज्ञान आणि आणखी नवनव्या गोष्टी दृष्टिपथात येतील. ज्या गोष्टींची उणीव याक्षणी मला जाणवत आहे त्या सहजपणे समोर प्रकटतील. कारण मला पृथ्वीवर चेतनेच्या सर्वोच्च स्तरावर अभिव्यक्ती करायची आहे. तेव्हा आता माझी ही इच्छा निश्चितपणे पूर्ण होणार असं वाटत आहे.

मनन करत असताना सिद्धार्थने या सर्व गोष्टी राजा सुयोधनाला आणि यशोदेला सांगितल्या. त्यांनीही सिद्धार्थाची डायरी पुनःपुन्हा वाचली. त्यामध्ये महानिर्वाण निर्माणाचा उल्लेख बघून, सुरुवातीपासून राहूलला हेच तर आपल्याला सांगायचं नव्हतं ना, असंही सर्वांना वाटलं. आता राहूलने पुन्हा त्याचा उल्लेख करावा अशी वेळ येऊन ठेपली होती. जीवनाच्या या वळणावर राहूलप्रती सर्वांच्याच मनातून कृतज्ञतेचे, धन्यवादाचे भाव प्रकट होत होते. आपलं पृथ्वीवर येण्याचं सार्थक झालं, जीवन कृतकृत्य झालं असं त्यांना जाणवत होतं. राहूलकडून ज्ञान ऐकण्यासाठी सर्वच आतुर असले तरी आतून एक प्रकारची सुखद शांतता, पूर्णत्व जाणवत होतं. आज कुणाच्याही मनात प्रश्न अथवा शंकाही नव्हत्या, ज्यांचं निरसन करण्यासाठी ते राहूलला रोज भेटत होते.

संभाषणादरम्यान राहूलला ताबडतोब या गोष्टीचा सुगावा लागला की, आज

आतून सर्वच शांत आहेत. या यात्रेदरम्यान सर्वांबरोबर हा पडाव निश्चितपणे येणार हे तो जाणून होता. राहूलच्या चेहऱ्यावरही संतुष्टीचं एक वेगळंच तेज विलसत होतं.

आज चर्चेची सुरुवात राहूलनेच केली... ''आपल्या सर्वांची ही अवस्था जाणून मी अत्यंत खुश आहे. परंतु यालाच जीवनाच्या यात्रेचा अंत समजू नका. कारण ही तर महाजीवनाची सुरुवात आहे. आताशी कुठे आपण एका नव्या आयामाकडे मजल दरमजल वाटचाल करणार आहोत आणि त्यासाठी आयुष्यभर आपल्याला यावर कार्य करायचं आहे. आपण सर्वजण महाजीवन जगण्यासाठी तयार आहात का?''

राहूलचा हा प्रश्न ऐकताच सर्वांच्या मनात वेगवेगळ्या विचारांचं काहूर निर्माण झालं. परंतु ते सर्व महाजीवन जगण्यासाठी आता तयार आहेत असेच त्यांच्या चेहऱ्यावरचे भाव दर्शवत होते. तो सर्वांच्या ग्रहणशीलतेवर अतिशय प्रसन्न होता. राहूलला वाटलं तिघांचं मनन आणखी गहिरं व्हावं यासाठी आज त्यांना पुन्हा एक कहाणी सांगायला हवी...

''एका घरात वडील आपल्या मुलांबरोबर राहात होते. आपल्या मुलांना जगातील सर्वोच्च ज्ञान मिळावं अशी वडिलांची इच्छा होती. त्यांच्यासाठी काही वस्तूही त्यांनी जमा करून ठेवल्या होत्या. त्याचबरोबर काही गोष्टींची तरतूदही केली होती. त्यांनी अशी सात तळघरं बनवली होती, ज्यात काही दगड जमा करून ठेवले होते. जेव्हा मुलं थोडी मोठी झाली, समजुतदार झाली तेव्हा वडील मुलांना म्हणाले, 'आता तुम्हाला प्रत्येक तळघरात जायचं आहे आणि त्यात जे दगड ठेवलेले आहेत त्यांचा उपयोग करायचा आहे.' मुलांसाठी तर सर्वच दगड एकसारखे होते. त्यांच्या दृष्टीने त्या दगडांना काहीच किंमत नव्हती.

''वडील मुलांना म्हणाले, 'जेव्हा तुम्ही पहिल्या तळघरातील दगड मुठीत ठेवून हलवाल तेव्हा त्या दगडावर काटे दिसतील. त्यानंतर त्या दगडाचा उपयोग हत्याराप्रमाणे होऊ शकेल.' आता तुम्ही हे समजू शकता, की त्या मुलांपैकी ज्याच्या मनात सूडाचे विचार येतील त्याला हे तळघर अतिशय आवडेल. तो मुलगा तळघरात जाऊन दगड मुठीत पकडून काही वेळ हलवेल तेव्हा हात उघडल्यानंतर त्याला जे हत्यार मिळेल त्याचा उपयोग प्राणघातक अथवा बाँबसदृश वस्तूप्रमाणे होईल.

''दुसऱ्या तळघरात जाताच तेथील दगड मुठीत ठेवून हलवले तर ते चमकणारे आणि रंगीबेरंगी बनतील. मनमोहक रंग तसेच गोट्यांप्रमाणे सुंदर दिसल्यामुळे मुलांना ते आकर्षित करतील. अनेकदा लहान मुलं अशा सुंदर गोट्या दिवसभर खिशात घेऊन

फिरतात. इतकंच काय पण त्यांना त्याचं इतकं आकर्षण असतं, की रात्री त्या गोट्या उशीजवळ ठेवूनच झोपतात. जेणेकरून उठल्यानंतर सर्वप्रथम ते चमकणारे, विलोभनीय रंगीत दगडच त्यांना दिसावेत.

"तिसऱ्या तळघरातील दगडांना मुठीत दाबून हलवलं तर त्यांचं नाण्यात रूपांतर होतं. ज्या मुलाला पैशाविषयी आकर्षण असेल, मोह असेल त्याला हे तिसरं तळघर अतिशय आवडेल. जीवनात ज्यांना जास्त पैसा मिळवण्याची अपेक्षा असते त्यांना हे तळघर विशेष आवडेल.

"चौथ्या तळघरात, त्या दगडांना न हलवता केवळ काही क्षणच हातात पकडून ठेवलं तर त्याची नोट बनते. या तळघरात तिन्ही तळघरांपेक्षा परिस्थिती अगदीच उलटी असते. येथे दगडांना हलवण्याची गरज नसते, तर त्यांना हातात धरून हात अकंप ठेवण्याची गरज असते. हात जेव्हा अकंप असतील तेव्हा ते उघडल्यानंतर आपल्या लक्षात येईल, अरे व्वा! आपल्या हातात तर नोटा आहेत.

"पाचव्या तळघरात आपल्याला हातात दगड ठेवायचे आहेत, हात अकंप ठेवायचे आहेत शिवाय त्या दगडांना हळुवारपणे प्रेमाने स्पर्शदेखील करायचा आहे. असा स्पर्श करताच त्यात असणाऱ्या नोटा कित्येकपटीने वाढल्याचं आपल्याला दिसून येईल. आपण जितकं प्रेमपूर्वक त्या दगडांना स्पर्श कराल तितकी त्या नोटांची संख्या वाढेल.

"सहाव्या तळघरात आपल्याला दगड हातात घेऊन हात अकंप ठेवायचा आहे शिवाय त्यांना प्रेमपूर्वक व विश्वासाने स्पर्श करायचा आहे. असा स्पर्श करताच त्या दगडांचं हिऱ्यामध्ये रूपांतर होईल आणि त्या हिऱ्यांपासून आपल्याला सर्वत्र प्रकाश दिसू लागेल.

"सातव्या तळघरात ठेवलेल्या दगडांना हातात घेऊन हात अकंप ठेवायचे आहेत, निर्मळ ठेवायचे आहेत. शिवाय प्रेम आणि भक्तीने बांधून ठेवायचे आहेत तेव्हा ते हिरे अनेकपटीनं वाढून आपल्या जीवनात प्रवेश करतील.

"ही कहाणी आपल्या कल्पनेपलीकडील आहे. पण आपण जेव्हा चेतनेच्या सर्वोच्च स्तरावर कार्य कराल तेव्हा आपल्या लक्षात येईल, ते दगड हिरे बनून आपल्या जीवनात कित्येक पटीने वाढत आहेत. त्यानंतर आपण एकाचवेळी दोन ठिकाणी उपस्थित राहू शकाल. कहाणीमध्ये वडिलांनी सात तळघरं बनवली होती. परंतु वास्तवात आधीच उपलब्ध असलेल्या आपल्या वडिलांची (ईश्वराची) इच्छा असते, की मुलांनी सातव्याच तळघरात राहावं. पण तुम्हाला सातव्या तळघरातच जायचं आहे अशी जबरदस्ती करून

वडिलांनी जर मुलांना आधीच तेथे जायला सांगितलं असतं तर त्याचा काही फायदा झाला नसता. त्याठिकाणी जाऊनही मुलांचे हात कंपित झाले तर मग त्यांनी काय साध्य केलं? 'अशा अवस्थेत जर मुलं चौथ्या तळघरात गेली असती तरीही वडिलांना आनंद झाला असता परंतु त्यावेळी त्यांना वाटलं असतं, निदान पाचव्या तळघरात जाण्याचा प्रयत्न तरी मुलांनी करायला हवा होता.' मुलं सहाव्या तळघरात जाण्याविषयी जर बोलली असती तर वडिलांना अत्यंत आनंद झाला असता. परंतु त्या मुलांचे हात अकंप न राहिल्यामुळे ते अपयशी ठरतात. त्यानंतर मुलं आपल्या वडिलांना म्हणतात, 'आम्ही सहाव्या तळघरात गेलो होतो. तेथे ते दगड हातातही घेतले परंतु आमचा हात, आमचा विश्वास हलल्यामुळे जे व्हायला हवं होतं ते झालंच नाही. आम्हाला पहिली तीन तळघरंच अधिक आवडली आहेत कारण तेथे हात हलल्यानंतरही आम्हाला हवं ते मिळत राहातं.''

''मला वाटतं हात हलवणं म्हणजे माणसाच्या मनाची चंचलता. आपल्यालाही हेच तर सांगायचं नाही ना?'' सिद्धार्थानं विचारलं.

''अगदी बरोबर, माणसाचं मनही या हातांप्रमाणे कंपायमान होत असतं. ज्याचं मन अकंप असतं तो माणूस चेतनेच्या उच्च स्तरावर पोहोचू शकतो. येथे हाताचा अर्थ शब्दशः घ्यायचा नाही, शरीराचा हात समजायचा नाही. कारण शरीराचा हात तर कधीही हलू शकतो परंतु माणसाचं मन मात्र अटळ आणि अकंप असलं पाहिजे.

''वडिलांची अशी इच्छा असते की, परीक्षा कितीही कठीण असली तरी आपल्या मुलाने पहिल्या प्रयत्नातच उत्तीर्ण व्हावं. नाहीतर सी.ए. अथवा डॉक्टर होण्यासाठी लोक वारंवार परीक्षा देत राहतात. परंतु ईश्वराची अशी इच्छा असते, की माणसानं एकाच प्रयासात चेतनेच्या सातव्या स्तरावर पोहोचावं, सातव्या तळघरात जाऊन यशस्वी व्हावं...

''सातव्या स्तराविषयी सांगितल्यावर लोक कमीत कमी चौथ्या किंवा पाचव्या स्तरावर पोहोचतात. इतकं महान लक्ष्य समोर असतानाही लोक चेतनेच्या चौथ्या किंवा पाचव्या स्तरापर्यंत पोहोचतात. एखाद्याच्या प्रेरणेशिवाय सामान्य माणूस स्वतःहून सर्वोच्च चेतनेवर कार्य करू शकत नाही. ही गोष्ट लक्षात ठेवून मी आपल्याला सतत सर्वोच्च चेतनेच्या स्तरावर जाण्यासाठी प्रोत्साहित करत असतो.''

''ही कहाणी इथेच संपते की, वडील मुलांना आणखी काही सांगतात?'' यशोदेनं अतिशय उत्कंठतेने विचारलं.

''कहाणीत पुढे वडील बघतात, की मुलांचे हात हलत असल्यामुळे ते पुढील तळघरात जाऊ शकत नाहीत. त्यासाठी ते एक व्यायामशाळा निर्माण करतात तिला

म.न.न. जिम असं संबोधतात आणि आपल्याला माहीतच आहे, की जिममध्ये जाऊन लोक व्यायाम करतात. यासाठी आपल्यालाही मनाला अकंप आणि काटक (स्लिम) बनवण्यासाठी 'महानिर्वाण निर्माण' जिममध्ये प्रवेश घ्यायला हवा. जिममध्ये जाऊन वेगवेगळ्या प्रकारचे व्यायाम करायला हवेत. उदाहरणार्थ, जिममध्ये वेगवेगळ्या वजनाचे डंबेल्स हातात घेऊन हात खाली वर करायला सांगण्यात येतं. हातात जड वजनदार गोळे घेऊन हात खालीवर करणं सुरुवातीला अवघड वाटतं, हात थरथरतात. परंतु एकदा सराव झाल्यावर हात थरथरणं बंद होतं. काही मुलं डंबेल्सचा व्यायाम करतात आणि 'हाताला खाज येत आहे' अशी नंतर तक्रार करतात. कारण ते डंबेल्सचा व्यायाम टाळू पाहतात. तेव्हा त्यांना सांगण्यात येतं, 'खाजत असलं तरी डंबेल्सचा व्यायाम करायलाच हवा. हाताला खाज आली तर तेवढ्यापुरते डंबेल्स खाली ठेवा, नंतर पुन्हा ते हातात घेऊन व्यायाम सुरू करा.'

''अशा प्रकारे हळूहळू सराव होत राहिला म्हणजे हात अकंप होतील. ट्रेड मिलवर चालल्याने कधी-कधी पायांनाही खाज येते किंवा पायात कंप येतो. प्रशिक्षणामुळे त्यात फरक पडतो. त्यामुळे शरीर आणि मन दोन्ही अकंपित होतात.

''जिमचा हाच तर खरा उद्देश असतो. शरीर काटक, सडपातळ, प्रमाणबद्ध आणि निकोप राहावं म्हणून लोक जिममध्ये जातात. शरीरातील अनावश्यक चरबी कमी व्हावी, लठ्ठपणा वा स्थूलपणा कमी व्हावा, वजन कमी व्हावं यासाठी लोक तेथे वेगवेगळे व्यायाम करतात. शरीर स्थूल वा लठ्ठ होत आहे हे लोकांच्या लक्षात येतं; परंतु मन जर स्थूल वा पुष्ट होऊ लागलं तर मात्र त्याकडे कोणी लक्ष देत नाही. त्याचं लठ्ठपण दिसत नसल्यामुळे ते काटक करण्यासाठी कोणी प्रयत्नही करीत नाही. आपलं मन बघून कोणी 'अरे, तू किती लठ्ठ झाला आहेस... तुझं वजनही प्रमाणाबाहेर वाढलेलं दिसतंय...' असं म्हटलं तर आपल्याला त्यावेळी ते खरं वाटणार नाही. कारण मनाचं स्थूलपण आपल्याला दिसत नाही. जे दिसतं तेच सत्य असं मानून आपण चालतो. शरीर स्थूल झालं तर लोक आपल्याला त्याबद्दलची जाणीव करून देतात. परंतु मन स्थूल झालं, पुष्ट झालं तर कोणी 'महानिर्वाण निर्माण जिम जॉइन करा' असं बजावणार नाही. वास्तविक या जिममध्ये जाऊनच मन पूर्णतया अकंप, निर्मळ, प्रेमळ आणि नमन होणार असतं. मनाची सर्वोच्च पातळीवर तयारी झाल्यावर मन प्रशिक्षण घेऊन काटक होईल तेव्हा ते कसं दिसेल असा विचार करून बघा. हे काटक मन आपल्याला निश्चितच आवडेल. तुम्ही त्याच्यावर प्रेम कराल आणि 'असंच मन मला हवं आहे' असंही म्हणाल.''

“राहूल, आजवर आम्हाला म.न.न.जिमचा उद्देश माहीत नव्हता परंतु आता मात्र असं वाटू लागलंय, की पृथ्वीवर प्रत्येक माणसानं हा जिम जॉईन करायलाच हवा. प्रत्येक माणूस जेव्हा सत्याविषयी जाणेल तेव्हाच तो आपल्या मनाला स्लिम आणि ट्रिम बनवू शकेल.” राजा सुयोधन म्हणाले.

“अगदी बरोबर. जोपर्यंत जिमचं महत्त्व लक्षात येत नाही तोपर्यंत मुलं म्हणतात, ‘आम्हाला रोज सकाळी लवकर उठून व्यायामशाळेत का पाठवलं जातं... याची काय आवश्यकता आहे... असे हात फिरवा...तसे हात फिरवा... असं रोजच का सांगितलं जातं?’ तरीही वडिलांवर विश्वास ठेवून मुलं रोज जिममध्ये जातात.

“पुढे जेव्हा जिमचा खरा उद्देश त्यांच्यासमोर येतो तेव्हा ते म्हणतात, ‘अरे असं होतं काय!’ आता आम्हाला जिममध्ये जायला, वडिलांची आज्ञा मानायला काहीही हरकत नाही. आम्ही रोज सकाळी जिममध्ये जाण्यासाठी तयार आहोत. यापुढे आम्ही सर्वोच्च गोष्टींचीच निवड करणार, त्यापेक्षा कमी आम्हाला काहीही नको.”

इतक्या दृढतेसह राहूलला बोलताना पाहून सर्वजण खजिल झाले. आजवर आपण किती तक्रारी केल्या, अनुमान लावले. जीवनात ज्या काही घटना घडल्या त्यातून खूपच कमी धडे आपण शिकलो. त्या साऱ्या घटना एखाद्या चित्रपटाप्रमाणे क्षणार्धात त्यांच्या नजरेसमोर तरळून गेल्या. राहूल जाणत होता, की जोवर माणसाला सत्याविषयीची दृढता प्राप्त होत नाही तोवर तो जीवनात घडणाऱ्या प्रत्येक घटनेविषयी तक्रारच करत राहतो. अशा लोकांसाठी सत्संग म्हणजे जिमप्रमाणे असतो. सुरुवातीला सत्संगात येताना लोक टाळाटाळ आणि तक्रारी करत राहतात. परंतु जेव्हा गुरूंवर प्रगाढ विश्वास आणि सत्यश्रवणातील निरंतरता कायम ठेवतात तेव्हा त्यांना ‘पृथ्वीलक्ष्या’ची ओळख होते. त्यानंतरच ते हा निर्णय घेऊ शकतात, की यापुढे आम्ही सर्वोच्चाचीच निवड करणार, प्रत्येक घटनेमध्ये जे सर्वोत्तम आहे त्याचीच निवड करणार. अशी दृढता आज आपल्यामध्ये निर्माण झाली आहे का?

परंतु हा प्रश्न सर्वांना विचारत असताना त्याच्या डोळ्यात अवर्णनीय असं दिव्य प्रेम झळकत होतं. राहूलचा प्रश्न ऐकताच तिघंही गहन विचारात पडले. एकाएकी त्यांचे चेहरे गंभीर बनले. त्यांच्या मनात खळबळ माजली. आजवर ते स्वतःच्या दृष्टिकोनातूनच या जगाकडे बघत होते. परंतु आता सृष्टीचं रहस्य जाणून घेण्याची तीव्र तृष्णा सगळ्यांमध्ये जागृत झाली होती.

दिवस २७

महानिर्वाण निर्माणाची सुरुवात

पृथ्वी संधी आहे

आजची सकाळ पृथ्वीलक्ष्याचा ध्यास घेऊनच उजाडली होती. आंतरिक प्रसन्नतेसह तिघंही जागे झाले. तिघांनाही पृथ्वीलक्ष्याखेरीज अन्य कोणतेही विचार येत नव्हते. पृथ्वीवर जन्म घेण्यामागे जे लक्ष्य आहे ते प्राप्त करण्यासाठी संपूर्ण जीवनाचं ज्ञान मिळवणं सर्वाधिक महत्त्वाचं आहे. वास्तविक ही संजीवनीच आहे. यामुळे आपण बेहोश राहूच शकत नाही. आपलं बोलणं-चालणं, उठणं-बसणं नेहमीच सजगतेनं होईल. असं मनन चाललं असताना चेतनेच्या सर्वोच्च स्तरावर कार्य करण्याचा आज सर्वांनी संकल्प केला. त्यांना जे सत्य समजलं आहे ते इतर लोकांना कसं मिळेल? पृथ्वीवर सर्व लोकांना ज्ञानप्राप्ती कशी होईल? यासाठी महानिर्वाण निर्माणाविषयी राहूलला आणखीही काही प्रश्न विचारायला हवेत. जेणेकरून त्याचा विस्तारित अर्थ समोर येऊन सर्वांना अधिक स्पष्ट होईल असाही एक विचार सिद्धार्थाच्या मनात तरळून गेला.

पृथ्वीवर महानिर्वाण निर्माण कसं करायचं आहे हे जेव्हा अधिक स्पष्टपणे समोर येईल तेव्हा या नवीन गोष्टींची सुरुवात तो आपल्या राज्यातूनच प्रथम करेल, असं सिद्धार्थानं मनोमन ठरवलं. त्याच्या राज्याच्या लोकांवर याचा चांगला परिणाम झालेला बघितल्यानंतर इतर राज्याचे लोकही महानिर्वाण निर्माणात रुची घेतील. त्यांनाही त्याविषयी आवड निर्माण होईल. केवळ देखाव्यासाठी मला कुणाचं शुभचिंतक बनायचं नाही तर लोकांचं भलं व्हावं ही माझी अंतर्मनातून जागलेली इच्छा आहे आणि या अंतरंगातून उपजलेल्या इच्छेला अधिक वाव मिळावा म्हणून कधी एकदा राहूलकडे जाऊन त्याचं निरागस सौंदर्य डोळ्यांनी टिपेन आणि त्याच्याशी या संदर्भात बोलेन असं सिद्धार्थाला झालं होतं...

"महानिर्वाण निर्माणाचा नेमका अर्थ काय?" सिद्धार्थाने राहूलला कुतूहलानं विचारलं.

“महानिर्वाण निर्माण म्हणजे जीवन आणि महाजीवनात सर्वोच्च अभिव्यक्ती करून मूळ लक्ष्य प्राप्त करणं होय. पृथ्वीवर आज आपण जी अभिव्यक्ती करत आहोत तिला पार्ट वनची अभिव्यक्ती म्हणतात आणि सूक्ष्म जगात जी अभिव्यक्ती होते तिला पार्ट टूची अभिव्यक्ती असं म्हटलं जातं. या दोन्ही अभिव्यक्ती मिळून आपण संपूर्ण जीवनाचं लक्ष्य प्राप्त करतो. पार्ट टूमध्ये चेतनेच्या सर्वोच्च स्तरावर कार्य करतो त्याला महानिर्वाण निर्माण असं म्हणता येईल.

“येथे आपण मनाला प्रशिक्षण देण्याकरिता आलो आहोत हे आता आपण सर्व जाणताच. असं प्रशिक्षण मिळाल्यानंतर पृथ्वीवरच चेतनेच्या सातव्या स्तरावर आपण कार्य करतो. पार्ट टूमध्ये गेल्यानंतर तेथेही चेतनेच्या सर्वोच्च स्तरावर काम करणं म्हणजे महानिर्वाण निर्माण करायला सुरुवात करणं होय.” राहूल म्हणाला.

“याचाच अर्थ ‘पृथ्वीलक्ष्य’ प्राप्त करणं म्हणजे महानिर्वाण निर्माणाची फक्त सुरुवात आहे तर! ‘पृथ्वीलक्ष्य’ प्राप्त झाल्यानंतर आपण जी अभिव्यक्ती करतो तिला महानिर्वाण निर्माण असं म्हटलं आहे का?” सिद्धार्थानं विचारलं.

‘पृथ्वीलक्ष्य’ प्राप्त करणं म्हणजे महानिर्वाण निर्माण करण्याची तयारी असते. खरं महानिर्वाण निर्माण सूक्ष्म जगात होतं. जर आपल्याला या गोष्टीची परिपूर्ण समज असेल तर महानिर्वाणाची फक्त तयारीदेखील आपल्याला आनंद देते. ही गोष्ट आणखी विस्ताराने समजण्यासाठी मी एक उदाहरण सांगतो. पहिल्यांदा जेव्हा एखाद्याने कॉम्प्युटर पाहिला असेल त्यावेळी त्याला कोणते विचार आले असतील? त्याला वाटलं असेल या यंत्राद्वारे एकाचवेळी इतक्या गोष्टी होणं कसं शक्य आहे? कारण काही वर्षांपूर्वी पृथ्वीवर जेव्हा कॉम्प्युटर नव्हते तेव्हा काही विशेष कामांसाठी कॉम्प्युटर असायला हवेत असा विचार त्यावेळ०ी कुणालाही आला नसेल. आजवर पृथ्वीवर असं महत्त्वपूर्ण यंत्र नाही याची खंतही कुणाला वाटली नसेल. काही वर्षांपूर्वी जर आपल्याला हा प्रश्न विचारला गेला असता, की आपण कॉम्प्युटरशिवाय कसं जगू शकता? त्यावेळी आपण म्हटलं असतं, त्यात काय एवढं! कॉम्प्युटर असला काय, नसला काय, मला काही फरक पडत नाही. त्याशिवायही माझी सर्व कामं सहज होऊ शकतात आणि पृथ्वीवर त्यामुळे कोणतंही काम अडून राहिलेलं नाही.

“पण आज जर कोणी असं सांगितलं, की पृथ्वीवरून आम्ही सारे कॉम्प्युटर काढून टाकणार आहोत... कॉम्प्युटररहित पृथ्वी बनवणार आहोत... तर काय होईल? आम्हाला कॉम्प्युटर पाहिजेच त्याशिवाय आम्ही आता जगूच शकत नाही, आमची

कामं होऊ शकणार नाहीत असा आरडाओरडा लोक करतील आणि उपोषणाला बसतील, संप करतील, आंदोलन करतील हे आपण जाणताच. कॉम्प्युटरच्या रूपकानं एक संदेश देण्याचा हा प्रयत्न होता. त्याचप्रमाणे 'पृथ्वीलक्ष्या'विषयी इतकं सर्व ऐकल्यानंतर जर आपल्याला आता सांगितलं, की 'पृथ्वीलक्ष्य' प्राप्त करू नका तर आपण काय म्हणाल? आम्हाला 'पृथ्वीलक्ष्य' प्राप्त करायचंच आहे. आता आम्ही याशिवाय राहूच शकणार नाही. असंच म्हणाल ना?...''

इतका वेळ यशोदा शांत बसून ऐकत होती. आता तिलाही वाटू लागलं, आपल्या मनात जे विचार चालले आहेत ते प्रकट करावेत... ''मला वाटतं आपण कॉम्प्युटरचं जे उदाहरण सांगितलं त्यावरून आम्हाला पृथ्वीवर महानिर्वाण निर्माणाची तयारी कशी करायची आहे ही बाब अधिक स्पष्ट झाली. परंतु ही तयारी जर येथे करायची आहे तर लोकांपर्यंत हे ज्ञान कसं पोहोचेल?''

''जेव्हा हे ज्ञान आपल्याजवळ नव्हतं तेव्हा जर हाच प्रश्न आपल्याला विचारला असता, की आपण या सर्वोच्च ज्ञानाशिवाय कसं जगत आहात? तर आपणही म्हणाला असता या ज्ञानाशिवायही आमचं काही अडलेलं नाही. आम्ही मजेत आहोत, खुश आहोत. आम्हाला याची काही गरज नाही.

''पण आज या सर्व गोष्टी आपण विसरून जा असं जर मी सांगितलं तर...'' मंद स्मित करत राहूल बोलत होता.

''आपण काय बोलताय? अजिबात नाही. कारण या ज्ञानाशिवाय आम्ही आता जगूच शकणार नाही. एवढंच काय पण दिवसाची सुरुवातही करू शकत नाही.'' सिद्धार्थ म्हणाला.

राहूलचं ते वाक्य एखाद्या बाणाप्रमाणे त्याच्या काळजात रुतलं होतं. त्याला ते शब्द बोचल्यामुळे तो अस्वस्थ झाला होता. कारण सिद्धार्थाला आता पार्ट वन आणि पार्ट टूचं संपूर्ण जीवन बरोबरच दिसू लागलं होतं.

सिद्धार्थाचा हा प्रतिसाद बघून राहूलच्या लक्षात आलं. त्याने या ज्ञानाला गांभीर्यानं घेतलं आहे आणि त्याच्याकडून तशा क्रियाही होऊ लागल्या आहेत. त्याच्या बोलण्यावरूनच त्याने जीवनाचं सत्य किती चांगल्या पद्धतीने ग्रहण केलं आहे हे जाणवत होतं. त्यामुळे तो संतुष्ट झाला. यापुढे पृथ्वीवरची त्याच्या अभिव्यक्तीची जोरदार तयारी सुरू झाली असं राहूलला जाणवलं. राहूलला विश्वास वाटला, की आता यापुढचं ज्ञान

त्याला द्यायला हरकत नाही. पृथ्वीवर सामान्य माणसाबरोबर काय होतं हे सांगताना राहूल म्हणाला, ''माणसाला पार्ट वन आणि पार्ट टू दोन्ही जीवन समोर ठेवून कार्याचं नियोजन करण्याची आवश्यकता आहे. परंतु या दोन्हीविषयी अनभिज्ञ असल्यामुळे तो आपलं लक्ष्य निर्धारित करत नाही आणि पूर्ण नियोजन नसल्यामुळे चुका होतात, नुकसान होतं. त्यामुळे जितका आनंद उपभोगायला हवा तितका तो घेऊ शकत नाही. ईश्वर, अल्लाह, चैतन्य, स्वसाक्षी आपल्या शरीराद्वारे जो आनंद घेऊ पाहतात तो त्यांना घेता येत नाही...

''आणि आपल्याला या गोष्टीचा थांगपत्ताही नसतो, की आपल्या कोणत्या क्रियांमुळे ईश्वर आनंदित होतो आणि कोणत्या क्रियांमुळे तो आनंद घेऊ शकत नाही? परंतु हे आपल्या दृष्टीसमोर येताच आपलं जीवन त्वरित बदलतं, आपल्या जीवनाचं रूपांतरण होतं. या सर्व गोष्टी आपल्यासमोर धूसर असल्यामुळे, स्पष्टपणे दिसत नसल्यामुळे आज आपलं जीवन रूपांतरित होत नाही. त्यामुळे आपल्याला जे दिसत नाही त्यावर आपण मननही करू शकत नाही. अदृश्यावर मनन न करता येणं ही माणसाची कमजोरी आहे.

''वास्तविक पृथ्वीवरच सर्वोच्च अभिव्यक्ती करण्याची माणसाची प्रामाणिक इच्छा असते. जितका आनंद घेता येणं शक्य आहे तितका त्याला प्रत्येकक्षणी घ्यायचा असतो. आनंदाची इच्छा बाळगल्यानंतर त्याच्याद्वारे उच्च अभिव्यक्तीच होणार! जे लोक जीवनाचा पूर्ण लाभ घेऊन याच जीवनात सर्वाधिक आनंद उपभोगू पाहतात, सर्वोच्च अभिव्यक्तीचीच अपेक्षा ठेवतात त्यांच्यासाठीच 'महानिर्वाण निर्माण' आहे. आपल्याला केवळ पृथ्वीवरच्या मायेत अडकायचं आहे, की त्यापलीकडे असणाऱ्या जीवनाचा विचारही करायचा आहे? आत्ता न दिसणाऱ्या अदृश्य गोष्टींची आपल्या जीवनात यावेळी कोणतीही भूमिका नाही असं कदाचित आपल्याला वाटेल पण पुढे जाऊन तेच आपलं जीवन बनणार आहे हे मात्र ठाऊक नाही.

''अशा गोष्टींवर काम करण्यासाठी आपण तयार आहात का? अशा कल्पनेपलीकडे असणाऱ्या गोष्टी कधी आपल्याला ऐकायला मिळतील असा विचार आपण स्वप्नात तरी विचार केला होता का? शेतातील पिकं वाळून गेल्यानंतर पडलेल्या पावसाचा फायदा नसतो त्याचप्रमाणे महानिर्वाण निर्माणाविषयी आपल्याबरोबर आत्ता योग्यवेळी चर्चा होणं म्हणजे एक नवीन द्वार उघडण्यासारखं आहे. जे आजवर केवळ योग्य दिशा नसल्यामुळे बंद होतं, अदृश्य होतं. परंतु आज आपल्या सर्वांच्या चेतनेचा स्तर वाढलेला असल्यामुळेच या सर्व गोष्टी मी सांगू शकत आहे. त्यामुळे यानंतर हे ज्ञान

लुप्त होणार नाही याची मला खात्री आहे.''

''यासाठीच तर आपण पहिल्या दिवसापासूनच चेतनेच्या सर्वोच्च स्तरावर कार्य करण्याची प्रेरणा देत आला आहात.'' राजा सुयोधन म्हणाले.

''जर आपण सर्वोच्च अभिव्यक्तीची अपेक्षा बाळगली तर त्याहून जास्तच प्राप्त कराल आणि जर केवळ उच्च मिळावं अशी इच्छा ठेवली तर त्याहून अधिक काही मिळणार नाही. माणसाचे विचार सीमित असल्यामुळे त्याला उच्च गोष्टीपेक्षाही कमी मिळतं.''

''अशा सर्वोच्च अभिव्यक्तीसाठी आम्हाला काय करायला हवं?'' राजा सुयोधनानं विचारलं.

''महानिर्वाण निर्माणाची तयारी करताना पृथ्वीवरच्या जीवनातच सर्व मान्यतांतून मुक्त होणं आवश्यक असतं. जेणेकरून सत्याच्या यात्रेला गती मिळावी आणि आपल्यालाही उत्कृष्ट अभिव्यक्ती करता यावी. हेलिकॉप्टरमधून (टॉप व्ह्यू) सर्वसमावेशक दृष्टीने बघणं ही महानिर्वाण निर्माणाची पद्धत आहे. याचाच अर्थ सर्व घटनांना, संपूर्ण जीवनाला समोर ठेवून निर्णय घेता येणं. पार्ट वन आणि पार्ट टूला एकाच वेळी पाहता येणं. जेव्हा आपल्याला मर्यादित दृष्टिकोनातून, अहंकारातून मुक्ती मिळते तेव्हा अव्यक्तिगत विचार आपल्या समोर प्रकटतात. हा दृष्टिकोन ठेवून ते बघणं महानिर्वाण निर्माणाची आवश्यकता आहे. महानिर्वाण निर्माण ही प्रत्येक गोष्टीची जशी सुरुवात आहे तसा अंतही आहे.''

त्या तिघांचे शरीर जणू कान बनले होते. राहूलचं बोलणं निरंतर वाहत्या झऱ्याप्रमाणे असंच चालू राहावं असं प्रत्येकाला वाटत होतं.

सिद्धार्थाच्या मनात काही प्रश्न निर्माण झाल्यामुळे त्याने राहूलला विचारलं, ''आपण ज्या अव्यक्तिगत विचारांविषयी बोलत आहात त्याचा प्रभाव आपल्या जीवनावर किती सखोल होतो हे मी स्वतः अनुभवलं आहे. जेव्हा आपण अव्यक्तिगत बनतो, दहा हजार शंभर वर्षांना समोर ठेवून निर्णय घेतो तेव्हा आपलं जीवन साधारण राहात नाही तर ते ईश्वराचा प्रसाद बनतं. तेव्हा मला असं विचारायचं आहे, की आपल्या आजूबाजूला लोकांना हे माहीत नसल्यामुळे जरी आमच्या प्रतिसाद देण्यात परिवर्तन झालं तरीही ते लोक आमच्याबरोबर पहिल्यासारखेच वागतात. जुनाच प्रतिसाद देतात. अशावेळी आमची समज कशी असायला हवी?''

“अशा प्रत्येकवेळी आपल्याला हीच समज ठेवायची आहे, की या सर्व गोष्टी महानिर्वाण निर्माणाच्या तयारीसाठी आपल्याबरोबर होत आहेत आणि आपल्याला जीवनात सत्य प्राप्त करायचं असल्यामुळे वास्तविक ते लोक योग्य प्रतिसाद न देऊनही खरंतर मदतच करत आहेत.” राहूल म्हणाला.

“आजवर मला वाटलं होतं, ‘पृथ्वीलक्ष्य’ प्राप्त करणं, महानिर्वाण निर्माण करणं आहे परंतु आज आपण सांगितलं, की ती फक्त तयारी आहे. तर मग वास्तवात महानिर्वाण निर्माण म्हणजे काय?” सिद्धार्थानं कुतूहलानं विचारलं.

“जीवनाच्या या रंगमंचावर आपण काही भूमिका निभावण्यासाठी जन्माला आलो आहोत. प्रत्यक्षात ती भूमिका आपल्याला सूक्ष्म जगात वठवायची आहे परंतु त्याचं ट्रेनिंग मात्र पृथ्वीवर घ्यायचं आहे. याला असंही समजता येईल, की सूक्ष्म जगाच्या जीवनात आपल्याला उत्कृष्ट चित्र काढायचं आहे आणि ते चित्र काढण्याची कला, त्यातील रंगछटा शिकण्यासाठी आपण पृथ्वीवर आलो आहोत. काही दिवसांपूर्वी मी आपल्याला मुलगा आणि वडील यांची कहाणी सांगताना, वडिलांनी आपल्याला पृथ्वीवर काही कार्य करण्यासाठी पाठवलं आहे हेही सांगितलं होतं. आठवतंय?”

“हो. ती कहाणी मला आताही आठवत आहे. वडिलांनी आम्हाला पृथ्वीवर काही खास प्रशिक्षण प्राप्त करण्यासाठी पृथ्वीच्या या यात्रेत पाठवलंय.” सिद्धार्थ म्हणाला.

“आता आपण असं समजू या, की वडिलांनी आपल्याला महानिर्वाण निर्माणाच्या तयारीसाठीच पृथ्वीवर पाठवलं आहे. ही तयारी पूर्ण होताच आपल्याला सूक्ष्म जगात चेतनेच्या सर्वोच्च स्तरावर जाऊन अभिव्यक्ती करायची आहे. जेव्हा अशी अभिव्यक्ती आपल्याद्वारे होईल तेव्हाच संपूर्ण जीवनाच्या शेवटी आपल्याकडून महानिर्वाण निर्माण झालं असं म्हणता येईल.” राहूलनं उत्तर दिलं.

“सूक्ष्म जगात महानिर्वाण निर्माण करणं याचा अर्थ काय?”

“आज आपण पृथ्वीवरच्या भाषेत बोलत आहोत म्हणून येथील शब्दात पार्ट टूची अभिव्यक्ती सांगितली जाऊ शकत नाही. जेव्हा आपण सूक्ष्म जगात असाल तेव्हा समजेल, की चेतनेच्या सर्वोच्च स्तरावर कार्य कसं करायचं आहे.”

“तर काय, आम्ही पृथ्वीवर महानिर्वाण निर्माण करू शकत नाही?” साशंकित होऊन सिद्धार्थाने विचारलं.

"पृथ्वीवर आपण याची केवळ तयारी करू शकता. सत्याची दृढता प्राप्त होताच चेतनेचा स्तर सहजतेनं वाढतो. आपण चेतनेच्या सर्वोच्च स्तरावर राहून कार्य करतो तेव्हा खरंतर महानिर्वाण निर्माणाची तयारी करत असतो. येथे स्वतःला इतकं सजग करायचं आहे, की सूक्ष्म जगात चेतनेच्या सर्वोच्च स्तरावर आपण जाऊ शकाल. नाहीतर लोक पृथ्वीवर प्रशिक्षण प्राप्त करण्यासाठी टाळाटाळ करतात आणि सूक्ष्म जगात चेतनेच्या खालच्या स्तरावरच राहतात. एखादा विद्यार्थी जेव्हा अभ्यास करतो तेव्हा त्याने नेहमी पहिल्या क्रमांकाचं लक्ष्य ठेवायला हवं. त्यापेक्षा कमी ठेवलं तर त्याला अभ्यासात यश प्राप्त होणार नाही. यासाठी जीवनरूपी शाळेतही नेहमी चेतनेच्या सर्वोच्च स्तरावर कर्म करण्याची इच्छा ठेवायला हवी.

"पृथ्वीवर याहून कमी अपेक्षा ठेवली तर येथे येण्याचा पूर्ण लाभ मिळणार नाही. म्हणून नेहमी असा विचार करायचा आहे, की जितका वेळ उपलब्ध आहे त्याचा सर्वोत्कृष्ट उपयोग कसा केला पाहिजे? रोज थोडा थोडा प्रयत्न केला तर निश्चितच आपल्या चेतनेचा स्तर वाढेल आणि त्यानंतर आपलं जीवन अत्यंत आनंदात, सुखसमाधानात व्यतीत होईल. त्याचबरोबर लोकांना सत्यप्राप्तीचा मार्ग दाखवणं, ईश्वरीय गुणांची अभिव्यक्ती करणं याच जीवनात आपल्यासाठी शक्य होईल. असं करणं ओझं वाटणार नाही. आपल्याला जो आनंद मिळाला आहे तो इतरांना वाटण्यासाठी आपण सदैव तत्पर असाल. यामुळेच पृथ्वीवर आपली महानिर्वाण निर्माणाची तयारी होते आणि ही तयारीही तेजानंदापेक्षा कमी नसते."

"चेतनेच्या सर्वोच्च स्तरावर मला कार्य करता यावं यासाठी अशा कोणत्या आवश्यक गोष्टी मी पृथ्वीवर करायला हव्यात?" सिद्धार्थानं विचारलं.

हा प्रश्न केवळ सिद्धार्थाचाच नव्हता तर सर्वांचाच होता. कारण त्या सर्वांनाच 'पृथ्वीलक्ष्य' प्राप्त करण्याची, चेतनेच्या सर्वोच्च स्तरावर अभिव्यक्ती करण्याची प्रबळ इच्छा होती. पण ती कशी होईल याविषयी मात्र ते साशंक होते.

"त्याविषयीचे सारे संकेत मी आधीच दिले आहेत. त्यासाठी आपल्याला प्रथम सूक्ष्म जगातील काही गुणांविषयी सखोलपणे जाणावं लागेल. त्यानंतर त्या गुणांच्या आधारे कार्यही करावं लागेल. मगच आपल्या चेतनेचा स्तर सर्वोच्च होऊ शकतो. पार्ट टूची व्यवस्था आणि त्या आधारे पृथ्वीवर महानिर्वाण निर्माणाची तयारी कशी करायची याबाबत मात्र आपल्याला स्वतःला मनन करावं लागेल." राहूलनं उत्तर दिलं.

"आपण आजवर जी समज प्रदान केली, जे ज्ञान दिलं त्या आधारावर मनन

करणं आता आमच्यासाठी सहज शक्य आहे.'' सिद्धार्थ म्हणाला.

''मला आपल्या सर्वांकडून हीच अपेक्षा होती. याचा अर्थ आता माझं कार्य पूर्ण झालं आहे. मी ज्या उद्देशाने आपल्याशी बोलत होतो तो पूर्ण होताना मला दिसत आहे. त्यामुळे यापुढे आपल्या सर्वांना या सर्वोत्तम कार्यात झोकून द्यायचं आहे.''

राहूलचं असं धक्कादायक बोलणं ऐकून सर्वजण विचारात पडले. प्रत्येक जण त्याचा वेगवेगळा अर्थ घेत होता. परंतु राहूलला नक्की काय सांगायचं आहे हे निश्चितपणे कोणाच्याही लक्षात येत नव्हतं.

''या बोलण्याचा नेमका अर्थ काय हे आम्हाला कळत नाही.'' राजा सुयोधन म्हणाले.

''आजोबा, आज मी सर्वांनाच अतिशय महत्त्वपूर्ण गोष्ट सांगणार आहे. ती ऐकण्यासाठी आपण तयार राहा.''

तिघंही राहूलचं बोलणं लक्षपूर्वक ऐकू लागले. राहूल पुढे काय सांगणार आहे हे माहीत नसल्यामुळे खरंतर मनातून सर्वजण घाबरले होते.

''उद्यापासून मी आपल्याशी बोलणार नाही. आपल्या संभाषणाचा आजचा शेवटचाच दिवस आहे.'' राहूल धीरगंभीर स्वरात म्हणाला.

''हे आपण काय बोलत आहात!'' भावनातिरेकाने, काहीशा अविश्वासाने यशोदा उद्‌गारली.

''आईश्री, मी आपली अवस्था समजू शकतो. परंतु प्रथम मी काय सांगतो ते लक्षपूर्वक ऐका. कारण येथून पुढची यात्रा तिघांना मिळून करायची आहे. माझं कार्य आज येथेच संपलेलं आहे. यानंतर आपलं महत्त्वपूर्ण कार्य सुरू होणार आहे. माझी भूमिका मी पूर्णपणे निभावली. आता आपल्याला जे ज्ञान दिलं त्या आधारावर आपल्याला पुढचं कार्य करायचं आहे...''

राहूल असं काही बोलेल ही अपेक्षा कोणालाच नव्हती. राहूलने असं अचानक संभाषण बंद करावं असं कोणालाही वाटत नव्हतं. त्याचं मार्गदर्शन सातत्यानं मिळत राहावं, त्याने अशीच प्रेरणा देत राहावी ही प्रत्येकाची इच्छा होती. त्यामुळे हे ऐकून सर्वांनाच धक्का बसला.

''अशा महत्त्वपूर्ण वळणावर आपण आम्हाला एकटं सोडून जाऊ नका. उलट

येथेच तर आपली खरी आवश्यकता आहे. येथून पुढे आम्हाला महानिर्वाण निर्माणाचं कार्य करायचं आहे, जे आपल्या मार्गदर्शनाशिवाय अशक्यप्राय आहे.''

''हे कठीण आहे जरूर, परंतु अशक्य मात्र खचितच नाही. माझी भूमिका फक्त येथवरच सीमित होती.'' शांत स्वरात राहूल म्हणाला.

''मी समजू शकतो, की आपली भूमिका इथे संपली. परंतु आपण आम्हाला जे 'पृथ्वीलक्ष्य' दिलं आहे ते संपूर्ण विश्वात कसं पोहोचवायचं यासाठी आपल्या बहुमोल मार्गदर्शनाची आम्हाला गरज भासणार आहे. आपण जर साहाय्य केलं नाही तर आमचं 'पृथ्वीलक्ष्य' कसं पूर्ण होणार? 'पृथ्वीलक्ष्य' साध्य होताच मी आपल्याला एक क्षणही थांबवणार नाही.'' सिद्धार्थ म्हणाला.

''आता यापुढचं मार्गदर्शन आपल्याला कोणा दुसऱ्यांकडून मिळेल. यापुढे आपल्याला माझी गरज भासणार नाही. ज्या ईश्वराने माझ्याद्वारे आपल्या सर्वांना मार्गदर्शन केलं तोच पुढे एखाद्या वेगळ्या शरीराद्वारे आपल्याला मार्गदर्शन करेल. मी तर केवळ निमित्त आहे, माध्यम आहे. ज्याने आपल्याला इथपर्यंत आणलं आहे, त्यानेच आपल्या पुढील यात्रेची तरतूद आधीच करून ठेवली आहे. तो कोण असेल या प्रश्नाचं उत्तरही येणारा काळच देईल.'' राहूलने शांतपणे उत्तर दिलं.

''अशाप्रकारे आम्ही 'पृथ्वीलक्ष्य' साध्य करू शकणार का? कमीत कमी त्या महापुरुषाचं नाव तरी सांगा, जेणेकरून पुढील मार्गदर्शन आम्हाला त्यांच्याकडून घेता यावं.'' यशोदा आतुरतेनं म्हणाली.

राहूल मनातल्या मनात हसत होता. कारण पुढं काय होणार हे तो जाणत होता. ''आईश्री, आपण अजिबात चिंता करू नका. मला आपल्याला हेच सांगायचं आहे, की ती वेळ येईपर्यंत मी आजवर सांगितलेल्या गोष्टींवर सखोल मनन करत राहा. त्यामुळे असंही होऊ शकतं, की त्यातूनच आपल्याला पुढील राजमार्ग स्पष्ट व्हावा''...

राहूलचा प्रत्येक शब्द आकाशवाणी समजून स्वीकारला गेला. सर्वांना मनःपूर्वक खात्री होती, की योग्य वेळ आल्यानंतर नक्कीच एखादा महापुरुष आपल्याला मार्गदर्शन करण्यासाठी येईल. कारण राहूलवर त्यांचा प्रगाढ विश्वास असल्यामुळे ते संतुष्ट होते.

''आता मला सिद्धार्थबरोबर एकांतात काही महत्त्वाचं बोलायचं आहे.'' राहूल म्हणाला.

राहूलचं बोलणं गुर्वाज्ञा समजून राजा सुयोधन आणि यशोदेनं त्यांना अखेरचा नमस्कार केला आणि ते तसेच महालातून बाहेर पडले. उद्यापासून राहूल त्यांच्यासाठी गुरू न राहता पुन्हा एक छोटंसं मूल बनून राहणार होतं...

''आपल्याला माझ्याशी काय बोलायचं आहे?'' सिद्धार्थाने विचारलं.

''आता आपल्याला मी जे सांगणार आहे ते लक्षपूर्वक ऐका. आज मला आपल्याला एक महत्त्वपूर्ण गोष्ट आज सांगायची आहे. यापुढे 'पृथ्वीलक्ष्या'ची जबाबदारी आपली असून राजा सुयोधन आणि माता यशोदेला सोबत घेऊन हे 'पृथ्वीलक्ष्य' साकारायचं आहे. तेव्हा आपण उद्यापासूनच मनन आणि कृती करायला सुरुवात करा. आणखी एक महत्त्वाची गोष्ट अशी, की यानंतर आपल्यात जे प्रश्न निर्माण होतील त्यांची उत्तरं आपल्याला आतूनच मिळतील. अंतरंगातच ती उत्तरं शोधायची आहेत. आजोबा आणि आईश्रींना माझा नमस्कार सांगा. या कार्यात आपण निश्चितच यशस्वी व्हाल.'' गालातल्या गालात हसत राहूलने शुभेच्छा दिल्या आणि या ज्ञानचर्चेची सांगता करून रोजच्याप्रमाणे आजही तो गाढ झोपी गेला. त्याचा चेहरा पौर्णिमेच्या चंद्राप्रमाणे शीतल भासत होता. मोहक, खोडकर हास्य त्याच्या चेहऱ्यावर प्रकटलं होतं.

सिद्धार्थाने मनोमन आपल्या गुरूंना प्रणाम केला. 'पृथ्वीलक्ष्य' पूर्ण करण्याची जबाबदारी राहूलने किती विश्वासाने आपल्यावर सोपवली या जाणिवेने तो कृतकृत्य झाला. त्याचबरोबर उद्यापासून राहूलचे प्रत्यक्ष मार्गदर्शन मिळणार नाही या विचारांनी अस्वस्थ झाला. परंतु त्या विचारांची मरगळ क्षणार्धात झटकून त्यातून बाहेर येत दोघांना म्हणाला,''चला नेहमीप्रमाणे मनन करूया.''

सिद्धार्थाचा इतका सौम्य प्रतिसाद पाहून दोघेही हैराण होते. आज सर्वांना प्रथमच आपापल्या जबाबदारीची जाणीव होत होती. त्याचबरोबर राहूलची उणीवही भासत होती परंतु आता त्यांना दुःख होत नव्हतं. कारण त्यांच्यासमोर राहूलने पुढचा मार्ग स्पष्ट आणि सुकर केला होता. यापुढे राहूल त्यांच्या अंगाखांद्यावर खेळणार होता. आज राहूलचं प्रत्येक वाक्य 'महावाक्य' होतं हा चमत्कारिक अनुभव सर्वांचाच आला होता...

दिवस २८

सिद्धार्थाचं नवजीवन

मृत्यूशिवाय निर्वाण

राहूल आता बोलणार नाही म्हणून आज सकाळपासूनच राजा सुयोधन आणि यशोदा उदास होते. परंतु सिद्धार्थाची अवस्था मात्र याहून वेगळी होती. राहूलचा आणि त्याचा एकांतातला संवाद एखाद्या भविष्यवाणीप्रमाणे वारंवार आठवत होता. यापुढचं कार्य कसं पार पाडावं या एकाच विचारानं तो भारावून गेला होता. याविषयीची चर्चा करण्यासाठी त्याने राजा सुयोधनांना आणि यशोदेला संदेश पाठवला.

''सिद्धार्थ, तू आम्हाला इतकं तातडीनं बोलावलंस, काही विशेष गोष्ट आहे का?''

''पिताजी, मला आपल्या दोघांशी काही महत्त्वपूर्ण गोष्टींवर सल्लामसलत करायची आहे. मला वाटतं राहूलने सांगितल्याप्रमाणे पृथ्वीलक्ष्याचं कार्य आपण तिघांनी मिळून पूर्ण करावं.''

''सिद्धार्थ, तू अगदी योग्यच बोलत आहेस. परंतु हे कार्य आपल्याला एखाद्याच्या मार्गदर्शनाशिवाय पुढं कसं नेता येईल? हे कार्य कसं करायचं? आणि त्यासाठी आपल्याला कोण मार्गदर्शन करेल?''

''पिताजी, जितकं मी राहूलचं ज्ञान समजू शकलो त्यानुसार आपल्यालाच हे कार्य करायचं आहे. त्यासाठी पुढचं मार्गदर्शन आपल्याला योग्यवेळी अंतरंगातूनच मिळणार आहे.''

सिद्धार्थाच्या या बोलण्यावर राजा सुयोधन आणि यशोदा दोघंही सहमत झाले.

''सिद्धार्थ, पुढं काय करायचं आहे यावर तू नक्कीच काही तरी विचार केला असशील.''

''पिताजी, आजवर मी जे जे मनन केलं त्यात हेच समोर आलं, की आपण तिघांनीही यावर मनन करून उद्या आपापली विचारसेवा द्यावी. आपली मतं मांडावीत. त्यानंतरच आपल्याला पुढची दिशा निश्चित करता येईल.'' सिद्धार्थाने आपलं मनोगत व्यक्त केलं.

''मला आणखी एक गोष्ट सांगायची आहे. आपल्याला सर्वप्रथम राहूलने दिलेल्या ज्ञानावर पुन्हा मनन केलं पाहिजे. त्यानंतरच आपण जो विचार करू तो उत्कृष्ट ठरेल.'' यशोदा म्हणाली.

यशोदेच्या या विचाराशी दोघंही सहमत झाले. त्यानंतर त्यांनी सिद्धार्थाची डायरी काढून राहूलने सांगितलेल्या सर्व गोष्टींवर मनन करण्याचं ठरवलं आणि नंतरच पुढच्या कार्याला प्रारंभ करण्याची योजना आखली. रोजच्याप्रमाणे रात्री तिघांनी एकत्र भेटून मनन करण्याचं ठरवलं.

''राहूलने तुला शेवटची आज्ञा हीच दिली होती का?'' राजा सुयोधनानं उत्सुकतेनं विचारलं.

''हो. आमच्या शेवटच्या संभाषणातील कार्ययोजना हीच होती हे समजायला हरकत नाही.'' सिद्धार्थानं उत्तर दिलं.

अशाप्रकारे सर्वजण आपल्या मनात एक लक्ष्य घेऊन महालातून बाहेर पडले. परंतु राहूलचा प्रसन्न, हसतमुख, गोंडस चेहरा त्यांच्या नजरेसमोरून हटत नव्हता. त्याचं ते गोजिरवाणं रूप, विलोभनीय काळेभोर डोळे पाहून त्यांना उन्मुक्त व्यक्तित्वाचं दर्शन राहूलच्या रूपानं झाल्याचं समाधान मिळालं होतं. त्याने दिलेल्या ज्ञानावर दिवसभर मनन करून रात्री तिघंही एकत्र जमले. अगदी सुरुवातीपासून अखेरपर्यंत त्यांनी मनन केलं. मननामध्ये गढून गेल्यामुळे वेळ कसा गेला हे त्यांना कळलंच नाही. पहाटेचा गार वारा अंगाला झोंबला तेव्हा त्यांच्या लक्षात आलं, की आता उजाडत आहे. पण कुणालाही उठण्याची इच्छा होत नव्हती. राहूलविषयी त्यांचं मन वारंवार कृतज्ञतेनं भरून येत होतं.

आजवर मिळालेलं ज्ञान लवकरात लवकर लोकांपर्यंत पोहोचवायचं आहे. हाच संकल्प करत राजा सुयोधन आणि यशोदा महालातून निघून गेले. परंतु सिद्धार्थ मात्र तेथेच थांबला. त्याच्या मनात, जे ज्ञान मला मिळालं आहे ते इतरांना कसं मिळेल हेच विचार येत होते. अशाप्रकारे मनन करता करता काही प्रश्न त्याच्या मनात निर्माण होत होते आणि काय आश्चर्य, त्या प्रश्नांची उत्तरं आज त्याला आतूनच मिळत होती.

आश्चर्याबरोबरच आनंदही मिळत असल्यामुळे तो एका वेगळ्याच अनुभवात होता.

प्रश्न विचारणारा आणि उत्तरं देणारा दोघंही जणू एकमेकात विलीन झाले होते, एकच झाले होते. त्यांच्यात प्रश्नोत्तरांची मालिकाच सुरू झाली होती. ही अनुभूती काही काळ चालली, त्यानंतर सर्व शांत झालं. तो स्वतःही शांत होऊन मौनात बसला. आता सिद्धार्थाला परमोच्च ज्ञान प्राप्त झालं होतं. परंतु ही अवस्था जाणणारं मात्र तेथे कोणी नव्हतं. तो स्वतःच अनुभव बनला होता आणि अनुभव घेणाराही तोच होता. त्या अद्वैत अवस्थेत सिद्धार्थ स्थापित झाला होता. ज्याविषयी राहूलनं त्यांना सांगितलं होतं अशी अवस्था... जेथे सुख-दुःखांपासून मुक्ती मिळते. परमज्ञान प्रकट होतं. केंद्रावर स्थापित झाल्यामुळे त्याचं जीवन महाजीवन बनलं होतं. थोडक्यात असंही म्हणता येईल त्याला आत्मसाक्षात्कार झाला होता. त्याने समाधीची अवस्था प्राप्त केली होती. ती रात्र त्याच्यासाठी आनंदाच्या अत्युच्च शिखरावर जाण्याची, मौनात, त्या परमअनुभवात स्थापित होण्याची होती. ती मौनाची आभा, तो आनंद त्याच्या चेहऱ्यावर आच्छादून गेल्यासारखा भासत होता. प्रेमाने ओतप्रोत भरल्यासारखा वाटत होता. अशाप्रकारे एका रात्रीचा अंत होऊन सुखद जीवनाचा प्रारंभ झाला.

सकाळी-सकाळी काही सेवकांनी सिद्धार्थाच्या महालात प्रवेश करताच बघितलं, की सिद्धार्थ मौनात बसलेले आहेत. त्यांना या गोष्टीचं अप्रूप वाटलं, आज इतक्या सकाळी सिद्धार्थ मौनात कसे बसले? ते आपलं काम करून महालातून निघून गेले. काही वेळानंतर पाच-सहा सैनिक त्यांच्या महालात पोहोचले. परंतु सिद्धार्थ अद्याप समाधी अवस्थेतच बसले होते. त्यांचा चेहरा देदीप्यमान दिसत होता. मौनाचं तेज त्यांच्या चेहऱ्यावर झळकत होतं. सैनिकांनी त्वरित ही वार्ता राजा सुयोधनांच्या कानावर घातली. ही खबर मिळताच सर्व कामकाज सोडून यशोदेसह ते सिद्धार्थाच्या महालात पोहोचले. तेही असं विलोभनीय दृश्य पाहून थक्क झाले. सिद्धार्थ केवळ मौनात नसून त्यांना समाधी, कैवल्याची अवस्था प्राप्त झाली आहे, हे त्यांच्या लगेच लक्षात आलं. त्यांना आत्मसाक्षात्कार झाला आहे ही सुवार्ता त्यांनी लगेच यशोदेलाही सांगितली. ते दृश्य पाहून दोघंही अतिशय आनंदित झाले.

राजा सुयोधन ज्या गोष्टीला घाबरत होते तीच गोष्ट आज अचानकपणे त्यांच्यासमोर प्रकट झाली होती. पण आज दुःखाऐवजी हास्याचे कारंजे त्यांच्या चेहऱ्यावर उडताना दिसत होते. या आनंदाच्या भरात त्यांनी संपूर्ण राज्यात सिद्धार्थांना आत्मसाक्षात्कार प्राप्त झाल्याची दवंडी पिटवली. सर्व प्रजाजन आश्चर्यचकित झाले, शिवाय सिद्धार्थांना

भेटण्याची उत्सुकताही त्यांच्या मनात निर्माण झाली. राज्यातील जनता त्यांना भेटण्यासाठी महालाभोवती गर्दी करू लागली. परंतु जोपर्यंत सिद्धार्थ समाधीतून बाहेर येणार नाहीत तोपर्यंत त्यांना कोणीही भेटू शकणार नाही अशी आज्ञा राजा सुयोधनांनी दिली.

दिवसामागून दिवस जात होते पण सिद्धार्थ समाधीतून बाहेर आले नाहीत. राजा सुयोधन आणि यशोदा दोघंही त्यांची काळजी घेत होते. त्यांना एकदम राहूलने सांगितलेलं वाक्य आठवलं, 'एक महापुरुष तुम्हाला मार्गदर्शन करणार आहे.' परंतु हा महापुरुष आपला सिद्धार्थच असेल असा विचार त्यांच्या ध्यानीमनीही नव्हता. आता त्यांच्या समोर सत्य प्रकट झाल्यामुळे ते खूप खुश होते. आपलं 'पृथ्वीलक्ष्य' पूर्ण होणारच असा दृढ आत्मविश्वास त्यांच्यात निर्माण झाला. कारण तो महापुरुष दुसरा तिसरा कोणी नसून त्यांचा सिद्धार्थच होता!

''सिद्धार्थ समाधीतून बाहेर येताच मी त्याचा राज्याभिषेक करेन.'' राजा सुयोधन यशोदेला म्हणाले.

''पिताजी, सिद्धार्थ समाधीतून बाहेर येतील असा आपल्याला विश्वास आहे का? आणि जरी आले तरी त्यांच्यात राजा बनण्याची इच्छा असेल?''

''यशोदा, जे लक्ष्य राहूलने आपल्याला दिलं होतं त्यानुसार असं होणं स्वाभाविकच आहे.'' राजा सुयोधन म्हणाले.

सिद्धार्थ अद्यापही समाधीत होते. आज त्यांच्या समाधीचा सातवा दिवस होता. रोजच्याप्रमाणे राजा सुयोधन आणि यशोदा त्यांच्या सेवेत लीन होते. अचानक सिद्धार्थाने डोळे उघडले आणि म्हणाले, *'व्यक्तिनिर्मात्या! मी तुला आता पाहिलं आहे. त्यामुळे माझ्या शरीरात तू यापुढे कधीही व्यक्ती (अहंकार) बनवू शकणार नाहीस.'* सिद्धार्थ असा अचानक काय म्हणतोय हे क्षणभर दोघांच्याही लक्षात आलं नाही. दोघे अवाक् होऊन सिद्धार्थाकडे पाहात राहिले. परंतु वस्तुस्थितीचं भान येताच तत्काळ त्यांनी सिद्धार्थांना गुरूंच्या रूपात स्वीकारलं. वाकून प्रणाम केला. सिद्धार्थही दोघांना बघून प्रसन्न झाले. त्यांच्या मुखातून पहिलं वाक्य निघालं, 'आता आपल्याला तिघांना मिळून पुढील कार्य पूर्णत्वाला न्यायचं आहे.' हे ऐकताच दोघंही जणू आनंदरूपी सागरात विहार करू लागले.

''आपण आजपासूनच राज्यकारभार सांभाळायला सुरुवात करावी. त्याचबरोबर राज्यातील सर्व लोकांना मार्गदर्शनही द्यावं अशी माझी इच्छा आहे.'' राजा सुयोधन म्हणाले.

“निश्चितच! जशी आपली इच्छा. खरंतर आता आपल्याला ‘पृथ्वीलक्ष्या’वर कार्य करणं सुरू करायला हवं.”

“पिताजी, आता आपल्याला लवकरात लवकर सिद्धार्थांचा राज्याभिषेक करायला हवा जेणेकरून या महान कार्याची सुरुवातही तितक्याच उत्साहाने, जल्लोशाने व्हावी.” असा प्रस्ताव यशोदेने राजा सुयोधनांसमोर मांडला.

“यशोदा तू अगदी योग्यच सांगत आहेस. मी उद्यापासूनच धुमधडाक्यात या तयारीला सुरुवात करतो.” राजा सुयोधन मोठ्या आनंदाने म्हणाले.

अशाप्रकारे आजचा दिवस मोठ्या समाधानानं मावळला...

दुसऱ्या दिवसापासून राज्यात राज्याभिषेकाची दिमाखदार तयारी सुरू झाली. प्रजेने सर्वत्र गुढ्या-तोरणं उभारल्या, रंगीबेरंगी पताका लावल्या, रांगोळ्या काढल्या. सर्वजण आपापल्यापरिने आनंद व्यक्त करू लागले. राज्यात आनंदाला नुसतं उधाण आलं होतं. सिद्धार्थांचा लवकरच राज्याभिषेक होणार आहे ही बातमी वाऱ्यासारखी सर्व दूर पसरली. सर्व लोकांना आनंदाची ही सुवार्ता समजली होती. परंतु काही लोकांना मात्र हे ऐकल्यानंतर, असं कसं होऊ शकतं? हा प्रश्न निर्माण झाला. कारण त्यांच्या मनात अशाप्रकारच्या मान्यता होत्या, की आत्मसाक्षात्कार प्राप्त झाल्यानंतर लोक संन्यास घेतात. तर मग सिद्धार्थ, राजा कसे बनू शकतात? प्रजा असाच विचार करेल असं राजा सुयोधनांनाही वाटलं होतं. परंतु त्यांनी या गोष्टीची अधिक चिंता केली नाही. कारण त्यांना माहीत होतं सिद्धार्थ जेव्हा राजा होईल, तेव्हा प्रजेमध्ये त्याच्याविषयी विश्वास निर्माण होऊन ते सर्वांसाठी सर्वोत्तम राजा म्हणून सिद्ध होतील.

पंडितजींना बोलावून त्यांना सिद्धार्थाच्या राज्याभिषेकासाठी जवळचा मुहूर्त काढण्याविषयी सांगितलं गेलं. पंडितजींनी सात दिवसांनंतरचा शुभमुहूर्त काढला. त्या सात दिवसात राजा सुयोधनांनी सर्व प्रकारची तयारी करून घेतली आणि इतर राज्यातील राजे-महाराजे यांना या अभूतपूर्व सोहळ्याचं निमंत्रण धाडलं...

आणि तो क्षण येऊन ठेपला. आज सिद्धार्थ राजा बनणार होते. थाटामाटात हा सोहळा साजरा झाला. सिद्धार्थाला राजा म्हणून घोषित करण्यात आलं आणि त्यांचं नवीन नाव ‘राजा निर्वाण’ असं ठेवण्यात आलं. प्रजेने त्यांचा जयजयकार केला. आता सिद्धार्थ, राजा निर्वाणाच्या नावानं प्रसिद्धीस आले. हे नाव खऱ्या अर्थानं दोन्ही अर्थ सिद्ध करतं. सिद्धार्थ राजा बनणं आणि त्यांनी आत्मसाक्षात्कार प्राप्त करणं.

नवा राजा घोषित झाल्यानंतर सारी प्रजा आपल्या नव्या राजाचं दर्शन घेण्यासाठी उतावीळ झाली होती. राजा निर्वाण राजगादीवर बसताच त्यांनी घोषित केलं, ''आजपासून आम्ही राज्यात नवी व्यवस्था निर्माण करणार आहोत, ज्यामुळे राज्यात सर्व लोक मिळून मिसळून, प्रेमाने राहतील. सर्व एकमेकांचे शुभचिंतक असतील. बाहेरचं युद्ध समाप्त करण्यासाठी प्रथम आपण आपल्यातील आंतरिक युद्ध कसं संपवता येईल यावरच विचार करूया. कारण...

आनंद आहे.

आनंदाचं कारण आहे.

आनंद प्राप्त करण्याचा मार्ग आहे.

आनंद प्राप्त केलेली अवस्था उपलब्ध आहे.

ही चार महासत्य राजा निर्वाणांनी राज्यातील सर्व लोकांना सांगितली.''

यापूर्वी असे विचार कोणीही मांडले नसल्यामुळे राजा निर्वाणाचं बोलणं सर्व लोक तल्लीन होऊन ऐकत होते. त्याचबरोबर सर्वांच्या चेहऱ्यावर आश्चर्याचे भावही उमटले होते.

महापुरुषांनी, संतमहात्म्यांनी सांगितलेल्या अशा महावाक्यांवर जर माणसानं मनन केलं, चिंतन केलं तर त्याच्या जीवनात खूप मोठा चमत्कार घडतो.

राजा निर्वाणांच्या या गोष्टी ऐकून काही लोक अस्वस्थ झाले होते. प्रत्येकवेळी आनंदात राहणं कसं शक्य आहे? आतील युद्ध संपवून बाहेरचं युद्ध कसं थांबवता येईल? लोकांनी न भांडता मिळून-मिसळून राहावं हे तर अगदीच अशक्यप्राय आहे. प्रजेकडून असाच प्रतिसाद मिळेल ही गोष्ट तिघांनाही आधीच माहीत होती.

''आपल्या सर्वांना हे माहीत झालं आहे, की राजा निर्वाण केवळ एक राजाच नाहीत तर महात्मा देखील आहेत. त्यामुळे ते जे सांगतात त्यावर विश्वास ठेवणं आवश्यक आहे.'' राजा सुयोधन म्हणाले.

हे वाक्य ऐकताच प्रजेनं टाळ्यांचा प्रचंड कडकडाट केला. याचाच अर्थ त्या सर्वांनी सहमती दर्शवली होती. सर्वांनाच हा विश्वास वाटत होता, की महापुरुषांचं वचन सत्य वचन असतं, अमृत वचन असतं. ते कधीही फोल ठरत नाही. राजा निर्वाण असं म्हणाले आहेत याचाच अर्थ ते आपल्या वचनांची पूर्ती अवश्य करतील. सर्वत्र लोक

गुण्यागोविंदाने नांदतील. या कल्पनेने लोक नाचू बागडू लागले. सर्वांमध्ये आनंदाची लाट उसळली. राजा निर्वाणांच्या सर्वोच्च चेतनेमुळे सर्वांच्या चेतनेचा स्तर वाढला. आज आसमंतही आनंदाने बेभान झाला होता. सर्वांनीच राजा निर्वाणांचा जयजयकार केला. अशाप्रकारे आज आणखी एका शुभ दिवसाचं समापन झालं. परंतु राजा निर्वाण, राजा सुयोधन आणि यशोदेसाठी तर ही मात्र सुरुवात होती. पुढे सर्वोच्च अभिव्यक्ती, सर्वोत्तम आविष्कार त्यांची आतुरतेने वाट बघत होते...

दिवस २९

पार्ट वनवर निर्वाणाचं निर्माण

उच्चतम विकसित समाज

निसर्गाचा नियम आहे, की कुठलीही गोष्ट वाटल्याने ती अधिक वृद्धिंगत होते. काहीशी तशीच अवस्था यशोदेची आणि राजा सुयोधनांची झाली होती. त्यांना सत्याचं जे आकलन झालं ते इतर लोकांपर्यंत कसं पोहोचेल या विचाराशिवाय अन्य कोणताही विचार त्या दोघांच्या मनात आज सकाळपासून आला नव्हता. आता त्यांच्याजवळ असलेलं आनंद-निधान दोन्ही हातांनी मुक्तपणे वाटण्यासाठी ते जीवनभर कार्य करणार होते. सत्याची अभिव्यक्ती त्यांच्यासाठी अगदी सहज आहे, असं राहूलही म्हणाला होता. त्यामुळे काय करू आणि काय नको अशा वेगळ्याच अवस्थेत ते दोघंही होते. त्यांच्या आनंदाला पारावार नव्हता. उत्कंठा शिगेला पोहोचली होती. तेवढ्यात राजा निर्वाणांनी आपल्याला बोलावलं आहे, अशी खबर घेऊन सेवक आला. तत्काळ ते दोघं तेथे पोहोचले.

''पार्ट टूची व्यवस्था ध्यानात घेऊन आपल्याला पुढचं कार्य करायचं आहे.'' राजा निर्वाण शांत, भारदस्त स्वरात म्हणाले.

''पार्ट टूमध्ये उच्च चेतनेचे लोक कसे वागतात हे आपल्याला राहूलने सांगितलं होतं. त्या आधारावरच आपल्याला काही सांगायचं आहे का?'' यशोदेनं विचारलं.

''आपल्या सर्वांना हे माहीतच आहे, की पार्ट टूचेही काही नियम आहेत, त्याचप्रमाणे काही गुणही आहेत आणि त्या आधारावरच तेथील संपूर्ण व्यवस्था चालते. आपण जेव्हा पृथ्वीवर चेतनेच्या सर्वोच्च स्तरावर कार्य करतो तेव्हा पार्ट टूच्या गुणांना समोर ठेवून प्रतिसाद देत असतो. जर एखादा माणूस आपल्याशी रागावून बोलत असेल आणि तरीही आपण पार्ट टूचा प्रेम हा गुण लक्षात ठेवून त्याच्याबरोबर शांतपणे, प्रेमपूर्वक बोललात तर आपला प्रतिसाद योग्य आहे. हाच प्रतिसाद द्यायला आपल्याला इतर लोकांनाही शिकवायचं आहे. 'पृथ्वीलक्ष्या'विषयीचं ज्ञान ऐकताना मनाला प्रेमन

बनवायची गरज आहे, हे आपण जाणलं होतं. कारण तेजप्रेम हा पार्ट टूचा गुण आहे आणि हा गुण सर्वांना पृथ्वीवरच विकसित करायचा आहे. जेणेकरून पार्ट टूमध्ये 'महानिर्वाण निर्माण' करता यावं. माणसात जेव्हा तेजप्रेम प्रकटतं तेव्हा सर्वच प्राणिमात्रांबरोबर अद्वैताचा अनुभव येतो. त्यानंतर मग गीतं जन्माला येतात, कविता स्फुरतात, नृत्य सुरू होतं, डोळ्यांतून अश्रू ओघळायला लागतात, ध्यान सुफळ होतं आणि या सर्व अभिव्यक्ती एकाचवेळी होतात. माणसाचं विविध विषयाभोवती फिरणारं मन एकाच विषयावर एकाग्र होतं. तेजप्रेमामध्ये परम आनंद मिळतो, सगळे एकच आहेत ही अनुभूती येते. तेजप्रेम म्हणजे प्रेम आणि द्वेषापलीकडचं अमर्याद, विनाअट प्रेम. त्यामुळे प्रकटतं ते अप्रकट, अव्यक्त असं सत्य. आपल्यातील अहंकार जळून भस्म होतो म्हणजेच आत्मसाक्षात्कार प्राप्त होतो आणि तेजप्रेमाची अनुभूती येते. आणि ती आल्यानंतर...

प्रेमाचा दुर्गंध, सुगंधामध्ये बदलतो...

प्रेम प्रार्थना बनतं...

प्रेमाचा वन्ही रौरवातली

भीषण आग न राहता शीतल अग्नी बनतो.

तेजप्रेमाचा करिष्मा पोकळ न राहता अमृत बनतं...

प्रेमगीतं भजनं बनतात...

प्रेमातलं बळ सेवा बनतं...

प्रेमाची आठवण अहंकाराचं समर्थन न बनता...

निराकाराकडे नेणारी ठरते...

प्रेमाची साद तेजप्रेम बनतं...

''बाह्यतः आपण एकमेकांपासून कितीही वेगळे भासत असलो तरी आपला आंतरिक अनुभव मात्र एकच असतो. सर्वांमध्ये एकच चैतन्य वास करतं. एकच शक्ती अभिव्यक्त होते.

''तेजप्रेमाबरोबरच पार्ट टूचे आणखीही काही महत्त्वाचे गुण आहेत. ते म्हणजे, विचारांच्या आधारावर निर्माण आणि आनंद व सबुरीने उच्चतम रचनात्मकता. ज्याप्रमाणे

आपण काहीही न करता श्वास घेतो, सोडतो त्याचप्रमाणे आपलं विचारचक्रही चालू असतं. पृथ्वीवर माणसाच्या मनात प्रत्येक क्षणी विचार येतात आणि विलीनही होतात. परंतु थोडा सराव, थोडं ज्ञान यामुळे आपण विचारांना निश्चितच दिशा देऊ शकतो. अन्यथा विचारच आपले मालक बनतात, आपल्यावर मालकी हक्क प्रस्थापित करतात. दिशाहीन माणसाच्या मनात सकाळपासून रात्रीपर्यंत तऱ्हेतऱ्हेचे विचार येत असतात. असे विचार शुद्ध स्वरूपात नसतात. त्यामुळे त्यांना चिंता आणि भय यांची दुर्गंधी येते. उदाहरणार्थ, उद्या माझं काय होईल... मला जर नोकरीवरून काढून टाकलं तर... म्हातारा झाल्यावर रोगांनी पछाडलं तर... मुलांची लग्नकार्य झाल्यानंतर... अशा प्रकारच्या अनेक शंकाकुशंका, नकारात्मक विचार मनात थैमान घालतात. याचाच अर्थ एक दुःख संपतं न संपतं तोच दुसरं दत्त म्हणून हजर! अशा प्रकारे दुःखाचं दुष्टचक्रच सुरू होतं. दुःखाचं सावट आपल्या जीवनावर पडतं. अशावेळी जर आपण विचारांना दिशा दिली नाही तर आगंतुकासारखे विचार येतच राहतात आणि आपल्या निराशेचं कारण बनतात. खरं तर विचारांची ही शक्ती आपल्यासाठी वरदान होती पण योग्य दिशेअभावी ती शाप बनली.

''ज्या लोकांनी विचारांना योग्य दिशा दिली त्यांना आरोग्य लाभलं, त्यांनी यशोशिखर गाठलं. म्हणून आपल्या विचारशक्तीचा उपयोग तुच्छ गोष्टींचा विचार करण्यात नष्ट करू नका. आपल्या प्रगल्भ बुद्धीचा उपयोग कोणाच्याही कमतरतेचा फायदा घेण्यासाठी करू नका. आपला फायदा होण्यासाठी अयोग्य पद्धतीने विचार करणारे लोक बहुधा अपयशाच्या खोल खड्ड्यात पडतात. मनुष्य जसे विचार करतो तसेच विचार त्याच्याकडे आकर्षित होतात आणि मग ते शेकडो विचारांना आमंत्रण देतात. त्यानंतर ते आपल्यासाठी एखादा तेजोमहल तरी निर्माण करतात किंवा तुटके फुटके भयाण तेजहीन अवशेष शिल्लक ठेवतात. अशी दुर्दशा होऊ नये.

''जेव्हा आपल्या अंतर्यामी शांती आणि योग्य विचारसरणी स्थापित होईल तेव्हाच 'पृथ्वीलक्ष्य' रूपी तेजोमय महाल बनवण्याचा मजबूत पाया आपण जीवनात रचू शकाल. या भावनेमुळे आपल्यात एक अगम्य, अद्भुत शक्ती निर्माण होईल आणि आपल्याला हव्या असलेल्या वस्तू, गुण किंवा घटना आपल्यासमोर हात जोडून उभ्या राहतील. विचारात अतिशय शक्ती असल्यामुळे ती आपल्यामध्ये सकारात्मक भावना निर्माण करते. त्यामुळे सकारात्मक आनंद आपल्याकडे आकर्षित होतो. ज्या लोकांना विचारांच्या शक्तीची जाण आहे ते विचारांची सुरुवात प्रार्थनेनं करतात आणि अंत आश्चर्यात.

''विश्वाची रचनाच केवढं मोठं आश्चर्य आहे!... हा सृष्टीचा खेळ कसा चालला आहे!... प्रत्येक शरीराला विचाराच्या शक्तीनं कसं चालवलं जात आहे!...

"पार्ट टूची व्यवस्था पूर्णपणे विचारांवरच आधारित आहे. तेथे चेतनेच्या एका स्तरावर असणारे लोक एकत्र राहतात. आपल्याला पृथ्वीवरही तशी व्यवस्था निर्माण करण्याची आवश्यकता आहे. जेव्हा आपण अशी व्यवस्था पार्ट वन वर कराल तेव्हाच खऱ्या अर्थाने पार्ट टू ला, पार्ट वनवर आणू शकाल. याचा अर्थ येथे शब्दशः घेऊ नका तर पार्ट टूचे गुण पार्ट वनवर आणायचे आहेत. सूक्ष्म जगतात ज्या आधारावर व्यवस्था चालली आहे ती व्यवस्था पृथ्वीवर आणायची आहे. जेव्हा असं होईल तेव्हाच वास्तवात आपण 'पृथ्वीलक्ष्य' पूर्ण केलं असं म्हणता येईल. आपण पृथ्वीवर चेतनेच्या सर्वोच्च स्तरावर कार्य करू शकाल आणि त्यानंतरच उच्चतम विकसित समाजाची निर्मिती होईल.''

राजा निर्वाण असं सांगत असताना राजा सुयोधनांना आणि यशोदेला पृथ्वीवरचं चित्र, पुढचं जीवन स्पष्ट दिसू लागलं. 'आयुष्यभर आपण कार्य करायचं आहे' ही गोष्ट राजा निर्वाणाच्या मुखातून ऐकताच दोघांचीही अवस्था आनंदाने बागडणाऱ्या पाडसासमान झाली. इतक्या कमी शब्दात उच्चतम विकसित समाजाविषयीचं ज्ञान ऐकून त्या दोघांना वाटलं जणू काही त्या समाजाची एखादी प्रतिमा राजा निर्वाणांच्या मनात रेखाटली गेली आहे.

''आपल्याला अशा समाजाविषयी काही सांगायचं आहे का? आपल्या मनात त्या समाजाची एखादी छबी निर्माण झाली आहे का?'' राजा सुयोधनांनी अधीरतेनं विचारलं.

''वास्तविक अशा समाजाची निर्मिती करताना त्यातील गुण जाणण्याची आवश्यकता आहे. उच्चतम विकसित समाज पृथ्वीवर अशा लोकांचा समाज असेल ज्यांना मृत्यूविषयीची संपूर्ण जाण असेल. 'मृत्यूचं महासत्य' समजून घेत ते आपलं जीवन, सत्याची अभिव्यक्ती करीत व्यतीत करतील. चेतनेच्या वेगवेगळ्या स्तरावर राहणाऱ्या लोकांची व्यवस्था इथे विविध ठिकाणी असेल. अशा समाजात चेतनेच्या सर्वोच्च स्तरावर राहणारे लोक एकत्र राहतील. या समाजात जे लोक चेतनेच्या उच्च स्तरावर कार्य करतील ते खालच्या स्तरावर राहणाऱ्या लोकांना प्रेरणा देत राहतील. त्यांनी सत्यश्रवण करून त्यांच्या चेतनेचा स्तर वाढवावा यासाठी प्रेरित करतील. येथे चेतनेच्या उच्च स्तरावर राहणाऱ्या लोकांसाठी त्याग करणं खूप सहज असेल. कारण त्याग म्हणजे काय ही समज त्यांच्यात असेल. आज पृथ्वीवर लोकांना त्याग करणं ही गोष्ट खूप कष्टप्रद वाटते परंतु तेथील लोक एकमेकांसाठी सहजतया त्याग करतील. येथे

आपण ज्याप्रमाणे त्याग या शब्दाचा अर्थ घेतो तसा तो तेथे नसेल. तेथे त्याग, स्वीकार ही बाब एखाद्या अभिव्यक्तीप्रमाणे भासेल. आपण विशेष काही केलं असं त्यांना वाटणारही नाही.

"तेथे राहणाऱ्या लोकांचा चेतनेचा स्तर वारंवार कमी होणार नाही. ते स्वतः तर चेतनेच्या उच्च स्तरावर राहतीलच शिवाय आपल्या मुलांनाही तसं राहायला शिकवतील आणि मुलंही निरंतर आपल्या आईवडिलांना उच्च चेतनेतून प्रतिसाद देताना पाहतील. त्यामुळे त्यांनाही चेतनेच्या उच्च स्तरावर राहणं सहज होईल. जीवनात दानाचं महत्त्व, दान देणं ही कोणती संधी आहे हे उच्चतम समाजाच्या लोकांना चांगल्या प्रकारे माहीत असेल. समयदान, बुद्धिदान, धनदान ते सहजतया करू शकतील. कारण त्यांना जीवनात एका बाजूला होणं म्हणजे अव्यक्तिगत जीवन जगणं याचं महत्त्व माहीत असेल."

"एका बाजूला होणं म्हणजे काय? मला ही गोष्ट पूर्णपणे समजली नाही." राजा सुयोधनांनी राजा निर्वाणांना विचारलं.

"उच्चतम विकसित समाजात लोकांना एका बाजूला होण्याचं महत्त्व कळायला हवं. ही गोष्ट एका उदाहरणाने नीट समजून घेऊया. जे लोक सेनेत भरती होतात आणि सैनिक बनून देशाच्या सुरक्षेसाठी सीमेवर जातात त्यांना हे अतिशय स्पष्ट असतं की, गोळी लागून कधीही त्यांचा मृत्यू होऊ शकतो. तेव्हा ते सैनिक मृत्यूकडे कसं बघत असतील? त्यांच्या दृष्टिकोनातून पाहिलं तर त्यांच्यात मृत्यूविषयीचं भय किती असेल? आपल्याला हे माहीतच आहे, की देशाचं संरक्षण करत असताना सीमेवर असलेल्या सैनिकांमधील मृत्यूचं भय कमी कमी होत जातं. कारण त्यांना माहीत असतं, की कोणत्याही क्षणी त्यांना मृत्यूला सामोरं जावं लागेल. यासाठी ते एका बाजूला होतात. प्रत्येक क्षणी त्यांना ही जाणीव असते, की ते सैनिक आहेत. कधीही त्यांना गोळी लागू शकते म्हणून मृत्यूसाठी ते सदैव तयार असतात. आपल्याला आयुष्यात ज्या गोष्टी माहीत नाहीत त्या जर करायला सांगितल्या तर त्या करताना आपल्याला संकोच वाटतो आणि ज्या गोष्टी माहीत आहेत त्या अत्यंत सहजतेनं आपण करतो. त्याचप्रमाणे सत्य जाणल्यानंतर आता या सत्याचीच अभिव्यक्ती करायची या संकल्पावर आपण ठाम असतो."

यशोदेलाही एका बाजूला होणं याचा अर्थ स्पष्ट झाला. हे ऐकत असताना मध्येच यशोदेनं राजा निर्वाणांना विचारलं,

"इतक्या उच्च समाजाचं निर्माण... हे तर माझ्या कल्पनेतच बसत नाही. हे निर्माण कसं होईल याबाबत आपण काही सांगू शकाल का?"

‘‘हो, अवश्य. मी आपल्याला उच्चतम विकसित समाजाची योजना सांगतो. तेथे काय होईल आणि काय होणार नाही हे योग्यप्रकारे समजून घ्या. आपल्याला जो समाज निर्माण करायचा आहे त्यात प्रत्येकाचा चेतनेचा स्तर उच्च असल्यामुळे आनंदित निर्माणकर्ते असतील. आनंदित लोकांची सेना तेथे काम करेल. येथे आपण अधिकतर दुःखीच लोक पाहतो परंतु तेथे अशी अवस्था नसेल. त्याठिकाणी आनंदासह निर्माणाचं कार्य होईल.

‘‘आपण जो समाज बनवणार आहोत त्यात पोलिसांचीही गरज भासणार नाही. पोलिसांचं कार्य करण्यासाठी तेथे सत्यरक्षक असतील आणि सत्यरक्षकांना हे माहीत असेल, की जेव्हा माणसाच्या चेतनेचा स्तर कमी होतो तेव्हा तो चोरी करतो. माणसाच्या मनावर जेव्हा अज्ञानरूपी धूळ जमा होते तेव्हा अशा गोष्टी त्याच्याकडून घडतात. सत्यरक्षक, लोकांच्या मनावरील धूळ पुसण्याचं कार्य करतील. लोकांच्या चेतनेचा स्तर कायम राहावा यासाठी प्रयत्न करतील. आज समाजात कैद्यांसाठी नेमकं काय केलं जावं हेच कोणाला समजत नाही... सध्यातरी आम्ही त्यांच्यासाठी काही करू शकत नाही... हा तात्पुरता विचार करून त्यांना बाजूला ठेवलं जातं, जेलमध्ये ठेवलं जातं. परंतु उच्चतम विकसित समाजात मात्र असं होणार नाही.

‘‘तेथे लोकांना अतिशय स्पष्ट असेल, की अशा लोकांसाठी काय करायला हवं. त्याप्रकारची व्यवस्था त्या ठिकाणी उपलब्ध असेल. अशा लोकांची चेतना कशी वाढवली जावी याची जाण सत्यरक्षकांना असेल. अशा लोकांसाठी शिबिरं आयोजित केली जातील. अशा समाजात ज्या लोकांना सत्याची तृष्णा आहे त्यांच्यासाठी विशेष व्यवस्था असेल. ज्या लोकांना लवकर सत्य प्राप्त करायचं आहे, पृथ्वीवरच सातवा जन्म व्हावा अशी इच्छा आहे अशा लोकांसाठी उच्चतम विकसित समाजात सर्वोत्कृष्ट व्यवस्थेची निर्मिती होईल. त्यांच्यासाठी वेगळ्या प्रकारचे हॉस्पिटल, ग्रंथालय, श्रवणस्थान, व्यायामशाळा, पाठशाळा अशा अनेक गोष्टी उपलब्ध असतील. या सर्व आवश्यकता लक्षात घेऊन आपण अशा व्यवस्था आपल्या राज्यातील लोकांसाठी निर्माण करू शकतो. त्याचबरोबर आपल्या जीवनाचं लक्ष्य ही पूर्ण करू शकतो.

‘‘ज्याप्रमाणे आपण ‘पृथ्वीलक्ष्या’वर कार्य करत आहोत त्याचप्रमाणे इतर लोकांनीही ‘महानिर्वाण निर्माणाची’ तयारी पृथ्वीवरच पूर्ण करावी आणि चेतनेच्या सर्वोच्च स्तरावर जाऊन अभिव्यक्ती करावी हाच आपला उद्देश आहे. यापुढे आपल्याला यावरच कार्य करायचं आहे. जीवनात जर एका माणसाच्या चेतनेचा स्तर वाढला तर त्याचा

परिणाम सर्वांवर होतो. आपण जेव्हा याप्रकारे कार्य कराल तेव्हा त्याचा परिणाम संपूर्ण विश्वावर होऊ शकतो.''

जणू आकाशवाणी होत आहे, अमृतवचनांची सुमनं उधळली जात आहेत अशाप्रकारे राजा निर्वाणांचे शब्द भासत होते. एक वेगळीच तेजोमय आभा त्यांच्या चेहऱ्यावर प्रकटली होती. सर्वांना जाणवत होतं, की आज राजा निर्वाण चेतनेच्या उच्च स्तरावरून बोलत आहेत.

उच्चतम समाजात लोक मृत्यूला कसं जाणतील हा प्रश्न त्यांना महत्त्वपूर्ण वाटल्यामुळे त्यांनी राजा निर्वाणांना विचारलं, ''उच्चतम विकसित समाजात लोकांना मृत्यूविषयी कोणती समज असेल?''

''अशा समाजात पार्ट वन आणि पार्ट टूविषयी सर्वांना माहीत असणं आवश्यक आहे. त्यांच्यासाठी 'पार्ट वन म्हणजे पृथ्वी' आणि 'पार्ट टू म्हणजे सूक्ष्म जग' असे सोपे शब्द असतील. मृत्यूचं ज्ञान त्यांना पूर्णपणे अवगत असेल. त्या ज्ञानाच्या आधारेच लोक पृथ्वीवर कर्म करतील. पार्ट टूमध्ये जाण्यासाठी असे लोक सदैव तयार असतील. ही तयारी करण्यासाठीच आपल्या सर्वांना पृथ्वीवर कार्य करण्याची आवश्यकता आहे.

''जीवन-मृत्यूचं हे अनमोल ज्ञान आज पृथ्वीवरून लुप्त होत आहे. लोक असली सत्य जाणण्याऐवजी ढोंग आणि कपट करण्यात गुंतले आहेत. उच्चतम विकसित समाजात लोकांना शुद्ध रूपात सत्याची ओळख तर होईलच शिवाय इतर लोकांनाही ते ज्ञान देण्यासाठी सदैव तत्पर असतील. ज्ञानप्राप्तीसाठी इतरांना मदत करतील. सत्यमार्गात जितक्या त्रुटी आहेत, जितके निखळलेले दुवे आहेत ते सर्व प्रकाशात आणून आपण समाजात अस्सल सत्य परिचित करून देऊ. 'पार्ट टू रहस्य',-'मृत्यूचं महासत्य' हे 'पृथ्वीलक्ष्या'वर आधारित अमूल्य पुस्तक राहूलने मननाद्वारे आपल्याकडून लिहून घेतलं. या पुस्तकाच्या कोट्यवधी प्रती जगभरात वाटल्या जातील.

''महानिर्वाण निर्माण आणि सूक्ष्म जग या दोन्ही गोष्टी माणसासाठी अदृश्य आहेत, अनोळखी आहेत. माणसाला अदृश्य गोष्टींविषयी कोणतीही दृढता, विश्वास वा आकर्षण नसतं. ही बाबच त्या लोकांच्या यात्रेत बाधा बनते. माणसाला याचंही आकलन नसतं, की सत्यावरच्या दृढतेशिवाय तो पितळ आहे. अज्ञानामुळे माणूस पितळ बनतो. जेव्हा त्याला सत्याविषयीची दृढता प्राप्त होते, महानिर्वाण निर्माणाचा अर्थ लक्षात येतो, तेव्हा तो चुंबक बनतो आणि मग ती गोष्ट पाहिजेच असा हट्ट करतो. जीवनात पितळ

बनून तर सगळेच जगतात परंतु काही थोड्या लोकांनाच चुंबक बनून जगण्याची संधी मिळते. ज्या लोकांना सत्यश्रवणाद्वारे, पठणाद्वारे आणि मननाद्वारे सत्य ज्ञात होतं, त्यांचं जीवन सत्याची अभिव्यक्ती बनतं. ते सत्याचे चुंबक बनतात. पृथ्वीवर प्रत्येक माणसाचं हेच लक्ष्य असायला हवं, की त्यानं सत्यचुंबक बनून जगावं. सकारात्मक मॅग्नेट बनूनच राहावं...

"आजपासूनच आपण सर्व हा संकल्प करूयात, की ज्या समाजाची प्रतिमा मी आपल्या समोर ठेवली आहे तशा समाजाची निर्मिती लवकरात लवकर व्हावी."

राजा सुयोधन आणि यशोदेनं राजा निर्वाणांच्या या आज्ञेवर होकार दर्शवला. आणि सोबत सत्याची मशाल घेऊन लोकांच्या जीवनात प्रकाश आणण्यासाठी ते तत्परतेनं निघाले...

दिवस ३०

पार्ट वनवर, पार्ट टूची सुरुवात

निर्वाणांची लीला

महालाच्या खिडकीतून सूर्याची कोवळी किरणं डोकावू लागली. फुलपाखरांचे थवेच्या थवे आज मध चाखायचं विसरून राजा निर्वाणांना बघायला महालाभोवती गुंजारव करत होते... आज वाराही निर्वाणांच्या पदस्पर्शासाठी उत्सुक होता. वातावरण अतिशय प्रसन्न होतं. राजा सुयोधन आणि यशोदेच्या जीवनात असा सुखद क्षण आल्यामुळे त्यांचं मन ईश्वराप्रती कृतज्ञतेनं भरून आलं. आजवर त्यांना जे जे आकलन झालं होतं त्यानुसार आजचा दिवसही त्यांना महाजीवनाच्या दिशेनेआणखी एक पाऊल पुढे नेण्यासाठीच आला आहे ही भावना मनाशी बाळगत ते दोघंही राजा निर्वाणांच्या महालात पोहोचले.

हसून राजा निर्वाणांनी त्यांचं स्वागत केलं. उच्चतम विकसित समाजाची योजना बनवण्याचं कार्य सुरू झालं होतं. त्यापूर्वीच राजा निर्वाणांनी आपल्या मंत्रिमंडळाशी बातचीत करून राज्याची व्यवस्था अधिक सखोलतेनं समजून घेतली होती. त्यामुळे त्या कार्ययोजनाही त्यांनी राजा सुयोधन आणि यशोदेसमोर ठेवल्या. अशाप्रकारे काही दिवस व्यतीत होत गेले...

या काळात तिघांनी मिळून उच्चतम विकसित समाजाची संपूर्ण योजना आखली आणि आपल्या मंत्रिमंडळासमोर मांडली. आजवर कोणीही अशा व्यवस्थेविषयी ना कधी ऐकलं होतं ना पाहिलं होतं. त्यांच्यासाठी ही अद्भुत अशी गोष्ट होती. ही योजना ऐकून त्यांना अतिशय आनंद झाला. राजा निर्वाणांप्रती दृढ विश्वास आणि श्रद्धा त्यांच्या मनात जागृत झाली. अशी सुंदर व्यवस्था इतर राज्यातही व्हायला हवी असा सल्ला त्यांनी राजा सुयोधनांना दिला. सर्वांना या योजनेत समाविष्ट करता यावं म्हणून राजा सुयोधनांनी आपल्या मित्रराष्ट्रांमध्ये खबर पोहोचवली.

राजा सुयोधनांना ही गोष्ट फारच आवडल्यामुळे त्यानी दुसऱ्याच दिवशी आपल्या

मित्रराजांना आमंत्रित केलं. काही दिवसातच सभेचं आयोजन झालं. सर्वांच्या उपस्थितीत राजा सुयोधनांनी ही योजना आपल्या मित्रराजांसमोर ठेवली. आतापर्यंत त्यांनाही राजा निर्वाणांना आत्मसाक्षात्कार झाल्याचं माहीत झालं होतं. सर्वांना कळून चुकलं, 'आता पृथ्वीवर पुन्हा सत्ययुग येणार आहे.' ईर्षा, मत्सर, द्वेष, कपट, नकारात्मक विचार नाहीसे होऊन सकारात्मक विचारांच्या मंगल वर्षावाने पृथ्वी न्हाऊन निघणार आहे. अमृतरूपी कलशाने सर्वत्र सुख-समृद्धी भरभरून वाहणार आहे. सर्वांनी आपापसात ठरवून या योजनेला लगेच संमती दर्शवली. अशाप्रकारे राजा सुयोधनांबरोबर अनेक शेजारी राज्यं या योजनेत सहभागी झाले. पूर्वी ज्याप्रमाणे राजा सुयोधन आणि यशोदा राहूलकडून मार्गदर्शन घेत होते त्याचप्रमाणे आता त्यांनी राजा निर्वाणांकडून मार्गदर्शन घेणं चालू ठेवलं. राजा निर्वाण त्यांना नियमितपणे ज्ञानार्जन करत होते. मंत्रिमंडळात जेव्हा ही गोष्ट समजली तेव्हा त्या सर्वजणांनी ते राजा निर्वाणाचे शिष्य बनू इच्छितात असं निवेदन राजा सुयोधनांना दिलं. त्याचबरोबर त्यांच्याकडून ज्ञान घेण्याची इच्छा दर्शवली. राजा सुयोधनांनी हा प्रस्ताव राजा निर्वाणांसमोर प्रस्तुत केला. राजा निर्वाण अतिशय प्रसन्न झाले. ते जाणत होते, की जर मंत्रिमंडळातील सर्व सदस्य सत्यश्रवण करतील तर त्यांची समज वाढेल. त्यानंतर राज्याच्या व्यवस्थेत लवकरात लवकर सुधारणा आणणं शक्य होईल. यासाठी त्यांनी लगेच सत्यश्रवणाची परवानगी दिली.

अशाप्रकारे सर्व मंत्रिगण राजा निर्वाणाचे शिष्य बनले. त्यांचं श्रवण, मनन आणि सेवा बरोबरच होऊ लागली. सेवेत, अभिव्यक्तीत ज्या काही बाधा येत होत्या त्या राजा निर्वाणांना विचारून त्यांचं निराकरण होत होतं. कितीही बाधा असल्या तरी उत्कृष्ट काम कसं करावं यावर राजा निर्वाण त्यांना मार्गदर्शनही प्रदान करीत होते.

राजा निर्वाण लोकांना समज, मार्गदर्शन देतात ही वार्ता हळूहळू संपूर्ण राज्यभर पसरली, त्यामुळे राजा निर्वाणांच्या ज्ञानपूर्ण गोष्टी ऐकण्याची इच्छा लोकांनी प्रदर्शित केली. अशाप्रकारे राजा निर्वाणांनी राज्यातील सर्व लोकांसाठी ज्ञानार्जनाचं कार्य सुरू केलं. आता सर्वच लोक त्यांचं प्रवचन ऐकण्यासाठी येऊ लागले. मृत्यूचं महासत्य 'पृथ्वीलक्ष्य' हे पुस्तकही छापून तयार झालं. या पुस्तकाच्या सहयोगाने ज्ञानदानाचं काम सोपं झालं.

ही गोष्ट येथवरच थांबली नाही तर सर्वदूर याची चर्चा होऊ लागली. संपूर्ण उमललेलं फूल ज्याप्रमाणे लोकांच्या मनाला भावतं, मधमाश्यांना आकर्षित करतं, आपल्या सुगंधानं वातावरण भारून टाकतं, अगदी त्याचप्रमाणे अंतःकरणापासून, परिपूर्णतेनं खुललेला, विकसित झालेला माणूस इतरांना आकर्षित करतो. अशा व्यक्तीला समाजात

मान-सन्मान मिळतो. आपल्या उत्साहानं ती आजूबाजूचे वातावरण भारून टाकते. याचं कारण अशा आत्मसंतुष्ट व्यक्तीचं मन पूर्णतः शांत आणि तृप्त असतं.

लोक राजा निर्वाणांना ऐकण्यासाठी लांबून येऊ लागले आणि येणाऱ्या प्रत्येकाचंच तेथे स्वागत होऊ लागलं. सर्वांना सत्यश्रवण आणि 'पृथ्वीलक्ष्य' पुस्तकाच्या पठणाची अनुमती देण्यात आली. बाहेरून येणारे लोक जेव्हा राजा निर्वाणाच्या राज्याची चोख व्यवस्था बघत तेव्हा आपल्या राज्यातही अशीच व्यवस्था असायला हवी याविषयी त्यांच्या राजाला सूचित करत. तसा आग्रह करत. इतर राजेही ही चर्चा ऐकून होते. हळूहळू सर्व राजांनी आमच्या राज्यातही अशी व्यवस्था होण्यासाठी कृपया आम्हाला मदत करावी असे प्रस्ताव राजा निर्वाणांना पाठवले. राजा निर्वाणांनीही मोठ्या आनंदाने त्यांना मदत केली. अशाप्रकारे या सुंदर, अत्युच्च व्यवस्थेचं गुणगान संपूर्ण पृथ्वीवर गायलं जाऊ लागलं. अनेक राजांनी राजा निर्वाणांना गुरूंच्या रूपात स्वीकारलं, त्यांचं शिष्यत्व पत्करलं.

एकेकाळी शरीरहत्या करण्यासाठी गेलेल्या राजा सुयोधनांनीही त्यांच्याकडून ज्ञान प्राप्त केलं. त्यांच्याही जीवनात सत्य प्रकर्षानं उतरू लागलं. पुढे जाऊन त्यांनाही आत्मसाक्षात्कार झाला. यशोदेनंदेखील ज्ञान प्राप्त केलं आणि तीही सत्यात स्थापित झाली. त्या दोघांनीही निर्वाणांबरोबर लोकांमध्ये ज्ञानदानाचं कार्य सुरू केलं. अशाप्रकारे एक एक यशस्वी पाऊल टाकत एक दिवस राजा निर्वाण चक्रवर्ती राजा बनले. त्यांनी प्रेमाने पृथ्वीला जिंकलं. तेथे न कोणतं युद्ध होतं, ना महाभारत. प्रत्येक ठिकाणी प्रेमाचंच शासन होतं. संपूर्ण पृथ्वीवर राजा निर्वाणाचं ज्ञान पसरलं आणि लोकांचं जीवन पूर्णपणे बदलून गेलं. अशाप्रकारे पंडितांनी सिद्धार्थासाठी जी भविष्यवाणी कथन केली होती ती दोन्ही अर्थाने खरी ठरली. ज्योतिषशास्त्राच्या इतिहासात प्रथमच असं घडलं, की दोन विरुद्ध गोष्टी एका व्यक्तीत, एकाचवेळी घडल्या. सिद्धार्थाने आत्मसाक्षात्कारही प्राप्त केला आणि ते चक्रवर्ती राजाही बनले. ही तर आश्चर्याची परिसीमाच नव्हे का? बघता बघता पृथ्वी अशी जागा बनली जेथे प्रत्येक माणूस उच्च चेतनेवर कार्य करू लागला. पार्ट वनला जणू पार्ट टूचंच स्वरूप प्राप्त झालं होतं. लोकांमधील मृत्यूचं भय संपूर्णतया नष्ट झालं होतं. पार्ट टूमध्ये असणाऱ्या सर्व गोष्टी प्रत्येकाला स्पष्ट असल्यामुळे त्यांच्यासाठी आता पार्ट टूमध्ये जाणं सहज शक्य झालं.

जो कोणी पृथ्वीवरून पार्ट टूमध्ये जात होता, तेथे तो उच्चस्तरांवरच पोहोचत होता. त्यांना पार्ट टू आधी कुठंतरी पाहिल्याप्रमाणे वाटत होता. राजा निर्वाणांनी पृथ्वीवरच सूक्ष्म जगाची हुबेहूब प्रतिकृती निर्माण केली होती. पृथ्वीची पात्रता वाढली होती. आज

संपूर्ण पृथ्वी सत्यचुंबक बनली होती. अशाप्रकारे चक्रवर्ती राजा निर्वाण, राजा सुयोधन आणि यशोदेनं आपलं 'पृथ्वीलक्ष्य' पूर्ण केलं आणि इतर लोकांमध्येही ती शक्यता जागृत केली.

पुढे जाऊन त्यांचा मुलगा राहूल मोठा झाला. वास्तविक लहान मुलं त्या परमानुभवातच असतात परंतु मोठे होऊन मायेत अडकल्यामुळे आपलं 'पृथ्वीलक्ष्य' विसरून जातात. लहानपणी आपल्या वडिलांना, आजोबांना आणि आईला ज्ञान दिलं हे राहूलसुद्धा विसरला होता. परंतु मोठा झाल्यानंतर तो अतिशय बुद्धिमान आणि तेजस्वी निघाला. उच्चतम विकसित समाजात राहून त्याच्यात अनेक प्रकारचे गुण विकसित झाले. अनेक शक्यता त्याच्यासमोर प्रकटल्या. लहानपणापासूनच त्याला मृत्यूचं भय नव्हतं. त्याचबरोबर हळूहळू तो 'पृथ्वीलक्ष्या'चे धडेही आत्मसात करू लागला.

मोठं झाल्यानंतर आपल्या वडिलांप्रमाणे राहूलमध्येही सत्याची तृष्णा जागृत झाली. परंतु त्यासाठी आता त्याला बाहेर भटकण्याची गरज पडली नाही. कारण ही व्यवस्था त्याच्यासाठी आधीच उपलब्ध होती. त्याने राजा निर्वाणांकडून 'सरळ परंतु शक्तिशाली जीवनाचं' ज्ञान प्राप्त केलं आणि त्याचा सातवा जन्म, आत्मसाक्षात्कार पृथ्वीवरच झाला. पुढे जाऊन तोही पित्यासारखाच चक्रवर्ती राजा बनला आणि त्याने उच्चतम विकसित समाजाची धुरा यशस्वीरीत्या सांभाळली.

अशाप्रकारे पृथ्वी कधीही आत्मसाक्षात्कारी लोकांपासून वंचित राहिली नाही. संपूर्ण पृथ्वीची पात्रता दिवसेंदिवस वाढतच राहिली. कारण आनंदी माणूसच खऱ्या जीवनाचं दर्शन घेऊ शकतो. परंतु हे दर्शन डोळ्यांनी नव्हे तर अंतःकरणानी अनुभवायचं असतं. त्यानंतर वाटचाल होते ती 'महाजीवनाची'...

✻ ✻ ✻

हे पुस्तक वाचल्यानंतर आपला अभिप्राय कृपया या पत्त्यावर अवश्य पाठवा.

Tejgyan Global Foundation,
Pimpri Colony Post Office,
P. O. Box 25, Pune - 411 017. Maharashtra (India).

पुस्तक शब्दावली

तेज	:	दोहोंपलीकडे.
तेजसत्य	:	खरं आणि खोटं यापलीकडील सत्य.
तेजसंसारी	:	संसार आणि संन्यास या दोहोंपलीकडे असणारा.
तेजस्थान	:	हृदय, आत आणि बाहेरच्या पलीकडे असणारं स्थान.
सेल्फ	:	ईश्वर, अल्लाह, सत्य, गॉड, तेजप्रकाश, स्वसाक्षी, खुदा.
खोजी	:	जिज्ञासू, सत्य जाणण्याची उत्सुकता असलेला माणूस, सत्यशोधक.
तेजआनंद	:	सुख आणि दुःखापलीकडे असलेला आनंद.
महाजीवन	:	जीवन आणि मृत्यूच्या पलीकडे असलेलं जीवन.
तेजप्रेम	:	द्वेष आणि प्रेम यांपलीकडील प्रेम, विनाअट प्रेम.
मान्यता	:	चुकीच्या धारणा, अनुमान, पूर्वग्रह.
एम.एस.वाय	:	मनोशरीर यंत्र, मानवी शरीर.
पात्रता	:	तयारी, क्षमता.
पॅटर्न	:	चुकीच्या सवयी, संस्कार, वृत्ती.
कपट	:	छळ, खोटं.
कपट मुक्तता	:	सत्य बोलणं.
सेल्फ रियलायजेशन	:	आत्मसाक्षात्कार, स्वबोध.
सेल्फ स्टॅबिलायजेशन	:	स्वानुभवात स्थापित होणं.
अभिव्यक्ती	:	आनंद व्यक्त करण्याची पद्धत (सेवा, नवनिर्माण, अश्रू, भजन, नृत्य इत्यादी.)
तोलू मन	:	सतत तुलना करणारे, तुलनात्मक मन.
सहज मन	:	जे प्रत्येक क्रिया सहजतेनं आणि आपल्या समजेनुसार योग्य प्रकारे करत असतं ते मन.
मनोरंजन	:	मनाचं रंजन, मनाची खुशी.
सूक्ष्म शरीर	:	ॲस्ट्रल बॉडी, सटल बॉडी, मनोमय कोश.

स्थूल शरीर	:	भौतिक शरीर, फिजीकल बॉडी, अन्नमयी शरीर, बाह्य शरीर, बी-एम.एस.वाय.
आत्महत्या	:	स्वशरीरहत्या.
समाधि	:	समय-आदी, समयापूर्वी असलेली चेतनेची अवस्था, स्वेच्छेने मृत्यूत प्रवेश, सजग मृत्यू ,आयोजित मृत्यू.
आयाम	:	डायमेंशन, पैलू.
स्वर्ग	:	'स्व'चा अर्क, इसेंस, उच्च सूक्ष्म उपखंड(स्तर).
नरक	:	'स्व'च्या पलीकडे, निम्न सूक्ष्म उपखंड (स्तर)
कठोपनिषद	:	यमराजाच्या(मृत्यूच्या)उपस्थितीमध्ये नचिकेता (जीवन).
रुपेरी दोर	:	सिल्वर कॉड, स्थूल आणि सूक्ष्म शरीराला जोडणारी लवचिक दोरी.
सूक्ष्म जगत	:	पार्टटू, परलोक, ॲस्ट्रल प्लेन, दूसरी दुनिया, सूक्ष्म शरीराचं वास्तव्य असलेलं जग.
आत्मा	:	आत्मा हा शब्द आज भ्रमित करतो कारण हा शब्द सूक्ष्म शरीरासाठीही वापरला जातो, तद्वत सेल्फसाठी (चेतनेसाठी) सुद्धा वापरला जातो. कधी आत्मा अमर आहे सांगितलं जातं तर सूक्ष्म शरीर हेही शरीरच आहे व त्याचाही मृत्यू होतो असं सांगतात. एकाच शब्दाचा दोन भिन्न गोष्टींसाठी वापर केल्यामुळे 'आत्मा' हा शब्द लोकांचा गोंधळ वाढवतो. भीतीदायक चित्रपटांमध्ये आत्मा हा शब्द सूक्ष्म शरीरासाठी वापरून भयानक दृश्यं दाखवली जातात. असे चित्रपट पाहून लोक आपल्यातील आत्म्याचा शोध घेण्याचा विचारही करत नाहीत. चित्रपटामध्ये जेव्हा आत्मा या शब्दाचा उल्लेख येईल तेव्हा वाचकांनी लक्षात घ्यावं, की हे सूक्ष्म शरीराबद्दल दाखवलं जात आहे. वास्तविक आत्मा हा आध्यात्मिक शब्द आहे जो आज त्याचा अर्थ हरवून बसला आहे. कित्येक समजदार लोकही आत्मा आणि सूक्ष्म शरीर यांमधील फरक समजू शकत नाहीत.

पृथ्वीवरच्या जीवनाची पूर्णता

प्रत्येक माणसाची अशी इच्छा असते, की या आयुष्यातच त्याला जीवन जगण्याचं पूर्ण समाधान मिळावं. माणसाला जर मृत्यूसमयी, त्याने जीवन कसं व्यतीत केलं हे लिहिण्यास सांगितलं तर तो त्यावेळी आपल्या जीवनाविषयी काय लिहू शकेल? आपल्यालाही हा प्रश्न विचारला गेला तर याचं उत्तर आपण काय द्याल?

१. स्थूल शरीराच्या मृत्यूसमयी प्रत्येक माणसाला वेगवेगळे विचार येऊ शकतात. एखाद्याला वाटेल जीवनात पद, पैसा आणि मान-सन्मान तर खूप मिळाला. परंतु जे लक्ष्य प्राप्त करण्यासाठी जीवन मिळालं होतं, ते गवसलंच नाही.

२. स्थूल शरीराच्या समाप्तीनंतर काही लोकांमध्ये अशाप्रकारच्या भावना असतात की, माझं जीवन सुखासमाधानानं आणि आनंदानं व्यतीत झालं.

३. 'आम्हाला जीवनाचं सत्यच गवसलं नाही' असं म्हणणारेही काही लोक असतील. आपल्या स्थूल शरीराच्या मृत्यूसमयी, असा विचार करून त्यांना अपूर्णतेची जाणीव होते. परंतु पार्ट वन (पृथ्वीवरचं जीवन) आणि पार्ट टूची (मरणोत्तर जीवनाची) समज मिळाल्यानंतर माणूस स्वतःला पूर्ण समजू लागेल.

४. मृत्यू माझ्यासाठी एक खेळ आहे असं एखादा माणूस म्हणू शकतो. या उत्तरामागे जन्म-मृत्यूची समज दडलेली असते. माणूस मरत नाही तर तो पुढच्या यात्रेत जातो. जीवन-मृत्यूच्या या खेळाप्रमाणेच लोक मृत्यूचाही खेळ खेळत आहेत. कुणी मृत्यू या घटनेला लीला समजू शकतो. वस्तुतः मृत्यू कुणाचाही होत नसतो परंतु काही लोक या खेळाला खरं मानतात. कित्येकदा क्रिकेटप्रेमी क्रिकेटमध्ये आपल्या देशाचा पराजय झाला तर टीव्हीवरच राग व्यक्त करून टीव्ही तोडतात, त्यावेळी त्यांना तो खेळ, खेळ वाटत नाही. अशाप्रकारे मृत्यूचा खेळ ज्या लोकांना खरा वाटतो ते खूप रडतात आणि ज्यांना सत्य माहीत असतं ते अभिनंदन करतात. पुढील यात्रेत गेलेला माणूस जिंकला म्हणून लोक मृत्यूचादेखील उत्सव साजरा करतील.

५. काही लोक असंही म्हणू शकतात, की पृथ्वीवर आम्ही जी गोष्ट करण्यासाठी आलो होतो ती समज आम्हाला मिळाली, यासाठी 'धन्यवाद.' अशा लोकांच्या मनात स्थूल शरीराच्या मृत्यूवेळी ईश्वरकृपेप्रति कृतज्ञतेचे भाव असतील.

६. काही लोक मृत्यूचा उत्सव साजरा करण्याला एक संधी मानतील जेणेकरून मृत्यूला निमित्त बनवून इतर लोकांची समज वाढवता यावी. असे लोक त्यांच्या स्थूल शरीराच्या मृत्यूवेळी, काय व्हायला हवं हे आधीच लिहून ठेवतील. जेव्हा त्यांच्या स्थूल शरीराच्या मृत्यूची वेळ जवळ येऊन ठेपेल तेव्हा ते आधीच सर्व नातेवाइकांना निमंत्रण पाठवतील. अमुक अमुक दिवशी ते स्थूल शरीर सोडणार आहेत, तेव्हा नातेवाईक त्यांना भेटण्यासाठी येऊ शकतात. परंतु अट ही असेल, की त्यांनी हसत, नाचत यायला हवं, दुःखी होऊन नाही. सर्व नातेवाइकांना एकत्रित करण्याचं तात्पर्य हेच असेल, की त्यांना मृत्यूवर मनन करण्याची संधी मिळावी आणि सर्वांना मृत्यूचं महासत्य ज्ञात व्हावं. त्या माणसाची अनोखी अशी मृत्युयात्रा निघेल. सर्वजण त्याला हसत हसत निरोप देतील. ती स्थूल शरीराची यात्रा बघून सर्वांच्या जीवनातून मृत्यूचं भय नाहीसं व्हावं हेच लक्ष्य असेल, हाच एकमेव उद्देश असेल.

पृथ्वीवर स्थूल शरीराच्या मृत्यूसमयी माणसाची समज इतक्या उच्च स्तरावर असू शकते, की ते आपल्या स्थूल शरीराचा मृत्यू निकट असतानाही स्वतःच्या मृत्यूचं निमंत्रण इतरांना पाठवू शकतील. जर पृथ्वीवर त्यांना आपल्या मृत्यूचं निमंत्रणपत्र पाठवण्यासाठीचा अवधी मिळाला तर त्यांच्यासाठी ती कृपाच ठरेल आणि जरी वेळ मिळाला नाही तरीही त्यांच्या समजेनुसार कोणतीही तक्रार असणार नाही. कारण त्यांना जीवन-मृत्यूच्या ज्ञानाचं आकलन झालेलं असेल, ते चेतनेच्या उच्च स्तरावर असतील.

७. काही लोकांना त्यांनी पृथ्वीवर सत्य प्रसारासाठी मदत केली त्यामुळे आपल्या जीवनाचं सार्थक झालं असं वाटेल. आपल्याला पाहून जेव्हा आसपासच्या लोकांना सत्यच आठवेल तेव्हाच खऱ्या अर्थानं पृथ्वीवर आपलं कार्य योग्यप्रकारे होत आहे असं समजता येईल.

८. संपूर्ण जीवनाची समज जेव्हा प्राप्त होते तेव्हा लोकांमध्ये भक्ती प्रकट होते. गुरूनानक, मीराबाई, कबीर, राबिया अशा संतांमध्ये भक्ती प्रकट झाली होती. असे लोक भक्तीमध्येच आपलं अवघं आयुष्य व्यतीत करतात आणि त्यांच्याकडून भजनं, दोहे निर्माण होतात. ते वाचून लोकांमध्येदेखील समज आणि भक्ती प्रकटते. स्थूल शरीर सोडत असताना अशा प्रकारच्या भावना मनात जागृत होणं हा 'पृथ्वीलक्ष्य' प्राप्त केल्याचा संकेत आहे. त्यासाठी आजपासूनच आपल्याला यावर

काही कार्य सुरू करण्याची आवश्यकता आहे. अशी समज प्राप्त करा, जी आपल्याला पृथ्वीवरचं जीवन आणि मृत्यूनंतरचं जीवन या दोन्हीही भागांमध्ये आनंदित राहण्यासाठी मदत करेल जेणेकरून विश्वातील सारी रहस्यं आपल्यासमोर प्रकट व्हावीत. पृथ्वीवरील जीवनाच्या शेवटी आपल्यात समाधान, आनंद, भक्ती आणि धन्यवादाचे भाव असावेत. यासाठीही मरणोत्तर ज्ञान आणि पृथ्वीवरचं ज्ञान प्राप्त करणं आवश्यक आहे.

धन्यवाद.

एक अल्प परिचय
सरश्री

स्वीकार मंत्र

सरश्रींचा आध्यात्मिक शोधाचा प्रवास त्यांच्या बालपणापासूनच सुरू झाला होता. हा शोध सुरू असतानाच त्यांनी अनेक प्रकारच्या पुस्तकांचं अध्ययन केलं. त्याचबरोबर या शोधकाळात त्यांनी अनेक ध्यानपद्धतींचा अभ्यासही केला. त्यांच्यातील या जिज्ञासेने त्यांना अनेक वैचारिक आणि शैक्षणिक संस्थांमध्ये जाण्यासाठी प्रेरित केलं. जीवनाचं रहस्य समजण्यासाठी त्यांनी **प्रदीर्घ काळ मनन करून आपलं शोधकार्य सातत्याने सुरू ठेवलं. या शोधातूनच त्यांना 'आत्मबोध' प्राप्त झाला.** आत्मसाक्षात्कारानंतर त्यांना जाणवलं, की **अध्यात्माचा प्रत्येक मार्ग ज्या शृंखलेने जोडलेला आहे, तो म्हणजे 'समज'** (Understanding). आत्मबोधप्राप्तीनंतर त्यांनी अध्यापनाचं कार्य थांबवलं आणि जवळ जवळ दोन दशकांहूनही अधिक काळ आपलं समस्त जीवन अखिल मानवजातीच्या आध्यात्मिक विकासासाठी अर्पण केलं.

सरश्री म्हणतात, ''सत्यप्राप्तीच्या सर्व मार्गांचा प्रारंभ जरी वेगवेगळ्या मार्गांनी होत असला, तरी सर्वांचा अंत मात्र एकच समज प्राप्त केल्याने होतो. ही **'समज'च सर्व काही असून ती स्वतःमध्ये परिपूर्ण आहे.** आध्यात्मिक ज्ञानप्राप्तीसाठी या **'समजे'चं श्रवणच पुरेसं आहे.''** ही समज प्रकाशमान करण्यासाठी आजपर्यंत त्यांनी **आध्यात्मिक विषयांवर तीन हजारांहून अधिक प्रवचनं दिली आहेत.** या प्रवचनांद्वारे ते अध्यात्मातील अतिशय गहन संकल्पना सहज, सुलभ आणि व्यावहारिक भाषेत समजावून सांगतात. समाजातील प्रत्येक स्तरावरील मनुष्य सरश्रींद्वारे सांगितल्या जाणाऱ्या या समजेचा लाभ घेऊ शकतो.

ही समज प्रत्येकाला आपल्या अनुभवातून प्राप्त व्हावी, यासाठी सरश्रींनी **'महाआसमानी परमज्ञान शिबिर'** आणि त्यासाठी आवश्यक असणारी कार्यप्रणाली (सिस्टिम) तयार केली. **तिचा लाभ आज लाखो लोक घेत आहेत.** या प्रणालीला आय.एस.ओ. (ISO 9001:2015) प्रमाणपत्रही लाभलंय. या प्रणालीमुळेच अनेकांना

सत्यमार्गावर वाटचाल करण्याची प्रेरणा मिळाली आहे. या समजेचा प्रचार आणि प्रसार करण्यासाठी त्यांनी 'तेजज्ञान फाउंडेशन' या आध्यात्मिक संस्थेचा पाया रचला. **'हॅपी थॉट्सद्वारे उच्चतम विकसित समाजाची निर्मिती करणे,'** हेच या संस्थेचं मुख्य उद्दिष्ट आहे.

विश्वातील प्रत्येक मनुष्य आज सरश्रींच्या मार्गदर्शनाचा लाभ घेऊ शकतो. त्यासाठी कोणत्याही धर्म, जात, उपजात, वर्ण, पंथ वा लिंग यांचं बंधन नसतं. विश्वाच्या प्रत्येक कानाकोपऱ्यांतील लोक आज 'तेजज्ञान'च्या अनोख्या ज्ञानप्रणालीचा (System for Wisdom) लाभ घेत आहेत. याच व्यवस्थेचा आणखी एक महत्त्वपूर्ण भाग म्हणजे, **दररोज सकाळी आणि रात्री ९ वाजून ९ मिनिटांनी लाखो लोक विश्वशांतीसाठी प्रार्थना करत आहेत.**

बेस्ट सेलर पुस्तक 'विचार नियम' शृंखलेचे रचनाकार म्हणूनही सरश्रींना ओळखलं जातं. **केवळ पाच वर्षांच्या कालावधीत या पुस्तकाच्या १ कोटीपेक्षा अधिक प्रती** वितरित झाल्या आहेत. याशिवाय आजवर त्यांनी विविध विषयांवर **१०० हून अधिक पुस्तकं लिहिली** आहेत. त्यांपैकी 'विचार नियम', 'स्वसंवाद एक जादू', 'शोध स्वतःचा', 'स्वीकाराची जादू', 'निःशब्द संवाद एक जादू', 'संपूर्ण ध्यान' इत्यादी पुस्तकं बेस्ट सेलर झाली आहेत. ही पुस्तकं दहापेक्षा अधिक भाषांमध्ये अनुवादित असून, पेंगुइन बुक्स, हे हाउस पब्लिशर्स, जैको बुक्स, मंजुळ पब्लिशिंग हाउस, प्रभात प्रकाशन, राजपाल अ‍ॅण्ड सन्स, पेंटागॉन प्रेस आणि सकाळ प्रकाशन इत्यादी प्रमुख प्रकाशन संस्थांद्वारे ती प्रकाशित झाली आहेत.

तेजज्ञान फाउंडेशन परिचय

तेजज्ञान फाउंडेशन आत्मविकासातून आत्मसाक्षात्कार प्राप्त करण्याचा एक मार्ग आहे. यासाठी सरश्रींद्वारा एक अनोखी बोधप्रणाली (System for Wisdom) निर्माण झाली आहे. या प्रणालीला आंतरराष्ट्रीय प्रमाणपत्राद्वारे ISO 9001:2015च्या आवश्यकतेनुसार आणि निकष पडताळून सरळ, व्यावहारिक आणि प्रभावी बनवलं गेलं आहे.

या संस्थेच्या प्रबोधनपद्धतीच्या भिन्न पैलूंना (शिक्षण, निरीक्षण आणि गुणवत्ता) स्वतंत्र गुणवत्ता परीक्षकांद्वारे (Quality Auditors) क्रमबद्ध पद्धतीने पडताळलं गेलं. त्यानंतर या पैलूंना ISO 9001:2015 साठी पात्र समजून या बोधपद्धतीला हे प्रमाणपत्र प्रदान करण्यात आलं.

या फाउंडेशनचे लक्ष्य आहे नकारात्मक विचारांकडून सकारात्मक विचारांकडे वाटचाल. सकारात्मक विचारांकडून शुभ विचारांकडे म्हणजे हॅपी थॉट्सकडे प्रगती. शुभ विचारांकडून निर्विचार अवस्थेकडे मार्गक्रमण आणि निर्विचार अवस्थेच्या अंती आत्मसाक्षात्कार प्राप्ती. 'मी सर्व विचारांपासून मुक्त व्हावे' हा विचार म्हणजे शुभ विचार (हॅपी थॉट्स). 'मी प्रत्येक इच्छेपासून मुक्त व्हावे', अशी इच्छा म्हणजे शुभ इच्छा.

तेजज्ञान म्हणजे ज्ञान व अज्ञान या दोहोंच्या पलीकडचे ज्ञान. पुष्कळ लोक सामान्य ज्ञानाच्या (General Knowledge) माहितीलाच ज्ञान मानतात. परंतु अस्सल ज्ञान आणि नुसती माहिती यांत फार मोठे अंतर आहे. आजमितीला लोक सामान्य ज्ञानाच्या उत्तरांनाच जास्त महत्त्व देतात. अशा ज्ञानाचे विषय म्हणजे कर्म आणि भाग्य, योग आणि प्राणायाम, स्वर्ग आणि नरक इत्यादी. आजच्या युगात सामान्यज्ञान प्राप्त करणारे लोक, शिक्षक मोठ्या प्रमाणावर आहेत; परंतु हे ज्ञान ऐकून जीवनात परिवर्तन घडून येत नाही. असे ज्ञान म्हणजे केवळ बुद्धिविलास आहे किंवा अध्यात्माच्या नावावर चाललेला बुद्धीचा व्यायाम आहे.

सर्व समस्यांवरील उपाय आहे तेजज्ञान. क्रोध, चिंता आणि भय यांपासून मुक्त जीवन म्हणजे तेजज्ञान. शारीरिक, मानसिक, सामाजिक, आर्थिक आणि आध्यात्मिक प्रगतीचा, सर्वांगीण प्रगतीचा मार्ग आहे तेजज्ञान. तेजज्ञान आपल्या अंतरंगात आहे. येथे या आणि या गोष्टीचा अनुभव घ्या.

आपल्याला असे ज्ञान हवे आहे, की जे सामान्य ज्ञानापलीकडे आहे, जे प्रत्येक

समस्येवरील उत्तर आहे, जे प्रत्येक समजुतीपासून, गृहीत धारणांपासून आपल्याला मुक्त करते, ईश्वरी साक्षात्कार घडविते, अंतिम सत्यात स्थापित करते. आता वेळ आली आहे शाब्दिक, सामान्यज्ञानातून बाहेर येऊन तेजज्ञानाचा अनुभव घेण्याची!

आजवर जप-तप, तंत्र-मंत्र, कर्म-भाग्य, ध्यान-ज्ञान, योग-भक्ती असे अनेक मार्ग अध्यात्मात सांगितले आहेत. या सर्व मार्गांनी प्राप्त होणारी अंतिम समज, अंतिम ज्ञान, बोध एकच आहे. अंतिम सत्याच्या शोधकाला, साधकाला शेवटी जी एकच 'समज' प्राप्त होते, ती 'समज' श्रवणानेसुद्धा प्राप्त होऊ शकते. अशा समजप्राप्तीसाठी श्रवण करणे यालाच तेजज्ञान प्राप्त करणे म्हटले गेले आहे. तेजज्ञानाच्या श्रवणाने सत्याचा साक्षात्कार घडतो, ईश्वरीय अनुभव मिळतो. हेच तेजज्ञान सरश्री महाआसमानी शिबिरात प्रदान करतात.

महाआसमानी परमज्ञान शिबिर परिचय आणि लाभ (निवासी)

तुम्हाला सर्वोच्च आनंद हवाय? असा आनंद, जो कोणत्याही बाह्य कारणावर अवलंबून नाही... जो प्रत्येक क्षणी वृद्धिंगत होतो. या जीवनात तुम्हाला प्रेम, विश्वास, शांती, समृद्धी आणि परमसंतुष्टी हवी आहे का? शारीरिक, मानसिक, सामाजिक, आर्थिक आणि आध्यात्मिक अशा आयुष्याच्या सर्व स्तरांवर यशस्वी होण्याची तुमची इच्छा आहे का? 'मी कोण आहे' हे तुम्हाला अनुभवाने जाणावंसं वाटतं का?

तुमच्या अंतर्यामी अशा सर्व प्रश्नांची उत्तरं जाणण्याची इच्छा आणि 'अंतिम सत्य' प्राप्त करण्याची तृष्णा असेल, तर तेजज्ञान फाउंडेशनतर्फे आयोजित 'महाआसमानी शिबिरा'त तुमचं स्वागत आहे. हे शिबिर सरश्रींच्या मार्गदर्शनावर आधारित आहे. सरश्री, आजच्या युगातील आध्यात्मिक गुरू असून, ते आजच्या लोकभाषेत अत्यंत सहजपणे आध्यात्मिक समज प्रदान करतात.

महाआसमानी परमज्ञान शिबिराचा उद्देश :

विश्वातील प्रत्येक मनुष्यानं 'मी कोण आहे', या प्रश्नाचं उत्तर जाणून तो सर्वोच्च आनंदाच्या अवस्थेत स्थापित व्हावा, हाच या शिबिराचा मुख्य उद्देश आहे. प्रत्येकाला असं ज्ञान प्राप्त व्हावं, जेणेकरून त्यानं प्रत्येक क्षणी वर्तमानात जगण्याची कला आत्मसात करावी. तो भूतकाळाचं ओझं आणि भविष्याची चिंता यांतून मुक्त व्हावा. प्रत्येकाच्या

आयुष्यात कधीही न संपणारा आनंद आणि योग्य समज यावी. शिवाय, प्रत्येकानं समस्या विलीन करण्याची कला आत्मसात करावी. थोडक्यात, मनुष्यजन्माचा उद्देश सफल व्हावा, हाच या शिबिराचा उद्देश आहे.

'मी कोण आहे? मी येथे का आहे? मोक्ष म्हणजे काय? या जन्मातच मोक्षप्राप्ती शक्य आहे का?' असे प्रश्न जर तुमच्या मनात असतील, तर त्यांवरील उत्तर आहे- 'महाआसमानी परमज्ञान शिबिर'.

महाआसमानी परमज्ञान शिबिराचे मुख्य लाभ :

वास्तविक या शिबिराचे लाभ तर असंख्य आहेत; पण त्यांपैकी मुख्य लाभ पुढीलप्रमाणे-

* जीवनात शक्तिशाली ध्येय निश्चित होतं
* 'मी कोण आहे' हे अनुभवाने जाणता येतं (सेल्फ रियलायजेशन)
* मनाचे सर्व विकार विलीन होतात.
* भय, चिंता, क्रोध, बोरडम, मोह, तणाव या नकारात्मक बाबींतून मुक्ती
* प्रेम, आनंद, मौन, समृद्धी, संतुष्टी, विश्वास अशा दिव्य गुणांशी युक्ती
* साधं, सरळ पण शक्तिशाली जीवन जगता येतं
* प्रत्येक समस्येचं निराकरण करण्याची कला प्राप्त होते
* 'प्रत्येक क्षणी वर्तमानात जगणं' हा तुमचा स्वभाव बनतो
* आपल्यातील सर्व सकारात्मक शक्यता खुलतात
* याच जीवनात मोक्षप्राप्ती होते

महाआसमानी परमज्ञान शिबिरात सहभागी कसं व्हाल?

या शिबिरात सहभागी होण्यासाठी तुम्हाला खालील बाबींची पूर्तता करायची आहे-

१) तुमचं वय कमीत कमी अठरा किंवा त्यापेक्षा अधिक असायला हवं.

२) सर्वप्रथम तुम्हाला 'सत्य-स्थापना' (फाउंडेशन ट्रुथ रिट्रीट) शिबिरात सहभागी व्हावं लागेल. या शिबिरात, तुम्ही प्रामुख्यानं दोन बाबी शिकाल- प्रत्येक क्षणी वर्तमानात जगण्याची कला कशी आत्मसात करावी आणि निर्विचार अवस्था कशी प्राप्त करावी.

३) प्राथमिक स्तरावर तुम्हाला काही प्रवचनं ऐकायची असून, त्यांतून तुम्ही मूलभूत

समज आत्मसात कराल आणि महाआसमानी शिबिरात प्रवेश करण्यासाठी तयार व्हाल.

हे शिबिर साधारणपणे एक-दोन महिन्यांच्या अंतराने आयोजित करण्यात येतं. यात हजारो सत्यशोधक सहभागी होतात. या शिबिराची तयारी दोन पद्धतींनी करू शकता. पहिली पद्धत- मनन आश्रम, पुणे येथे ५ दिवसीय शिबिरात भाग घेऊ शकता. दुसरी पद्धत- तेजज्ञान फाउंडेशनच्या जवळच्या सेंटरवर जाऊन सत्यश्रवणाद्वारेही करू शकता. महाराष्ट्रात अहमदनगर, सातारा, औरंगाबाद, नाशिक, नागपूर, वर्धा, अमरावती, चंद्रपूर, यवतमाळ, कोल्हापूर, सांगली, रत्नागिरी, लातूर, बीड, नांदेड, परभणी, पनवेल, मुंबई, ठाणे, सोलापूर, पंढरपूर, जळगाव, अकोला, बुलढाणा, धुळे, भुसावळ आणि महाराष्ट्राबाहेर सुरत, अहमदाबाद, बडोदा, नवी दिल्ली, बेंगलुरू, बेळगाव, धारवाड, रायपूर, भुवनेश्वर, कोलकाता, रांची, लखनौ, कानपूर, चंदीगढ, जयपूर, चेन्नई, पणजी, म्हापसा, भोपाळ, इंदोर, इटारसी, हर्दा, विदिशा, बुऱ्हाणपूर या ठिकाणी महाआसमानी शिबिराची पूर्वतयारी करू शकता.

तेजज्ञान फाउंडेशनमध्ये उपलब्ध असणाऱ्या सरश्रीलिखित पुस्तकांचं वाचन करून किंवा सरश्रींच्या प्रवचनांच्या सीडीज ऐकूनही तुम्ही या शिबिराची पूर्वतयारी करू शकता. याशिवाय, तुम्ही टीव्ही, रेडिओ किंवा यू ट्युबवरील सरश्रींच्या प्रवचनांचा लाभही घेऊ शकता. पण लक्षात घ्या, पुस्तकांतील ज्ञान, सीडी, टीव्ही, रेडिओ आणि यू ट्युबवरील प्रवचनं म्हणजे 'तेजज्ञानाची तोंडओळख' आहे; 'संपूर्ण तेजज्ञान' मुळीच नाही. तुम्ही महाआसमानी शिबिरात सहभागी होऊनच तेजज्ञानाचा आनंद घेऊ शकता. तेव्हा आगामी महाआसमानी शिबिरात सहभागी होण्यासाठी आजच संपर्क करा- 09921008060/ 75, 9011013208

महाआसमानी परमज्ञान शिबिरस्थान :

हे शिबिर पुण्यातील मनन आश्रम येथे आयोजित केलं जातं. येथे तुमच्या निवासाची आणि भोजनाची व्यवस्था केली जाते. तुम्हाला काही शारीरिक व्याधी असतील आणि त्यासाठी जर तुम्ही नियमितपणे औषधं घेत असाल, तर शिबिरात येताना ती सोबत बाळगावीत. शिवाय, वातावरणानुसार गरम कपडे, स्वेटर, ब्लँकेटही आणावं.

पुणे शहरापासून १७ किलोमीटर अंतरावर अत्यंत निसर्गरम्य परिसरात मनन आश्रम वसलेला आहे. आश्रमात महिला आणि पुरुष यांच्या निवासाची स्वतंत्र व्यवस्था असून येथे जवळपास ८०० लोकांच्या राहण्याची व्यवस्था आहे. आपण हवाईमार्ग, हायवे किंवा रेल्वे अशा कोणत्याही मार्गाने पुण्यात येऊ शकता.

मनन आश्रम : मनन आश्रम, पुणे, सर्व्हे नं. ४३, सणस नगर, नांदोशी गाव, किरकटवाडी फाटा, तालुका- हवेली, जिल्हा- पुणे- ४११०२४. फोन- 09921008060

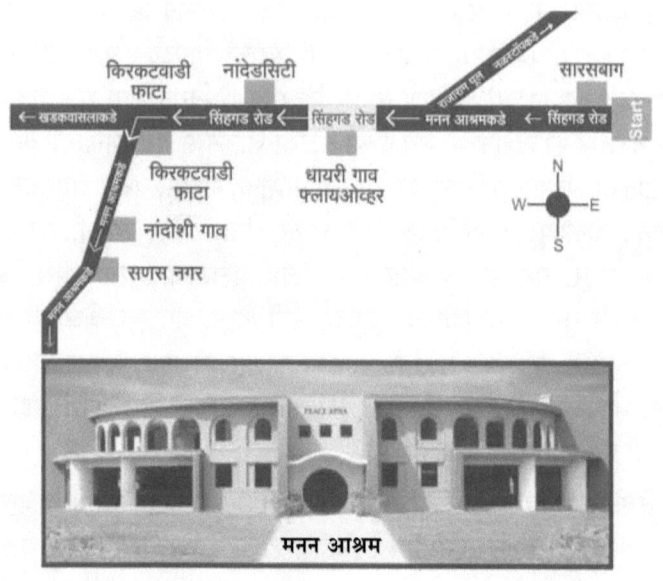

मनन आश्रम

आता एका क्लिकवर शिबिराची नोंदणी!

आता तुम्ही पुढील शिबिरांसाठी **ऑनलाइन** नोंदणी करू शकता.

महाआसमानी परमज्ञान शिबिर परिचय आणि लाभ (५ दिवसीय निवासी शिबिर)

मॅजिक ऑफ अवेकनिंग (केवळ इंग्रजी भाषिकांसाठी ३ दिवसीय महाआसमानी शिबिर)

आध्यात्मिक नींव स्थापना (किशोरवयीन मुलांसाठी मिनी महाआसमानी निवासी शिबिर)

 www.tejgyan.org

तेजज्ञान इंटरनेट रेडिओ

तेजज्ञान इंटरनेट रेडिओद्वारे २४ तास ३६५ दिवस, सरश्रींच्या प्रवचन आणि भजनांचा लाभ घ्या. त्यासाठी पाहा लिंक -
http://www.tejgyan.org internetradio.aspx

विविध भारती F.M. वर दर रविवारी सकाळी १०:०५ ते १०:१५ वा.

नोट : या कार्यक्रमांच्या वेळेत बदल झाल्यास नोंद ठेवावी.

www.youtube.com/tejgyan च्या साहाय्यानेदेखील सरश्रींच्या प्रवचनांचा लाभ घेऊ शकता.
For online shoping visit us - www.tejgyan.org,
www.gethappythoughts.org

आपणास हवी असलेली पुस्तकं घरपोच मिळण्यासाठी मनीऑर्डर पाठवा. ही पुस्तकं आमच्या खर्चाने रजिस्टर्ड पोस्ट, कुरिअर आणि व्ही.पी.पी.द्वारे पाठवली जातील. त्यासाठी खालील पत्त्यावर संपर्क साधावा.

वॉव पब्लिशिंग्ज् प्रा. लि.

*रजिस्टर्ड ऑफिस : E- 4, वैभव नगर, तपोवनमंदिराजवळ, पिंपरी, पुणे -४११०१७

* पोस्ट बॉक्स नं. ३६, पिंपरी कॉलनी, पोस्ट ऑफिस, पिंपरी-पुणे - ४११०१७

फोन नं. : 09011013210 / 9623457873

आपण पुस्तकांची ऑर्डर ऑनलाईनही देऊ शकता.

लॉग इन करा - www.gethappythoughts.org

३०० रुपयांहून अधिक किमतीची पुस्तकं मागवल्यास १०% सूट मिळेल आणि डिलिव्हरी फ्री.

तेजज्ञान फाउंडेशनच्या मुख्य शाखा

- **पुणे :** (रजिस्टर्ड ऑफिस)
  विक्रांत कॉम्प्लेक्स, तपोवन मंदिराजवळ,
  पिंपरी, पुणे : 411 017.
  फोन : (020) 27412576, 27411240
- **मनन आश्रम :**
  सर्व्हे नं. ४३, सणस नगर, नांदोशी गांव,
  किरकटवाडी फाटा, तालुका : हवेली,
  जि. पुणे: 411 024. फोन : 09921008060

---

e-books

The Source • Complete Meditation • Ultimate Purpose of Success • Enlightenment • Inner Magic • Celebrating Relationships • Essence of Devotion • Master of Siddhartha • Self Encounter and many more.
Also available in Hindi at gethappythoughts.org

Free apps

U R Meditation & Tejgyan Internet Radio on all platforms like Android, iPhone, iPad and Amazon

e-magazines

'Yogya Aarogya' & 'Drushtilakshya'

emagazines available on www.magzter.com

e-mail

mail@tejgyan.com

Website
www.tejgyan.org, www.gethappythoughts.org

*** नम्र निवेदन ***

विश्वशांतीसाठी लाखो लोक दररोज सकाळी आणि रात्री ९:०९ मिनिटांनी प्रार्थना करत आहेत. कृपया, आपणही यामध्ये सहभागी व्हा.

www.ingramcontent.com/pod-product-compliance
Lightning Source LLC
LaVergne TN
LVHW041659070526
838199LV00045B/1114
* 9 7 8 8 1 8 4 1 5 4 0 6 1 *